ஷீரடி ஸ்ரீ சாய்பாபா காவியம்

இர. அம்மணியம்மாள் பாவலர் “காட்டுப்பூ”

notionpress
.com
INDIA • SINGAPORE • MALAYSIA

ISBN 979-8-89133-638-4

ஷீரடி ஸ்ரீ சாய்பாபா காவியம்
வாழ்க்கை வரலாற்றுக் கவிதை

பிறப்பு :1838

சமாதி :1918

நூலாசிரியர்: பாவலர் “காட்டுப்பூ”

நூல் விளக்கம்

நூலின் தலைப்பு	:	"ஷீரடி ஸ்ரீ சாய்பாபா காவியம்"
பொருள்	:	ஷீரடி ஸ்ரீ சாய்பாபா வாழ்க்கை வரலாற்றுக் கவிதை நூல்
நூலாசிரியர் பெயர்	:	திருமதி அம்மணியம்மாள் இரகுராமன்
புனைப்பெயர்	:	பாவலர் "காட்டுப்பூ"
மொழி	:	தமிழ்
பதிப்பு	:	முதல் பதிப்பு
பதிப்பாண்டு	:	2023
உரிமை	:	தொகுப்பாசிரியருக்கு
வெளியீடு	:	"விஜயவாணி பதிப்பகம்"
நூல் கிடைக்குமிடம்	:	எண் 4, முதல் குறுக்குத்தெரு, டாக்டர் இராதாகிருஷ்ணன் நகர் (ஆசிரியர் குடியிருப்பு) மூலகுளம்; புதுச்சேரி-605 010. (அலைபேசி: 89033 71289)
பாடல்கள்	:	1563 (1563 + 6 + 1)
நூலின் அளவு	:	டெம்மி 1 x 8
தாள்	:	18.6 கி.கி. பலாப்பூர்;
கட்டமைப்பு	:	சாதாக்கட்டு
அச்சு எழுத்து	:	12 புள்ளி
மொத்த பக்கங்கள்	:	472

ஷீரடி ஸ்ரீ சாய்பாபா காவியம்
வாழ்க்கை வரலாறு (கவிதை நூல்)

நூலாசிரியர்
"விருத்த மாமணி"
பாவலர் "காட்டுப்பூ"
(திருமதி அம்மணியம்மாள் இரகுராமன்)

தொகுப்பாசிரியர்
"கின்னஸ் சாதனையாளர்", "மாநிலவிருதாளர்"
"செம்பணித்திலகம்" யுவஸ்ரீ **இர.சேதுராமன் (யோகாஆசிரியர்)**
MD(Accu), Dip. In Accu.., D.Y.E(Yoga)., D.C.A., D.Y.H., D.A.S.
"அம்மணியம்மாள் இரகுராமன் அறக்கட்டளை" &
"புதுவை யோகாலையா"-வின் நிறுவனர்; கண்காணிப்பாளர்,
மகளிர் மற்றும் குழந்தைகள் மேம்பாட்டுத்துறை, புதுச்சேரி.

வெளியீடு
"விஜயவாணி பதிப்பகம்"
எண்.4, முதல் குறுக்குத்தெரு,
டாக்டர் இராதாகிருஷ்ணன் நகர் (ஆசிரியர் குடியிருப்பு)
உழவர்கரை, புதுச்சேரி-605 010.

காணிக்கை

மண்ணில் கிடந்த கவிதைப்பூக்கள் நிறைந்த நவரத்தின நூல்கள் மட்கி மண்ணோடு மண்ணாக மறைந்து விடாமல் தமிழன்னையின் மகுடத்தில் சூட்டி, மெருகேற்றி பெருமை சேர்த்து ஊக்குவித்த, சாதி சமயம் பாரா கர்மயோகி, தமிழ் தொண்டராகிய கலைமாமணி, தமிழ்மாமணி, உணர்வுப்பாவலர், வெண்பாவித்தகர், மற்றும் "குழந்தைகள் கலை இலக்கிய வளர்ச்சிக் கழக"த்தின் தலைவர் திரு அ. உசேன் ஐயா அவர்களுக்கு என் சிரம் தாழ்த்தி, உளம் நிறைந்த நன்றியினையும், வாழ்த்தினையும் தெரிவித்துக் கொண்டு, எனது இறுதி நூலும், ஒன்பதாம் படைப்புமாகிய "சீரடி ஸ்ரீ சாய்பாபா காவியம்" (1563 பாடல்கள்) என்னும் இப்புனித நூலினைக் காணிக்கையாக சமர்ப்பிப்பதில் மனநிறைவோடு பேருவகையடைகின்றேன். வாழ்கதமிழ், வளர்க அவர்தம் தமிழ்த் தொண்டு....

வாழ்த்துப்பா

புதுவை தந்த பூந்தமிழே!
புனித நபியின் பொன்மலரே!
மதுவாய் ஈர்க்கும் தமிழ்த்தொண்டால்,
மன்னும் புகழைப் பெற்றுள்ளீர்!
இதுவும் பற்றாக் குறையென்பேன்.
இயன்ற வரையில் நூல்புனைக!
புதுவை மண்ணில் புகழ்பரவி,
பூவின் வாசம் போல்மணக்கும். 1

புதுவை என்னும் வேதபுரி
புதுமை நிறைந்த தொல்பதிதான்.
எதுவும் இங்கே இல்லையென
எவரும் கூறா சீர்பதிதான்
மதுவை மாந்தும் வண்டுகளாய்
மக்கள் விரும்பும் தமிழ்ப்பற்றைப்
புதுமை நாடும் இளந்தளிர்கள்
புறத்தே தள்ளும் அவலநிலை. 2

வீழ்தல் இல்லா மலைமுகடாய்,
விளக்கம் காட்டும் விரிகதிராய்,
காழ்ப்பு நிறைந்த இவ்வுலகில்
கனிந்த அன்பால் களமிறங்கி,
வாழ்த்தும் பெருமை தொடர்ந்திடவே
வழங்கும் நூல்கள் பலவற்றால்
ஆழ்ந்த சேவை மலரட்டும்
அதுவே வாழ்த்தாய் அமையட்டும். 3

தென்புதுவை மாநகரம் தேன்தமிழில் சிறக்கத்
தெளிவான நற்றமிழில் தேர்ந்தபல பாக்கள்
அன்றாடம் வடித்தெழுதி அவையென்றும் வாழ
அணிமணிகள் ஆயிரமாய்த் தமிழன்னை அணிய
இன்றல்ல, என்றென்றும் இவர்போல்வார் உண்டோ!
என்றுரைக்க, எண்ணற்ற பெருமைகளும் சூழ
வெண்டாம ரைவாழும் வித்தகியாள் என்றும்
விட்டகலா விருப்பமுடன் உடனுறைவாள் யாண்டும். 4

மனிதரின் நேயம் காண்போர்
மனிதருள் மாணிக் கம்தான்
தனிநபர் திறமை கண்டால்
தாங்கியே உயர்த்தும் கொள்கை
கனிவுடன் பழகும் தன்மை
காண்பவர் போற்றும் கேண்மை,
இனியிவர் போல்வார் தானே
இணையில்லா நாட்டின் செல்வம். 5

தானாடா விட்டாலும் தசையாடும்
என்றுரைக்கும் தகவல் உண்மை.
காணாத கருப்பொருளைக் கண்டதுபோல்
கதையளக்கும் கயவர் தம்முள்
ஏனோவென் றெண்ணாமல் பிறர்திறனை
எடுத்தியம்பி ஏற்றம் பெற்றீர்!
வானோங்கும் மலைமுகட்டில் வந்தமர்ந்த
கதிரொளிபோல் வாழ்க நீடு! 6

நூலாசிரியர் : பாவலர் "காட்டுப்பூ"

இறையருள் விழைதல்

முன்னவா! என்னுள் என்றும் முகிழ்த்தவா! ஞான மூர்த்தி!
தண்ணளி தந்தே, இந்தத் தரணியில் வாழ்ந்த சாயி
இன்னருள் சுரந்த காதை இனிதென இயம்பு மாறு
உன்னருள் வேண்டி நின்றேன் உவந்தெனக் கருள்வாய் ஐயா!1

நூலாசிரியர் : பாவலர் "காட்டுப்பூ"

படைப்புரை

"விருத்த மாமணி" "செம்பணிச் சுடர்"
பாவலர் "காட்டுப்பூ"
(திருமதி அம்மணி இரகுராமன்)

சுதந்திரமற்ற குடும்பச் சூழலிலும், உடல்நலமற்ற முதுமையிலும் என் வாழ்வினை சமூகம் சீர்பெறவும், தமிழ்மொழியை எழுதப் படிக்கத் தெரிந்த அனைத்து குழந்தைகளும், பெரியோர்களும் உடல் நலமுடன், மனஉறுதியும், ஞானமும் பெற்று எதிர்கால உலகத்தை அமைதிப் பூங்காவாக உருவாக்குவதற்கு இந்நிகழ்காலத்தில் பல்வேறு நல்ல தமிழ்நூல்களை இயற்றி என்னால் இயன்றவரையில் யான் பெற்ற ஞானத்தையும் அனுபவத்தையும் மண்ணோடு மண்ணாக அழிந்து விடாமல் வாழ்க்கைத் தடயங்களாகப் பதித்துவிட்டுச் செல்ல விழைகின்றேன். யான் விரும்பி ஏற்றது ஆசிரியைப்பணி மாணவர்களைத் தமிழ்மொழியில் திறமையுடையவர்களாக உருவாக்கிய மனநிறைவு எனக்குண்டு.

இறையருளால் யான் எழுதிய நூல்கள் சோதனையில் மலர்ந்த சாதனை மலர்களாகவே கொள்ள வேண்டும். இப்போது யான் கூறுவது பொய்யுரையோ. புனைந்துரையோ அல்ல. உண்மை. பொங்கிப் புரளும் காட்டாற்று வெள்ள மொத்த கவிதைகளைப் பாடிய பாரதிக்குச் சூழலைத் தந்த இறைவன் ஆயுளைத் தரவில்லை சிற்றோடையாய் ஓடிக்கொண்டே தமிழன்னைக்குத் தொண்டாற்ற எண்ணும் எனக்கு ஆயுளைத் தந்த இறைவன் சூழலைத் தரவில்லை. நீறு பூத்த நெருப்பாக ஆழ்ந்தும், அமிழ்ந்தும் கிடந்த என்றன் தமிழார்வத்தால் ஆன்மீகம், சமுதாயத் தொண்டு, வரலாறு, மாணவச் செல்வங்களாகிய பூந்தளிர்களுக்குரிய பாடல்கள் போன்ற நூல்கள் தோன்றி எழுத்தாக்கம் பெற்றமையே சாதனைதான். கர்ம யோகத்தின்பால் கட்டுப்படுத்தப்பட்ட சூழ்நிலையில் எழுதுவதென்பது இயலாத காரியம்.

ஆன்மீகமும் தமிழார்வமும் என்றன் தந்தை எனக்களித்த வரங்கள். எழுதி எழுதிக் குவிக்க வேண்டும் இச்சமுதாயம் பயன்பெற வேண்டும் என்ற என்றன் தன்னார்வக் கருத்துக்கள் என் இதயத் துடிப்பு நிற்கும் வரை தோன்றித் தோன்றி காற்றோடு காற்றாகக் கலந்த வண்ணம்தான் இருக்கின்றன. விலங்கிட்ட கைகளில் வீரம் விளையுமோ! சூழலையும் துளையிட்டு வெளிவந்த நூல்களையே எனது சாதனையாகக் கருதுகின்றேன். குறிப்பாகப் பிறந்தோம், வளர்ந்தோம், வாழ்ந்தோம், வீழ்ந்தோம் என மாக்களைப் போல் மண்ணில் மடிந்து விடாமல் என் அனுபவ முத்திரைகளை இம்மண்ணில் தடம் பதிக்கச் செய்வதற்கு உறுதுணையாக இருந்தும், இந்நூலினை இயற்ற பல தகவல்களையும் சேகரித்து அளித்ததுமட்டுமின்றி, தொகுத்து, பகுத்து, பிழையின்றி தட்டச்சு செய்து வெளியீடு செய்த பெருமை மட்டுமல்லாது, அன்னதானம் செய்பவருக்கு உண்டாகும் புண்ணியம் சமைப்பவரை விட அருகிலிருந்து பரிமாறி பசியாற்றி மகிழ்பவரையே சாரும், அத்தகைய பெருமை இந்நூல் மூலம் எனது இளைய மகன் இர.சேதுராமனையே சேரும். பிறவி என்று ஒன்றிருந்தால் அடுத்த பிறவியிலேனும் என்றன் பணி நிறைவடையட்டும்.

இவண்

நூலாசிரியர் : பாவலர் "காட்டுப்பூ"

வாழ்த்துரை

கலைமாமணி,
முனைவர்.
வி. முத்து
தலைவர்

கி.பி. 19-ஆம் நூற்றாண்டில் அன்னியருக்கு அடிமைப்பட்டுக் கிடந்த சூழலில், மத கட்டுப்பாடுகள் நிறைந்த அக்காலத்தில் விடிவெள்ளி போன்று தோன்றி அரிய தன் செயல்களால் மனித சமூகத்தில் மறுமலர்ச்சி ஏற்படுத்திய மகான் 'பாபா' அவர்கள். 'பாபா' - பாவங்களைக் கடக்க வந்த பாதை, மெய்ஞானம், ஏற்றம் பெற வாழ்வளிக்கும் கீதை என்று கூறுமளவிற்கு வாழ்ந்த ஓர் அற்புத மனிதர். அத்தகைய மாமனிதரின் வாழ்க்கையை, வரலாற்றுக் காவியமாகப் படைத்து அருளியுள்ளார் பாவலர் "காட்டுப்பூ".

'உள்ளத்தைக் கவரும் விருத்தமெனும் ஒண்பா' என்று புலவர்கள் போற்றும் சிறப்பைக் கொண்டது விருத்தப்பா. இளங்கோவடிகள் பாடிய சிலப்பதிகாரம் தொடங்கி தொண்டரடிப்பொடியாழ்வார், திருமங்கையாழ்வார், நம்மாழ்வார், சுந்தரமூர்த்தி நாயனார், திருநாவுக்கரசர், கம்பர், வள்ளலார் போன்றோர் பாடிய வரிசையில் விருத்தப்பாவில் பாபாவின் வாழ்க்கை வரலாற்றை 1563 பாக்களால் பாடிய நூலாசிரியரின் மதிநுட்பம் போற்றுதற்குரியது.

ஆன்மீக உணர்வு மக்களைச் சென்றடையும் சேவையைச் செய்து வருவது போற்றற்குரியதாகும். கடினமான பொருள் கொண்ட தத்துவ கருத்துக்களை எளிய முறையில் பாமரரும் புரிந்து கொள்ளும் வகையில் விளக்கமாகக் கொண்டு செல்லும் பாடல் நடை கவிஞரின் புலமையை வெளிப்படுத்துகிறது. தனது பாடல் செல்லும் நிலையில் அறம் சார்ந்த நியதிகளைச் சுவைபடக் கூறும் பாங்கு பாடல்களில் ஆங்காங்கே வெளிப்படுகிறது. சமூகத்தில் அன்பு, ஒற்றுமை நிலவ ஒருவருக்கொருவர் உதவும் மனப்பாங்குடன் வாழ வேண்டும் என்னும் உயரிய கருத்து பாடல்களில் மேலோங்கிக் காணப்படுகிறது.

இப்படி ஆன்மீக ஞானமும், அருள் ஞானமும், சமூக ஞானமும் கொண்டு நாடெல்லாம் அருள் மணம் பரப்பி வருபவர் பாவலர் "காட்டுப்பூ" அவர்கள்.

பாவலர் "காட்டுப்பூ" அவர்கள் இந்நூற்றாண்டின் ஈடு இணையற்ற கவிஞர்களுள் ஒருவர் என்பதை அவர் எழுத்துக்கள் புலப்படுத்தும். பாபாவின் புகழ் நிலைக்குமட்டும் காட்டுப்பூவும் தொடர்ந்து மணம் பரப்பும் என எண்ணுகிறேன். தமிழ் இலக்கிய உலகில் ஓர் மணிமகுடமாய் இந்நூல் விளங்கும்.

'எழுத்து ஒரு வேள்வி என்பார்'. அது "காட்டுப்பூ" அவர்களுக்கு வாய்த்திருக்கிறது. அவர் தொடர்ந்து எழுத வேண்டும் என ஆவல் கொள்கிறேன். மேலும் "காட்டுப்பூ" அவர்கள் பக்தி உலகில் தொடர்ந்து அருள் மணம் வீசி நீங்கா இடம் பிடிக்க வாழ்த்துகிறேன். "காட்டுப்பூ" நாட்டுப்-பூவாக, நாடெங்கிலும் நாள் தோறும் மணக்க வேண்டும், நறுமணம் கமழ வேண்டும் நாளெல்லாம். என்றும் "எங்கள் வாழ்வும் எங்கள் வளமும் மங்காத தமிழென்று சங்கே முழங்கு... "

அன்போடு வாழ்த்துகிறேன்.... நன்றி! வணக்கம்.

அன்புடன்.....

கலைமாமணி. முனைவர் வி. முத்து
தலைவர், புதுவைத் தமிழ்ச்சங்கம்

'கலைமாமணி', 'தமிழ்மாமணி',
முனைவர் அ. உசேன்;
விரிவுரையாளர்(பணி ஓய்வு)
'உணர்வுப்பாவலர்','வெண்பாவித்தகர்',
நிறுவனர் : "குழந்தைகள் கலை இலக்கிய
வளர்ச்சிக் கழகம்"-புதுச்சேரி-4

பாராட்டுரை

"விருத்த மாமணி" - "பாவலர் காட்டுப்பூ" படைத்த "சீரடி ஸ்ரீ சாயிபாபா காவியம்" பேரும் புகழும் பெறுகவே!

சாயிபாபா அவர்களின் வாழ்க்கை வரலாற்றை அடிப்படையாகக் கொண்டு "பாவலர் காட்டுப்பூ" அவர்களால் எழுதப்பட்ட சீர்மைமிகு அருங்காப்பியத்தைப் படிப்பதற்கு வாய்ப்பு கிடைத்ததெண்ணி உளமார மகிழ்கிறேன். ஆம், இக்காப்பியத்தைப் படித்தேன், சுவைத்தேன், களித்தேன், உண்மையில் அத்தனையும் படித்தேன்.

படிப்பவர்கள் படைப்பினைத் தேர்ந்தெடுத்து படித்துச் சுவைக்க நினைக்கையில் பொதுவாக இரண்டு வழிகளைக் கையாள்வதைக் காண்கிறோம். ஒன்று படைப்பினைப் பார்த்துத் தேர்ந்தெடுத்துப் படிப்பது. அதாவது எதைப்பற்றியப் படைப்பு? வீட்டைப் பற்றியதா? காதலைப் பற்றியதா? தலைவரைப் பற்றியதா? என்பன போன்றது. அடுத்து எந்த வகைப் படைப்பு. கவிதையா? கட்டுரையா? சிறுகதையா? என்று பார்ப்பது. இப்படி எல்லாம் பார்த்தபிறகு இப்படிப்பட்ட சிறந்த படைப்பைச் செய்தது யார்? என்று படைப்பின் வழியாக படைப்பாளரை நோக்குவது.

இரண்டாவது வகை, படைப்பாளரைக் கொண்டு படைப்பை ஆராய்வது. இந்த படைப்பாளரா? இவர் படைப்பு அப்படி இருக்கும் இல்லை, இப்படி இருக்கும். இவரா... இவர் இதைப்பற்றி மட்டும்தான் சிறப்பாக எழுதுவார். என்றெல்லாம் இவர்மேல்

முன்பே குத்தப்பட்டுள்ள முத்திரையின் வழியே படைப்பை ஆய்வது.

இவ்வாறு இருவகைகளில் படிப்பவன் ஆய்வதற்குக் காரணம் படைப்பைப்போல் படைப்பாளி இருப்பான் என்றும், படைப்பாளியைப்போல் படைப்பும் இருக்கும் என்றும் எண்ணுவதே காரணம்.

ஆனால் உண்மையான படைப்பு ஆய்வு என்பது படைப்போடு படைத்தவனையும் சேர்த்து ஆய்வதே ஆகும். படைப்பைச் செய்தவன் எந்தச் சூழ்நிலையில், எந்தக் காலத்தில் அப்படைப்பைப் படைத்தான் என்பதையெல்லாமும் கருதுகோளாகக் கொண்டு படைப்பை ஆய்ந்தாலே படைப்பின் உண்மையான ஆழமும் அகலமும் தெரியும். எனவே படைப்பாளியும் படைப்பும் பிரித்துப் பார்க்க முடியாத ஒரு நாணயத்தின் இருபக்கம் என்பதை படிப்பவனும் திறனாய்வாளனும் உணர வேண்டும்.

எனவேதான் ஒவ்வொரு படைப்பாளனும் தன்படைப்பை பற்றி படைப்பாளன் என்ற பீடத்தில் அமர்ந்து தன் படைப்பை பற்றி என்னுரை, முன்னுரை, படைப்புரை என்ற பெயர்களில் எழுதுவது வழக்கமான ஒன்றாக மட்டுமின்றி முக்கியமான, முதன்மையான செயலாகவும் கருதப்படுகிறது.

உதாரணமாக:-

"நாள் ஒன்று போவதற்கு, நான் படும் பாடு
தாளம் படுமோ? தறிதான் படுமோ?"

என்று பாரதி பாடுகையில் அவன் எப்படிப்பட்ட வறுமையில் இருந்திருக்கிறான். இந்த வறுமையிலும் எப்படிப்பட்ட படைப்புகளைச் செய்திருக்கிறான் என்பதை அவன் வாழ்க்கை நிலையோடு அக்காலச் சூழ்நிலையையும் கருத்தில் கொண்டே உய்த்துணர்ந்து கொள்ள முடிகிறது.

இங்கே அப்படித்தான் இக்காப்பியத்தைப் படைத்த படைப்பாளி "பாவலர் காட்டுப்பூ" அவர்களையும் எண்ணிப் பார்க்க வேண்டியுள்ளது. முதலில் படைப்பாளியின் பெயரே

அவரைப்பற்றி உணர்த்துவாக உள்ளது. நாட்டினிலே மல்லிகை, ரோசா, சாமந்தி, தாமரை, பவளமல்லி, செண்பகம், பாரிசாதம் போன்ற பல பூக்கள் இருக்க அப்படைப்பாளி நாட்டுப் பூக்களிலுள்ள ஏதேனும் ஒரு பெயரை தன் புனைப்பெயராக இப்படைப்பாளி அம்மணியம்மாள் சூட்டிக் கொண்டு தன் படைப்புகளைப் படைத்திருக்கலாம். அல்லது எல்லாப் பூக்களையும் உள்ளடக்கியதுபோல் "நாட்டுப்பூ" என்று கூட தன் புனைப்பெயரை நாட்டியிருக்கலாம். ஆனால் அவர்கள் தன் பெயரைக் "காட்டுப்பூ" என்று சூட்டிக்கொண்டிருக்கிறார். "காட்டுப்பூ" எத்தனை குணத்தில், நிறத்தில், வடிவத்தில் சிறப்பானதாக இருந்தாலும் யாரும் அறிந்து கொள்வதற்கு ஏதுவாகுமா? அதே பூவானது நாட்டில் பூத்திருந்தால் நாட்டில் உள்ள அனைவரும் உணர்வர்.

அதேபோல் எத்தனை ஆற்றல் சிறப்பு இருந்தாலும் தமிழ்கூறும் நல்லுலகம், ஏன் புதுவை மக்கள் கூட அறிந்து கொள்ள இயலாதவராய் இருக்கிறார். நான் அறிந்தவரை புதுவை வரலாற்றிலே ஆயிரம் பாடல்களுக்கு மேலான காப்பியங்கள் 'மண்ணில் மலர்ந்த மதி'(தெரேசா), 'ஸ்ரீ வீரஅனுமக் காவியம்' என்ற காப்பியங்களைப் படைத்துள்ளதோடு, இப்போது மூன்றாவது காப்பியமாக 'சீரடி ஸ்ரீ சாயி பாபா காவியம்' என்னும் பெயரில் 1563 விருத்தப் பாக்களால் ஆன காப்பியத்தையும் படைத்து மரபில் வந்த மரபுப்புலவராகத் திகழ்பவர்;

இந்தப் புதுவை மக்களுக்கு அதிகமான அறிமுகம் இல்லாதவராகத் திகழ்கிறார். இப்படி அதிகமாக யாருக்கும் அறிமுகம் இல்லாத மரபுப்பாவலராக ஆவோம் என்று முன்கூட்டியே சிந்தித்துத் தன்பெயரை 'காட்டுப்பூ' என்று வைத்துக் கொண்டாரோ என்று சிந்திக்க வேண்டியிருக்கிறது. இதனை 'பாவலர் காட்டுப்பூ' அவர்கள் தன் முன்னுரையில் பின்வருமாறு சுட்டியும் காட்டுகிறார்.

"பாரதிக்கு எழுதுவதற்கு வாய்ப்பைக் கொடுத்த இறைவன் வாழ்வதற்கு வயதைக் கொடுக்கவில்லை. ஆனால் எனக்கு வயதைக் கொடுத்த இறைவன் எழுதுவதற்கு வாய்ப்பைக் கொடுக்கவில்லை!"

இதைப் படிக்கும்போது தமிழ் ஆர்வலர் அத்தனை பேர்களுக்கும் கண்களில் செந்நீர் வரத்தான் செய்யும். நெஞ்சில் எழும் புண்களால் துடிக்கவே செய்யும். பாரதி மட்டும் இன்னும் பல ஆண்டுகள் உயிர் வாழ்ந்திருந்தால் அவர் மூலம் தமிழுக்கு இன்னும் எண்ணிலாப் புதையல்கள் கிடைத்திருக்கும். ஆனால் அவர் வாழ்நாட்களுக்கு இடம் தராமல் சாவு என்னும் அரக்கன் அவர் எழுத்துத் தொடர் கதைக்கு முற்றுப் புள்ளி வைத்து விட்டான். அதேபோல் பாவலர் 'காட்டுப்பூ' அவர்களுக்கு இறையருளால் வாழ்நாள் கூடியிருந்த போதும் எழுதுவதற்கான வாய்ப்பும் சூழ்நிலையும் இல்லாமல் இருக்கிறது போலும். இந்நிலையில் அவரிடமிருந்து மூன்று காப்பியங்கள் உட்பட ஒன்பது நூல்கள் வந்துள்ளன.

அவருக்கு மட்டும் எழுதுவதற்கான வாய்ப்பும் சூழ்நிலையும் இருந்திருந்தால் அவரிடமிருந்து இன்னும் ஏராளமான படைப்புகள் கிடைத்திருக்கும் என்பது நூற்றுக்கு நூறு உண்மை. பொதுவாக பணியில் இருந்து ஓய்வும் பெற்று வீட்டில் வாளா இருந்து கொண்டிருக்கும் இவருக்கு நிறைய படைப்பதற்கான வாய்ப்பும் சூழ்நிலையும் நிறையவே இருக்கும் என்று யாவரும் எண்ணக் கூடும். ஆனால் எனக்கு நல்ல சூழ்நிலையையும் வாய்ப்பையும் இறைவன் கொடுக்கவில்லை என்றே "பாவலர் காட்டுப்பூ" எழுத்துப்பட தெரிவித்து தன் ஆழ்ந்த வருத்தத்தைத் தெரிவிக்கிறார். அப்படியாயின் அவர் நல்ல வாய்ப்பும் சூழ்நிலையும் வாய்க்கவில்லை என்று எதைக் கூறுகிறார் என்று எண்ணிப் பார்க்க வேண்டியுள்ளது. எழுதக் கூடாது என்று தடைவிதிக்கப்பட்டுள்ள நிலையில் அதைமீறி எழுத முடியாத சூழலைத்தான் "பாவலர் காட்டுப்பூ" அவர்கள் கூறியுள்ளார் என்றே அறிந்து கொள்ள முடிந்தது.

தனக்குக் கீழ்தான் எல்லாம் என்ற மனரீதியில் ஆணாதிக்கம் செலுத்தும் அதிகப்படியான கட்டுப்பாடு என்பதை உணரமுடிந்தது. வீட்டுக் காவல் என்று கூட சொல்லலாம். ஆனால் வீட்டுக்காவலில் கூட எழுத்து உரிமை பறிக்கப்படாது. எத்தனையோ ஏரார்ந்த அறிஞர்களின் படைப்புகள் சிறைச்சாலைகளில்தான் பூத்திருக்கின்றன என்பதை வரலாறு

புலப்படுத்துகிறது. ஆனால் இவருடைய வீட்டுச் சிறை என்பதையும் மீறிய, எழுதக்கூடாது என்பதான தடை. எல்லாம் இருந்தும் எழுதுவதைத் தடை செய்வதற்குக் காவல் இருக்கும் கண்துஞ்சாக் கண்களால் விதிக்கப்படும் பொன்சிறை இச்சிறை, கிளி பறப்பதைத் தடைசெய்யும் தங்கக் கூண்டு போன்றதான இச்சிறையை உடைத்தெறிந்துவிட்டு கவிதைச் சிறகை விரித்துப் பறக்கமுடியாத சூழ்நிலை.

எழுதமுடியாத சூழலிலும் இத்தனைப் படைப்புகள் கொடுத்திருக்கிறாரே என்று நம்மை அவர்மேல் பெருமைகொள்ள வைக்கிறது. பாரசீகத்தில் 'ஜாமி' என்னும் மாபெரும் கவிஞன் ஒருவன் இருந்திருக்கிறான். அவன் வெளியில் எங்கே செல்லும்போதும் தன் வீட்டுக் கதவுகளைத் திறந்து போட்டுவிட்டுச் செல்வானாம். வீட்டில் இருக்கும்போது கதவுகளைப் பூட்டிக் கொள்வானாம். கேட்டால் இந்த வீட்டில் என்னைவிட உயர்ந்த பொருள் எதுவுமில்லை. எனவே திறந்து போட்டுவிட்டுச் செல்வேன். அதைப்போல உள்ளேயே கிடந்து விட்டாலும் அவர்கள் மதிப்பு உணரப் போமோ? வெளி உலகை அவர்கள் எட்டியாவது பார்த்தால்தானே ஜாமியைப் போன்று அவர்களின் மதிப்பு அறிவதற்கு வாய்ப்பேற்பட்டிருக்கும்.

உள்ளேயே கிடந்தாலும் கூட எழுதக்கூடாது என்ற தடையை மீறி என்ன செய்ய முடியும்? குடும்பம் உடைந்துவிடும் என்ற உள்ளக் குமுறலே இவரைப் போன்றவர்களால் இதையெல்லாம் சகித்துக் கொண்டு, நாட்களை கடக்க வைத்திருக்கின்றன.

இனி பாவலர் காட்டுப்பூ அவர்களின் இந்த 'சீரடி ஸ்ரீ சாய்பாபா காவியம்' என்ற இக்காப்பியத்தின் ஏரார்ந்த, எண்ணற்றச் சிறப்புகளில் ஒன்றிரண்டை மட்டும் இங்கே காண்போம். எப்போதும் முதன் முதலில் நடக்கும் எந்த ஒன்றும் சிறப்புபெறும் என்பது உண்மை. குழந்தை முதலில் எடுத்து வைக்கும் காலடி, படைப்பாளன் படைக்கும் முதல் படைப்பு, வீட்டைக் கட்டும்போது வைக்கப்படுகின்ற முதல் செங்கல், பணியில் சேர்கின்ற முதல் நாளின் அனுபவம், காதலர்கள் சந்திக்கின்ற முதல் சந்திப்பு ஆகியவைகள் யாருக்கும் வாழ்க்கையில் மறக்க முடியாத முக்கியத்துவம் வாய்ந்தவைகளாகும்.

அதேபோல் இறுதி என்று ஆகிவிட்ட, அல்லது உறுதி செய்துவிட்ட எதுவானாலும் இவ்வாறே முக்கியத்துவம் வாய்ந்ததாகக் கருதப்படும். தன் இறுதிக் காலத்தில் அலெக்சாண்டர் இறந்துபட இருப்பதை உறுதியாக அறிந்தவுடன் என்னுடைய இறுதி ஆசை என்று 'அடக்கம் செய்கையில் உடலையெல்லாம் மூடிய பிறகு கைகளை மட்டும் வெளியில் எல்லோரும் பார்ப்பதுபோல் வையுங்கள். அப்போதுதான் உலகையே தன் கைக்குள் கொண்டுவர வேண்டும் என்று நினைத்த அலெக்சாண்டர் இறுதியில் தன் கையில் எதையும் கொண்டுபோகவில்லை, கொண்டு போகவும் முடியாது என்பதை அனைவர்க்கும் உணர்த்த அப்படிச் செய்திட விழைகிறேன்!" என்று தெரிவித்தார்.

பகத்சிங் தூக்குமேடையில் இறுதியாகத் தெரிவித்தது, "சாவைக் கண்டு அஞ்சுபவன் போல் கறுப்புத் துணியால் என் முகத்தை மூடாதீர்கள். தூக்குக் கயிற்றில் என் தாய்நாட்டைப் பார்த்துக் கொண்டே மூச்சு விடுவேன்!" என்பதாகும். அதேபோல் சாக்ரடீஸ் தன்னுடைய இறுதிப் பேச்சில் "உன்னையே நீ அறிவாய்! உன்னையே நீ அறிவாய்! யார், எதைச் சொன்னாலும் அது ஏன், எதற்கு, எப்படி என்று கேள்! அப்போதுதான் உண்மையான தெளிவு கிடைக்கும்!" என்பதாகும். அதைப்போல் இங்கே பாவலர்; காட்டுப்பூ அவர்கள் இந்நூலில் படைப்பாளியின் உரையாகத் தெரிவிப்பது" இது என் இறுதி நூல்!" என்பதாகும்.

எப்படி மேற்சொன்ன ஒவ்வொருவரும் தங்களுடைய இறுதி நேரத்தில் மிக மிக முக்கியமானதை இந்த உலகுக்குத் தெரிவித்தார்களோ அவ்வாறே காட்டுப்பூ அவர்களும் இது எனது இறுதிநூல் என்று சொல்லியிருப்பதால் அவரது இந்த நூலும் இதிலுள்ள கருத்துகளும் முக்கியத்துவம் பெறுகின்றன.

அந்த முக்கியத்துவம் என்ன என்பதை இக்காப்பியத்தின் வழி ஆராய்கையில் இன்றைய காலத்தின் மிக மிக இன்றியமையாதத் தேவையான சமய நல்லிணக்கத்தை வலியுறுத்தி, மனித நேயத்தை முன்னெடுத்துச் செல்வதேயாகும். அதற்காகவே இந்து சமயத்தில் பிறந்து, இசுலாம் சமயத்தவரால் வளர்க்கபட்டு, மனித குலம் உய்வதற்காகவே தன்னை அர்ப்பணித்துக் கொண்ட

துறவியாகிய சீரடி சாயிபாபா அவர்களுடைய சரித்திரம் மற்றும் சாதனை நிகழ்வுகளைக் கூறுகின்ற காப்பியத்தைத் தமிழ் அன்னைக்கும், தமிழ் மண்ணுக்கும், தமிழ் இனத்திற்கு மட்டுமல்லாமல் அகில உலக மனித சமுதாயத்திற்கே படைத்தளித்துள்ளார்.

காலத்தின் தேவையையறிந்து, அக்காலத்தில் நிலவுகின்ற சிக்கல்களையும், சீரழிவுகளையும் கூறி அச்சிக்கல்களிலிருந்து மனிதகுலம் மேம்பட வழிவகைகள் கூறுகின்ற கவிஞனே 'காலத்தின் கவிஞன்' என்று போற்றப்படுகிறான். காலத்தை, காலத்தின் தேவையை மறந்த கவிஞனை காலமும் மறந்துவிடும். மக்களும் மறந்து விடுவர். எனவேதான் இம்மண்ணில் பல பாவலர்கள் வாழ்ந்திருந்தாலும் சில பாவலர்களை மட்டும் காலம் ஏற்றிப் போற்றிக் கொண்டாடுகிறது.

இந்த வகையில் இன்றைக்கு அங்கிங்கெனாதபடி இந்தியாவின் எல்லா இடங்களிலும் தலைவிரித்து ஆடுகின்ற பிரச்சனையாக இருப்பது மதவாத பிரச்சனையே! யானைக்கு மதம் பிடிப்பதுபோல் மனிதனுக்கும் அந்த மதம் என்னும் நோய் பிடித்துக் கொள்வதால் எழுகின்ற பிரச்சனைகள் ஏராளம்! ஏராளம்! சில மனிதர்களின் உள்ளத்தில் எங்கோ ஒரு மூலையில் கிடக்கின்ற அம்மதம் என்னும் சிறுபொறி நல்லவர்களின் அறிவுரை, அன்புரையால் அமுங்கி விடாமல் இருப்பதற்காக சில அரசியல்வாதிகளின் சுயநலத்தால் தூபம் போடப்பட்டு, அணையாதவாறு கொழுந்துவிட்டு எரிய வைக்கப்படுகிறது.

இப்படிப்பட்ட சூழலில்தான் என் சமகாலத்தில் நிகழ்கின்ற இந்தக் கொடுமையைக் கண்டுவிட்டு என்னால் சும்மா இருக்க முடியாது என்ற மனித நேயப் பண்பினால் காலத்தின் தேவையாக ஒற்றுமையை நிலை நிறுத்த வேண்டி, மதவாதத்தை ஒழித்துக் கட்ட வேண்டி, குறிப்பாக மதச்சார்பின்மை நாடான இந்தியாவில் அரசும் கவனம் செலுத்த வேண்டும் என்பதையும் பாவலர் காட்டுப்பூ இக்காப்பியத்தில் சொல்லாமல் சொல்லி வலியுறுத்துகிறார். இதனைக் காப்பியத்தின் பல இடங்களிலும் பல பாடல்கள் மூலம் பாவலர் பாடிப் பராவுகிறார்.

உதாரணமாக சீரடி சாய்பாபாவைக் பாவலர்; அறிமுகப்படுத்தும்போது:-

இந்து குடும்பம் தனில்பிறந்தான்
இஸ்லாம் குடும்பம் தனில்வளர்ந்தான்(பா.எ.49)
இந்து முஸ்லீம் ஒற்றுமைக்கே
இறைமை தந்த பெருநிதியோ ..(பா.எ.50)

நபிகள் குரானை அறிந்திருந்தான்
நாளும் தொழுகை புரிந்திருந்தான்
செபிக்கும் இராம நாமத்தைச்
சேர்ந்து சொல்லி மகிழ்ந்திருந்தான் ..(பா.எ.52)

என்று பாடி பாபாவின் இளமைத் தோற்றத்தை அறிமுகப் படுத்துகிறார்.

அதேபோல் பாபாவின் முதுமைத் தோற்றத்தைக் பாவலர் அறிமுகப்படுத்தும் போது:-

பாபா கடவுள் அவதாரம்
பக்தர் நினைக்கும் உருவத்தில்
பாபா காட்சி தந்திடுவார்
பந்தர் பூரின் விட்டலாக,
கோபா லனாக, அக்கல்கோட்
குருஜி யாக, இராமனாக
பாபா காட்சி தந்ததனால்
பலரின் பக்திக் குரித்தானார். ..(பா.எ.270)

என்று பாபா ஓருருவில் மட்டுமல்லாமல் எல்லா உருவிலும் இருப்பதாகக் கூறி இறைவன் ஒருவனே! அவன் பார்ப்பவர் தோற்றத்திற்கேற்றவாறு அவ்வவ்வுருவத்தில் காட்சி தருவார் என்பதை உணர்த்துபவராக ஒற்றுமைக்கு வித்திடுகின்றார். அதேபோல் சாய்பாபா வாழ்ந்த ஊரிலுள்ளவர்கள் இயல்பைக் கூறும்போது பாவலர்;.

மதத்தின் பேதம் இல்லாமல்
　　மகிழ்வாய் ஒருமைப் பாட்டுணர்வால்
அதர்மம் இன்றி அனைவருமே
　　அன்பாய் சாய் பகவானை
மதத்தின் பேரால் அணுகாமல்
　　மனித நேயத் தோடணுகி
உதவி செய்தே வந்தார்கள்
　　ஊரில் உள்ளோர் அனைவருமே ..(பா.எ.156)

என்று பாடுகிறார். மனித நேயத்தோடும், ஒருமைப் பாட்டுணர்வோடும் மதபேதம் இல்லாமல் ஊரார்கள் உதவி செய்து வந்தார்கள் என்று பாபா வாழ்ந்த ஊரின் பெருமை பற்றி கூறுவதன் மூலம் ஒவ்வொரு ஊராரும் இவ்வாறு மதவேற்றுமையைக் களைந்து, வேற்றுமையில் ஒற்றுமையைக் காணும் எண்ணத்தோடும், மனித நேயத்தோடும் இருக்க வேண்டும் என்ற விழைவைத் தெரிவிக்கிறார். ஒவ்வொரு ஊரும் இப்படி மனித நேயத்தோடு இருந்தால் மதவேற்றுமைகள் குறைந்து, மதத்தின் பேரால் நடக்கும் வன்மங்கள் மாயும்! மனிதம் மலரும்! என்பதையும் ஒவ்வொரு ஊரும் இப்படி மனிதநேய மாண்பில் உயர்ந்து நின்றால் ஊர், நகர், நாட்டிலெங்கும் அன்பு மலர்ந்து மணம் வீசும் அல்லவா?

மற்றோர் இடத்தில் "பாவலர் காட்டுப்பூ" அவர்கள் முற்றும் துறந்த பற்றற்றவராக சாயிபாபா அவர்களின் உண்மையான இயல்பைக் காட்டுகின்ற அதே சமயத்தில், தோற்றத்தில் மட்டும் துறவற்றவர் போல காட்டிக் கொண்டு போலி வாழ்க்கை வாழ்ந்து, மக்களை ஏமாற்றும் கயவர்களாக உறைபவர்களையும் ஆசிரமம் என்ற பெயரில் அவர்கள் நடத்தும் கேலிக் கூத்துகளையும் கூறி அவர்களை நம்பிச் சென்றுவிட வேண்டாம் என்று மக்களை எச்சரிக்கை செய்யும் மகத்தான பணிகளையும் பாவலர் செய்யத் தவறவில்லை. அந்த இரண்டு கருத்துகளையும் பின்வரும் அவர் பாடல்களால் பார்ப்போம்.

சாயிபாபா தோற்றம்

எளிமைக் கோல மன்னரவர்!
எதிலும் பற்றே இல்லாதார்!
களிம்பை வழங்க மக்கள்பால்
கருணை கொள்ளும் குணசீலர்!
சிலிர்க்க வைக்கும் செயல்பாட்டைச்
சிறிதும் காலம் தாழ்த்தாமல்
அளிக்கத் தக்க வல்லவராம்! .. (பா.எ.1319)

போலி சாமியார்

போலி யான சாமியார்கள்
புனைவைப் புதிரை மறைப்பதுடன்
வேலி யில்லா விளைபயிரை
விரும்பும் காட்டு விலங்குகளால்
வாலி பத்தை வேட்டையாடும்
வன்னெஞ் சர்கள் வாழிடமாய்
போலி யாக இயங்குவிக்கும்
புதிரே ஆசிர மங்களாக .. (பா.எ.1122)

உண்மையான இறைநேசர்கள், துறவிகள், முனிவர்கள். மனித நேயம்கொண்டு மக்களுக்குத் தொண்டு செய்வதையே கடமையாகக் கொள்வார்கள். நாட்டில் மதத்தின் பெயராலோ, இனத்தின் பெயராலோ, மொழியின் பெயராலோ மக்களைப் பிளவுபடுத்த முனையமாட்டார்கள். பிளவுபடுத்த முனைபவர்களுக்குத் துணையும் போக மாட்டார்கள்! அப்படிப்பட்ட ஆன்மீகச் சீலராக சாயிபாபா வாழ்ந்திருக்கிறார் என்பதை வரலாறு செப்புகிறது. நாட்டுத் தலைவரான காந்தியடிகள் இந்து, முஸ்லீம் ஒற்றுமையை எவ்வாறு போற்றி வாழ்ந்தார் என்பதை நாம் அறிவோம். அவர் இறப்பிற்கு (1948) முன் ஆன்மீகத் தொண்டராக விளங்கிய சாயிபாபா அவர்களும் இந்து முஸ்லீம் ஒற்றுமையை உயிரினும் மேலாய்ப் போற்றி வாழ்ந்து மண்ணோடும் மக்களோடும் காலமாகி (1918) இருக்கிறார். அவரின் இறுதி விருப்பமாகக் கூட தன்னுடைய நல்லடக்கத்தை இந்து முஸ்லீம் அனைவரும் இணைந்து

செய்ய வேண்டும் என்று விழைந்திருக்கிறார். இதனைக் பாவலர் காட்டுப்பூ அவர்கள்

அமரர் உடலை முஸ்லீம்கள்
அழகுப் பேழை தனில்வைக்க .. பா.எ.1405)
இந்து முஸ்லீம் இருசாரர்
இருமருங்கும் தோள் கொடுத்தே!
அந்த ஊரில் தெருக்களிலே
அமைதி ஊர்வல மாய்க் கொணர்ந்து
தந்தை பாபா விருப்பம்போல் .. (பா.எ.1406)

என்று பாடி காப்பியத்தின் முதன்மை நோக்கமாகவும் தன் இறுதி விருப்பமாகவும், இந்து முஸ்லீம் ஒற்றுமையுடன் வாழவேண்டும் என்பதை ஓராயிரத்திற்கும் மேலான பாக்களால் ஆக்கி அளித்திருக்கிறார். யாப்பைப் பற்றி அறியாதவர்கள் கூட புரிந்து கொள்ளக் கூடிய எளிமையான, தேர்ந்தெடுக்கப்பட்ட இனிமையான சொற்களைக் கொண்டு காப்பியம் மலையிலிருந்து தங்கு தடையின்றி இறங்கிச் செல்லும் நதியைப் போன்று நடந்தும், தவழ்ந்தும், தாவியும். ஓடியும் செல்கிறது.

கம்பனின் இராமாயண விருத்தங்களைப் போலவும், திருத்தக்க தேவரின் சீவக சிந்தாமணி விருத்தங்களைப் போலவும் சொல்நலம், பொருள்நலம், யாப்பு நலன்களைக் கொண்டு உவம உவமேய உறுப்பு நலன்களைக் கொண்டும், சொல்வருபின்நிலையணி, எடுத்துக் காட்டு உவமையணி, இயல்பு நவிற்சியணி, உயர்வு நவிற்சியணி, சிலேடையணி போன்ற பல்வேறு அணி இலக்கண நலன்கள் அமைந்ததாகவும் இக்காப்பியம் திகழ்கிறது. ஒளி பொருந்திய வைரக்கற்கள் பதித்த, விருத்தங்கள் என்னும் தென்பாண்டி முத்துக்களால் கோக்கப்பட்ட மாலையாக இக்காப்பியம் தமிழ்அன்னையின் கழுத்தினில் பாவலர் காட்டுப்பூவால் இக்காப்பியம் சூட்டப்பட்டுள்ளது. இவ்வாறு மூன்று பெரிய காப்பியங்களையும் விருத்தங்களால் பாடியுள்ள இக்கவிஞரை இனி "விருத்தமாமணி" என்று அழைப்பது பொருத்தமாகவே இருக்கும்.

பாவலர்கள் தனித்தனியான பொருள்களில் ஆயிரக்கணக்கான பாடல்கள் புனையலாம். ஆனால் தொடர்நிலைச் செய்யுள் என்று சொல்லக்கூடிய காப்பியம் படைப்பது என்பது பாவலர்கட்கு எளிதான செயல் அல்ல. காரணம் உரைநடையைப் போல் யாப்பு அமைவுப் பாடல்களில் கதையைச் சொல்லிக் கொண்டு செல்வது. அதுவும் படிப்பவனுக்குப் புரிவது போலவும், சலிப்பு ஏற்படாமலும் கதையையும் சரியான பாதையில் எடுத்துக் கொண்டு செல்வது, இடையிடையே யாப்பினைச் செழுமை செய்ய ஏற்ற சொல், பொருள், அணிஇலக்கணம் அமைந்து வருதல்போல் காப்பியத்தை மேம்படுத்துதல் போன்றவைகள் எல்லாம் கவிஞனுக்குக் கடினமான செயல். எனவேதான் பல பாவலர்கள் காப்பியம் படைக்க முனைவது இல்லை. முனைந்தாலும் வெற்றி பெறுதல் முயற்கொம்பாயாகி விடுகிறது. அதனால்தான் தமிழ் காப்பியங்கள் குறைவு என்னும் குறையானது தொடர்ந்து ஒலித்துக் கொண்டே இருக்கிறது. இந்தக் குறையைத் தீர்ப்பதும் பாவலர்கட்குக் காலத்தின் கட்டாயமாகும். இதனைக் கருத்தில் கொண்டு, தமிழன்னைக்குக் காப்பியம் சூட்டுவதைக் கடமையாகக் கொண்டு முன்பே இரண்டு பெரிய காப்பியங்களைப் படைத்தளித்ததோடு இப்போதும் ஆயிரக் கணக்கான பாடல்களால் இக்காப்பியத்தைப் படைத்து வெற்றி பெற்றுள்ளார்.

பாபாவின் அற்புதங்களை, அவர் நிகழ்த்திய சாதனைகளை, அவரோடு தொடர்புடைய நூற்றுக் கணக்கானவர்களை, அவர் சென்று, இருந்து, வாழ்ந்து, உலவிய நூற்றுக் கணக்கான ஊர்களையெல்லாம் எப்படி ஒன்றுகூட விடாமல் காப்பியத்தில் கோத்தாரோ? இச்செய்திகளையெல்லாம் எங்கிருந்து எடுத்துச் சேர்த்தாரோ? விந்தை... விந்தை... இதன் சிறப்புகளையெல்லாம் சொல்லிக்கொண்டே செல்லலாம். அதுவும் ஒரு நூலாகி விடும்.

இப்படிப்பட்ட பெண்பால் காப்பியப் பாவலர் புதுவை இலக்கிய உலகில் அறிந்து கொள்ளப்பட வாய்ப்பில்லாதவராய், 21-ஆம் நூற்றாண்டாகிய இக்காலத்திலும் இருட்டறையில், அடைந்து, எழுதக் கூடாது என்ற கண்டிப்பால் உடைந்து போய் கிடக்கிறாரே என்பதை நினைக்கும்போது காப்பியம் படைக்கும் கவிஞன் என்ற முறையில் என் நெஞ்சம் புண்ணாகிறது. சரி காலம்

கனிந்தால் எழுதுவார்கள் என்று நம்பிக்கை கொள்ளலாம் என்று நினைத்தால் அதையும் தவிடுபொடியாக்குவது போல் இது என் இறுதிகாப்பியம் என்று பாவலர் காட்டுப்பூ பறை சாற்றுகிறார். இதுவும் மிகவும் வருந்தத்தக்கதாய் இருக்கிறது. ஆனாலும் பாவலர்

காட்டுப்பூ அவர்கள் சூழ்நிலை காரணமாக இப்போது இறுதிநூல் என்று பிரகடனப்படுத்தினாலும் காலம் கனியும்! இருட்டு விலகும்! விடியல் பிறக்கும் என்று நம்புவோம். அப்போது இதுபோல் பல காப்பியங்கள் படைத்துத் தமிழ் அன்னைக்குச் சூட்டுவார்கள் என்று நம்புவோம். அந்த நம்பிக்கை மெய்ப்பட எல்லாம் வல்ல இறைவனை இறைஞ்சி “விருத்த மாமணி பாவலர் காட்டுப்பூ” அவர்களை வாழ்த்திப் பாராட்டி மகிழ்கிறேன்.

இவண்,

(அ. உசேன்)

அணிந்துரை

வித்வான்-முனைவர்
நா.லோகநாதன்
M.A., M.Ed., MPh.D., Ph.D.,
தலைமை ஆசிரியர்(பணி ஓய்வு)
புதுச்சேரி

மலர்தலை உலகில் பன்னூல்கள் மலர்கின்றன, மலர்ந்த வண்ணமாயுள்ளன, கவிதை நூல்கள் அருகிய நிலையில் தோன்றுகின்றன. சொற்களைத் தக்க நிலையில் கட்டமைத்து உருவாக்குவதே கவிதை நூல்களாகும். இவ்வமைப்பில் ஆசிரியர் சிறந்து விளங்குகிறார்.

ஆசிரியர் நலம்:-

இவர்தம் குடும்பம் நற்குடும்பம். இவர் தந்தை சமயப்பற்று மிக்கவர், அடாது மழைபெய்தாலும் விடாமல் மணக்குள் விநாயகர் கோவிலுக்குச் சென்று வருவார். தந்தையின் நினைவாகவே "புதுவையில் பூத்த பொன்மலர்", என்ற நூலில் விநாயகப் பெருமானின் பெருமையைச் சீரிய நூலாக இயற்றி மகிழ்ந்துள்ளார் போலும். அவர் இயற்றிய நூல்கள் பொன் மலர் நாற்றம் பெற்றது போல் ஒளிர்கின்றன. அவற்றுள் ஒன்று "மண்ணில் மலர்ந்த மதி" என்ற நூல், 'என் கடன் பணிசெய்து கிடப்பதே' என்ற கருத்திற்கிணங்க அமைந்த நூலாகும். அவர்தம் ஆழ்மனக் கருத்தை நிலை நிறுத்துவது போல் அமைந்திலங்குகிறது. தெராசா அம்மையார் "பாரதரத்னா" விருது வாங்குவதற்குச் செல்கையில் அவணிருந்த நேரு அவர்கள், 'வெள்ளைப் புறா ஒன்று பரிசு பெறச் செல்வதைப் போல் செல்கிறார்' என்றார். விருதால் அன்னை தெராசா பெருமை பெறவில்லை. அன்னையால் விருது பெருமை பெற்றது. ஆசிரியர் இயற்றிய நூல்களனைத்தும் தமிழ்ச் சமுதாயத்திற்குப் பீடினை சேர்ப்பனவாக அமைந்துள்ளன. அவர் இயற்றிய நூல்களுள் பீடுற்ற நூல் "சீரடி ஸ்ரீ சாய்பாபா காவியம்" என்ற நூலாகும் அந்நூலைப்பற்றிச் சில கருத்துக்களை நோக்குவோம்.

வெங்குசா, 'பகவானுக்கு' ஞானம் வழங்கல்:-

'மகனே! இங்கே வா! என்றார்.
மாற்றம் இனிமேல் தானென்றார்.
பகவான் தன்னைத் தியானித்துப்
பாலை எடுத்து மும்முறைகள்
திகழும் சிறுவன் அங்கையில்
தீர்த்தம் போன்று ஊற்றியதைப், -(பா.68)

பருகும் வரையில் பார்த்திருந்தார்,
பயனை யெல்லாம் உனக்களித்தேன்
சிறுவன் அல்ல, இளைஞன்நீ!
சிறந்த பணியை ஏற்றுள்ளாய்!
பரிபூ ரணனாய் மிளிர்கின்றாய்.
பலரும் உன்னால் பயனடைவர்.
உரிமை யோடும் உலகாளும்
உத்த மனாகப் போற்றிடுவர்' -(பா.69)

பாபாவின் பண்பு நலன்கள்:-

குருவாய்த் தன்னை நினைத்ததில்லை,
கொள்கை பரப்ப சீடரில்லை,
உருவாம் செயல்கள் அத்தனைக்கும்
உரியோன் அல்லா தானென்பர்
பெருகும் பக்தர் அனைவரையும்
பெற்ற குழந்தை போலெண்ணி
உருகும் உள்ளம் உடையவராய்
உடனே வந்தும் உதவிடுவார். -(பா247)

அகத்தில் அன்பு நிறைந்திருக்கும்;
அமைதி தவழும் முகமலரில்;
இகத்தில் உள்ள பல்லுயிர்க்கும்
இனிய சேவை பலசெய்வார்;
பகரும் கூற்றில் பண்பிருக்கும்;
பார்த்தால் ஏழை பக்கீர்தான் -(பா.891)

தேனையொத்த அவர் கூற்றில் தெய்வத்தன்மை மிளிர்ந்திருக்கும் இப்பண்புகளின் இருப்பிடமாய்ப் பாபா திகழ்ந்தார்.

துவாரகாமாயி சிறப்பு:-

இந்தத் துவார காமாயி என்னும் இனிய பெயருக்கு முந்தை புராணம் புகல்கின்ற முறையில் நான்கு வருணத்தார்,

அந்தம் ஆதி இடைப்பட்ட
அறம்பொ ருளின்ப வீடென்று. -(பா.830)
நந்தா சுடரின் ஆலயமாய்
நவிலத் தக்க இடமாகச்
சிந்தை மகிழ இப்பெயரைச்
சிந்தித் ததனால் பாபாவும்
விந்தை பெயராய் மசூதிக்கு
விளங்கு மாறு சூட்டினரோ!
அந்தப் பெருமை இன்றளவும்
அந்த இடத்தில் காண்கின்றோம். -(பா.831)

இப்பாடலின் மூலம் துவாரகாமாயின் மாண்பை உணரலாம். இன்றும் அன்று போல் பீடுற்று இலங்குகிறது.

ஆசிரியர்தம் உவமைகள்:-

'கன்றைப் பிரியும் கற்றாப் போல்' இடுக்கண் தீர்ப்பார். கற்றாவின் மனம்போல் கசிந்து உருக வேண்டுவனே என்ற - மாணிக்க வாசகர் கருத்தை ஒத்துள்ளது. ஆசிரியர் எண்ணற்ற உவமைகளை இந்நூலில் கையாண்டிருப்பது அவர் பிறவி ஞானம் பெற்றவராகவே எண்ணத் தோன்றுகிறது. அவர்தம் உவமைகள் வருமாறு...

உவமைகள்	பா.எண்
'அனலிற் பட்ட புழுவாகி'	28
'உருவம் இரண்டாய் உயிரொன்றாய்' உலகில் வாழ்ந்தோம்	42
'வலையில் பட்டமீன் போன்று' வாடித்துடித்து நின்ற மகன்	60
'கண்கள் இரண்டும் செவ்வாம்பல்'	84
கண்ணீர்.......'கங்கை என ஊற்றெடுக்க'	80
'முகமோ களங்கமற்ற முழுமதி'	107
'வேழம் உண்ட விளங்கனிபோல்' வெறுமை யுற்றாள் தாயவளும்	128
'அரனின் சொத்தை அபகரிப்பதால் அந்தக் கணமே குலநாசம்'	286
'வெந்த புண்ணில் வேல்பாய்ந்த' வேத னைபோல்;	342
'ஒன்றும் கேளா செவிடனைப்போல'	523
'ஆறு இருக்கக் குளிக்காமல் அழுக்காய்' திரியும் கதைபோல'	535
'பறவை யாவும் வருதல்போல்' பல்லாற் றானும் வேறானோர்	538
'தாயைப் பிரிந்த குழவிகள்போல	1399
'விண்ணி லிருந்து விழுதாக விரைந்து வீழும் மழைநீர்போல'	1407
மண்ணில் மக்கள் தெளிக்கின்ற மலர்கள் வீழ்ந்து வழியெங்கும்	1407
'இலவு வெடித்த பஞ்சைப்போல்'	1429

இந்நூலில் உள்ள ஒரு சில உவமைகளை மட்டுமே சுட்டிக்காட்டியுள்ளேன். மேற்குறித்த உவமைகளை விளக்கினால் இது ஒரு நூலாக மலரும். உவமையைத் தக்க இடத்தில் கையாள்வதில் ஆசிரியர் வல்லவராக விளங்குகிறார். ஆசிரியரிடம் ஆழ்புலமை, தனித்திறனும் அரசாள்கிறது. அவர்தம் ஆற்றல் வளர என் வாழ்த்துக்கள்.

பா அமைப்பியல்

வெண்பா, ஆசிரியப்பா, கலிப்பா, வங்சிப்பா ஆகிய பாக்கள், குறிப்பிட்ட ஓசையை நல்கா நிற்கும். இளங்கோவடிகளால் உருவாக்கப்பட்ட பா, விருத்தப்பாவாகும். இப்பாவினைப் பின்வந்த காப்பிய ஆசிரியர்கள் கையாண்டனர். இன்றுவரை இப்பா புலவர் பெருமக்களால் கையாளப்பட்டு வருகின்றது. இப்பாவகைகளில் அமைந்துள்ள சீர்களை மாற்றினால் எண்ணற்ற ஓசையைக் காணலாம். நூலாசிரியர் சிறப்பான முறையில் மூவகை விருத்தப்பாக்களைக் கையாண்டுள்ளார். மா-மா-காய் என்ற அமைப்பை பெரிதும் கையாண்டு காப்பியத்தைப் படைத்துள்ளார். இஃது அவர்தம் விருப்பக்கூறாக

இருக்கலாம். ஆசிரியர் சொற்களைத் தேடிச்செல்லவில்லை. சொற்கள் இவரைத் தேடிவந்துள்ளன. பல பாக்கள் மலைக்க வைக்கும் தன்மையுடையனவாய் அமைந்துள்ளன. இவர் கவிதையில் சொற்சுவை, பொருள்சுவை, மிகுந்து இருப்பதோடு எண் சுவையும் மிகுந்திருப்பதைக் காணலாம்.

பாபாவின் புகழ் பரவல்:-

பிற்காலத்தில் நரசிம்ம சுவாமிகள் பாபாவின் புகழை ஞாலமெல்லாம் பரப்பிய வண்ணமாய் வாழ்ந்து வந்தார்.

அவர் வழியில் திருமதி. வை.அம்மணியம்மாள் அவர்கள் உலகம் முழுவதும் சீரடி ஸ்ரீ சாயி பாபாவின் புகழைப் பரப்பவேண்டுமென்ற நோக்கத்தோடு மாபெரும் காப்பியத்தை எழுதியுள்ளார். இந்நூலுக்கு அவர்தம் இளைய மகன் செல்வன். திரு. இர.சேதுராமன் உழைப்பு ஆங்காங்கே தென்படுகிறது. இந்நூலின் கண்ணுள்ள தகவுகளைத் திரட்டுவதற்கு அவர் பெரிதும் உழைத்துள்ளார். என்பது வெள்ளிடை மலையாக வெளிப்படுகிறது. இருவர்தம் உழைப்பால் இம்மாபெரும் காப்பியம் உருவாகியுள்ளது. உலகத்தில் உள்ள சீரடி சாயி பாபாவின் அன்பர்கள் தம் உள்ளங்கைகளில் இந்நூல் தங்கி வாழ்தல் வேண்டும். அந்நிலை ஏற்படின் ஆசிரியர்தம் உழைப்பின் பலனும், பாபாவின் அருள் மழையும் பயன்பட்டதாக இருக்கும்.

ஆசிரியர் சிறப்பு:-

இந்நூல் ஆசிரியர், பன்னூல்களைச் சமுதாயத்திற்கு அளித்துள்ளார். இவர்தம் பணி இன்றைய சமுதாயத்திற்கு ஏற்றதொரு பணியாகும். எழுதுங்கள், எழுதிக் கொண்டே இருங்கள், உங்களுக்காக அன்று உங்களைப் பெற்றெடுத்த சமுதாயத்திற்காக.. காவிரியாற்று மணலினும் பல்லாண்டு வாழ்க! வளர்க! தங்கள் எழுத்துப்பணி...

கனிவுள்ள,
நா.லோகநாதன்
புதுச்சேரி.

கருத்துரை

'தமிழ்மாமணி' கல்லாடன்;
"திருக்குடில்"
14 - முதல் குறுக்குத் தெரு,
நடேசன் நகர் (கிழக்கு), புதுச்சேரி-605 005.

காட்டுப் பூவின் கவினார் பாபா

நல்லதொரு நூல்தந்தார், காட்டுப் பூவின்
நறுமணத்தை வீட்டினிலே கொணர்ந்து சேர்த்தார்:
சொல்லரிய அருளுணர்வை ஊட்டி ஊட்டிச்
சுவைசொட்டச் சாய்பாபா காவி யத்தை
எல்லோரும் உய்த்துணரப் படைத்தார், நெஞ்சில்
ஏற்றமிகு உறவதனை அருளை அன்பை
நல்லுணர்வைப் பாசத்தை நாட்டு கின்ற
நூல்தந்தார் காட்டுப்பூ! கவிஞர் வாழ்க! 1

சொல்லரிய நூல்தந்தார், பாபா வாழ்வில்
சொன்னதெலாம் உய்த்துணர்ந்தார்: வாழ்வில் ஏற்க
நல்லகவி படைத்துள்ளார் காட்டுப் பூவின்
நறுமணத்தை உய்த்துணரக் காட்டி யுள்ளார்
எல்லார்க்கும் அருளை அன்பை நேயந் தன்னை :
இதயத்தின் ஒருமையினை ஊட்டி யுள்ளார்,
தொல்லுலகில் பாபாவின் கருணை வாழ்வின்
துணைகொள்ளக் கவிதந்தார் காட்டுப் பூவே! 2

காட்டுப்பூ மணம்வீசும் இனிய பூவே!
கருத்துப்பூ உள்ளத்தை மலர வைக்கும்,
ஏட்டுப்பூ, எழுத்துப்பூ எழுச்சி யூட்டும்
இருளகற்றும், ஒளிகொடுக்கும், அறிவை
ஊட்டும் காட்டுப்பூ எனுங்கவிஞர் தீட்டி யுள்ள
காவியமாம் சாய்பாபா கருணை ஊட்டும்,
ஊட்டும்நல் அருள்இரக்கம் அன்பு, வாய்மை:
உய்விக்கும், உலகத்தை வாழ வைக்கும்! 3

காட்டுப்பூ கவிநல்லார் தீட்டு கின்ற
காவியத்தில் பாபாவின் புனித வாழ்க்கை
ஏட்டினிலே ஒளிருகின்ற யாவும் உண்டு,
இருவிழிகள் பனிக்கின்ற கருணை வெள்ள
மாட்சியிலே மலர்கின்ற மனித நேய
வடிவெல்லாம் கண்டிடலாம், பசிநோய் தன்னை
ஓட்டிடவும் சாய்பாபா முயன்ற தெல்லாம்
உளம்உருகப் பாடுகின்றார் காவி யத்தில்! 4

பேராளர் சாய்பாபா புனித வாழ்வின்
பெருமையெலாம் பேசுகின்றார் காட்டுப் பூவாம்
சீலாளர் அம்மணி, இக் காவி த்தில்!
செந்தமிழில் வடித்துள்ளார், பாபா வாழ்வில்
ஊர்வாழும் மக்களெல்லாம் உறவாய்க் கொண்டே
உள்ளத்தால் ஒழுகியஅச் சீர்மை யெல்லாம் :
கார்வான்பெய் மழைபோலக் கருணை பூண்ட
பாபாவைப் போற்றுகின்றார் காட்டுப் பூவே! 5

எண்ணியெண்ணிக் கரைந்திட்டார் பாபா, இங்கே
எழும்பூசல் மதப்பேரால் என்ப தாலே!
புண்பட்ட மனமானார் ஒருமை எண்ணம்
பூக்காத மக்கள்நிலை கண்டு கண்டே!
கண்களென நினைந்திட்டார் மக்கள் தம்மைக்,
கருத்தாலே இணைத்திட்டார் மதங்க டந்தே!
மண்மீதில் ஒருமையினை நிலவச் செய்த
மாண்புதனைக் காட்டுகின்றார் காட்டுப் பூவே! 6

மனிதத்தை ஊட்டுகின்ற பாபா தம்மின்
மகத்தான வாழ்க்கையினைத் தீட்டும் இந்நூல்!
புனிதத்தைப் போதிக்கும் அருளார் நெஞ்சின்
புகழார்ந்த பாபாவின் விளக்கம் இந்நூல்!
இனியேனும் அன்புசெய்வோம் அறம்வ ளர்ப்போம்
அனைவருமே உறவெனநாம் வாழ்வோம் என்னும்
கனிவான கருத்துரையைக் காட்டுப் பூவின்
கவிதைவழிக் கொண்டிடுவோம் வாழ்வோம் நீடே! 7

தமிழ்மாமணி கல்லாடன்
புதுச்சேரி

சிறப்புரை
காவியம் படைத்த "காட்டுப்பூ" வாழி!

முனைவர் மு.இளங்கோவன்
கா.மா. அரசு பட்டமேற்படிப்பு
மற்றும் ஆராய்ச்சி நிறுவனம்,
புதுச்சேரி- 605 008

மரபு வடிவில் பாட்டெழுதும் பாவலர்கள் புதுவையில் மிகுதியாக உள்ளனர். இதற்குக் காரணம் பாரதியார், பாரதிதாசன் என்னும் இருபெரும் சுடர்மணிகளும் தம் புத்தெழுச்சியான பாடல்களை வழங்கி, இம்மண்ணில் கவிதைத் துறையில் புதுமை விளைவித்தமையே ஆகும். இப் பெரும்பாவலர்களை அடியொற்றிப் பாட்டெழுதும் மரபினர் தனிப்பாடல்களாகவும், காவியங்களாகவும், சிற்றிலக்கியங்களாகவும் வரைந்துள்ள பாடல்களின் தொகை கணக்கிலடங்கா. இத்தகையோர் இயற்கை குறித்தும், இறையுணர்வு குறித்தும், இறை மறுப்பு குறித்தும், பெண்ணுரிமை குறித்தும், பகுத்தறிவு குறித்தும், சமூக முன்னேற்றம் குறித்தும், மொழி வளர்ச்சி குறித்தும் பல்வேறு வடிவங்களில் பாடல் புனைந்துள்ளனர். புதுப்பா நோக்கிச் சிறகசைத்துப் பறக்கும் பாவலர்களுக்கு நடுவே, மரபுவழியில் பாடல்கள் புனையும் பாவலர்கள் புதுவையில் மிகுதியாக இருந்து தமிழ்ப்பணியாற்றுகின்றமை பாராட்டிற்கு உரிய ஒன்றாகும். இத்தகு மரபு வாணர்களைப் போற்றிப் பாதுகாக்க வேண்டியதும் ஆதரிக்க வேண்டியதும் கற்று வல்லார்களின் கடமையாகும்.

மரபுப்பா புனைவதில் புதுவையில் தலைசிறந்து விளங்கும் காட்டுப்பூ அவர்களின் படைப்புகளை அண்மையில் படித்து மகிழும் வாய்ப்பு எனக்கு அமைந்தது. காட்டுப்பூவின் இயற்பெயர் திருவாட்டி அம்மணியம்மாள் என்பதாகும். இவர் புதுவை அரசுப் பள்ளிகளில் தமிழாசிரியராகப் பணியாற்றி ஓய்வுபெற்ற பெருமகளார் ஆவார். பல்வேறு காவியங்களையும், தனிப்பாடல்கள் அடங்கிய தொகுதிகளையும் வெளியிட்டுள்ளார். இதுவரை என் பார்வைக்கு வராமல் இருந்த காட்டுப்பூ அவர்களின் பெருமைகளை, அவர்தம் அருமை மகனார் இர.சேதுராமனார்

வழியாக அறிந்து வியப்புற்றேன். அகவை முதிர்ந்த நிலையில் குடும்பப் பொறுப்புகளின் சுமையால் காட்டுப்பூ அவர்கள் தொல்லையுற்றாலும் தமிழ்ப் படைப்புகளைத் தந்து மகிழ்வதில் இவர் பின்னிற்கவில்லை. இவர்தம் பணிகளுக்கு உதவியாக இருக்கும் இவரின் அருமை மகனார் இர. சேதுராமனார் அவர்கள் யோகக் கலையில் வல்லுநர். புதுவை அரசுப்பணியில் திறமுடன் பணியாற்றுவதுடன் அன்னையாரின் படைப்புகளை உலகின் பார்வைக்கு வைப்பதில் உறுதி மிக்கவராக விளங்குகின்றமை மகிழ்ச்சி தருகின்றது.

இறையீடுபாட்டு அன்பர்களால் போற்றி வணங்கப்படும் சீரடி சாய் பாபாவின் அருள் வரலாற்றை 1563 விருத்தப்பாக்களில் இந்த நூலில் அழகுறப் பாடிப் பரவியுள்ள காட்டுப்பூவினை உள்ளம் உவந்து போற்றுகின்றேன். பாபாவின் தோற்றம் முதல், நிறைவாழ்வின் இறுதி வரை அமையும் செய்திகள் யாவும் நிரல்பட எளிய தமிழில், மரபுநடையில் அமைந்து, கற்போர்க்கு இன்பம் நல்குகின்றன. அறுசீர் விருத்த வடிவம் காட்டுப்பூ அவர்களுக்கு நன்கு வயப்பட்டுள்ளது. இப்காவியத்தில் உவமைகளும் கற்பனைகளும் கலந்து, உணர்வு மேம்பட்டு நிற்கும் பல பாடல்கள் கற்கும் நம் நெஞ்சத்தில் நிலைபெறுகின்றன.

மரபுப்பா வரைபவர்கள் பெரும்பாலும் வடிவத்தைப் பற்றிக்கொண்டு, உள்ளடக்கத்திலும் எடுத்துரைப்பிலும் பின்தங்கி விடுவார்கள். கைதேர்ந்த பாவலர்களின் பாடல்களில் வடிவம் பின்னின்று, பாடுபொருள் வெளிப்பட்டுத் தோன்றும். நம் காட்டுப்பூ அம்மையாரின் பாடல்களின் பாடுபொருள் வடிவத்திலும், உள்ளடக்கத்திலும் எடுத்துரைப்பிலும் ஆற்றொழுக்காகத் தாவிச் செல்கின்றது.

இந்து சமய ஈடுபாடுடைய குடும்பத்தில் அமையும் பாபாவின் பிறப்பும் அவர் இசுலாமிய நெறிசார்ந்த குடும்பத்தில் வளர்க்கப்படுவதும் இந்த நூலில் சிறப்பாக எடுத்துக்காட்டப்பட்டுள்ளன. சீரடி சாய்பாபா அவர்கள் தம் உயரிய தவ ஆற்றலால் இரண்டு பெரும் மதங்களைச் சார்ந்த பெருமக்களாலும், பிற மதங்களைப் பின்பற்றுபவர்களாலும் போற்றப்படுவது வியப்பிற்கு உரியதாகும். சீரடி என்னும்

தவச்சாலைக்குச் சென்று ஒருமுறையேனும் வழிபட்டுத் திரும்பவேண்டும் என்று உலகின் பல பகுதியினைச் சேர்ந்தவர்களும் நோன்பு நோற்று வருகின்றனர். ஊர்தோறும் பாபாவின் நினைவைப் போற்றும் திருக்கோவில்கள் உள்ளன. பாபாவின் பக்தர்கள் இந்தியாவிலும் கடல்கடந்தும் வாழ்ந்து வருகின்றனர். உலகம் போற்றும் பாபாவின் வாழ்க்கையையும் வியப்புச் செயல்களையும் அனைவரும் அறிவர்.

அவற்றை நம் கவிஞர் காட்டுப்பூ பா வடிவில் நமக்குத் தந்துள்ளமை பாராட்டிற்கு உரிய ஒன்றாகும். பாபா அவர்களின் மேல் நம்பிக்கை கொண்ட பெருமக்கள் இந்த நூலை வாங்கிக் காட்டுப்பூ அவர்களின் முயற்சியை ஊக்கப்படுத்த வேண்டும் என்று கேட்டுக்கொள்கின்றேன்.

தமிழ் நூல் பயிற்சியும் யாப்புகளை எடுத்தாளும் ஆளுமையும் உடையவர்க்கே எளிய நடையில் பாடல்களை இயற்ற முடியும். காட்டுப்பூவின் இந்த நூலில் அமையும் எந்தப் பாடலையும் நீங்கள், பிறர் தயவின்றிப் படித்துச் சுவைக்க முடியும். எதுகை, மோனை, இயைபு நயங்களைத் துய்க்க முடியும்.

மகனே இங்கே அருகில்வா
மனதில் அச்சம் கொள்ளற்க
இகத்தில் தீயோர் எங்கில்லை
இன்றும் அன்றும் என்றும்தான்
சகதி யைப்போல் வாழ்கின்றார்
சாத னையால் அவர்களது
அகத்தைத் தூய்மை செய்திடவே
ஆன மட்டும் முயன்றிடுவாய் ......பாடல் 63)

என்று பாடியுள்ள பாடல் நம் பெருமானுக்கு இளைய வயதில் அறிவுரை சொல்லும் பாடலாக மட்டும் மல்லாமல் உலகத்திற்கு நீதியுரைக்கும் வரிகளாகவும் இதனைப் பார்க்கின்றேன். இந்த உலகில் பாபா போன்ற தூய நெறியாளர்கள் பல்வேறு இடையூறுகளைத் தாங்கிதான் இவ்வுலகில் நன்மைகளை நிலைபெறச் செய்துள்ளனர். இவ்வுலகில் இன்றும் அன்றும் என்றும் தீங்கு செய்யக்கூடியவர்கள் மிகுதியாக உள்ளனர் என்பதை உணர்த்தும் அரிய பாடலாக இதனைக் காண்கின்றேன்.

பாபாவின் உள்ளம், அருளுள்ளம். கருணை உள்ளம், பசித்தவர்களுக்கு உணவிட்டுப் பாதுகாக்க வேண்டும் என விழைந்த உள்ளம். இதனை நன்கு உணர்ந்த காட்டுப்பூ,

இல்லை யென்னா துணவளிப்பீர்
என்றும் இதனை மறவாதீர்
இல்லை யென்ற நிலையிருந்தால்
இயன்ற மட்டும் சிறிதளவு
வெல்ல மேனும் தந்திடுக
வெறும்கை யுடனே அனுப்பாதீர்
அல்லும் பகலும் அனைவரையும்
அரவ ணைப்பீர் எனப்புகன்றார். ....(பாடல் 1313)

என்னும் பாடலின் வழியாகப் பாபா பசித்த உயிர்களுக்கு உணவளிக்கும் பாச உள்ளம் கொண்டவர் என்பதை நமக்கு எடுத்துக்காட்டியுள்ளார். தமிழகத்தில் வள்ளலார் பசித்தவர்களுக்கு உணவிடும் பணியைத் தொடங்கி நடத்தியமை போன்று பாபாவும் பசிப்பிணி போக்கும் மருத்துவராக விளங்கியுள்ளமையை இப்பாடல் நமக்கு எடுத்துரைக்கின்றது.

பாபாவின் அருஞ்செயல்களால், பாபாவால் நன்னிலை அடைந்தவர்களை, பாபாவுக்குத் தொண்டு செய்தோர்களை இந்தப் காவியம் முழுவதும் பார்க்கக் காணலாம். பாபாவுக்கு இடையூறு செய்தவர்கள் பின்னர் மனம் மாறித் திருத்தொண்டாற்றியமையும் இந்த நூலில் காட்டப்பட்டுள்ளன. இவ்வாறு ஏராளமான செய்திகளைக் காட்டுப்பூ உள்வாங்கி இந்தக் காவியத்தை வரைந்து, பாபாவின் திருவடிகளுக்குக் காணிக்கையாக்கியுள்ளார். இத்தமிழ்ப் பனுவல் தமிழ்த்தாயின் திருவடிக்குச் சூட்டப்பெற்ற மணியாரமாகவும் ஒளிர உள்ளது.

திருவாட்டி அம்மணியம்மாள் எனும் பெயர் தாங்கிய காட்டுப்பூ அவர்கள் பாட்டுத்துறையில் நாளும் மணந்து, தமிழ்மணம் வீச நெஞ்சார்ந்த வாழ்த்துகளைத் தெரிவித்துக்கொள்கின்றேன்.

வாழ்த்துகளுடன்....

முனைவர் மு. இளங்கோவன்,

புதுச்சேரி.

தொகுப்பாசிரியர் உரை

"கின்னஸ் சாதனையாளர்" "மாநிலவிருதாளர்"
"செம்பணித்திலகம்" "யுவஸ்ரீ இர.சேதுராமன். (யோகாஆசிரியர்)
MD(Accu), D.A.T.(Accu.), D.Y.E(Yoga)., D.C.A., D.Y.H., D.A.S.T.,.
அம்மணியம்மாள் இரகுராமன் அறக்கட்டளை" "புதுவை யோகாலையா"-வின் நிறுவனர் & யோகாசிரியர்
Superintendent, Dept. of Women & Child Development, Puducherry.

எனது அன்னையும், இந்நூலாசிரியருமான திருமதி அம்மணியம்மாள் எனும் இயற்பெயரைக் கொண்ட பாவலர் காட்டுப்பூ" அவர்கள் புண்ணிய பூமியாகிய புதுவை மண்ணிலே ஏழ்மையில் பிறந்து எளிமையில் வளர்ந்து பக்தியோகத்தில் பரிணமித்து, கர்மயோகினியாக வாழ்ந்து புதுவை அரசு தமிழாசிரியையாகப் பணிபுரிந்து பல்லாயிரக்கணக்கான நன்மாணவ முத்துக்களை உருவாக்கியவர்,

இவர் தன் தள்ளாத வயதிலும் மனம் தளராமல் 5000-கும் மேலான விருத்தப் பாடல்களைக் கொண்டு பல தமிழ் நூல்களை இயற்றித் தமிழுக்குத் தொண்டு செய்துள்ளார். இவர் இயற்றிய நூல்களில் "மண்ணில் மலர்ந்த மதி"எனும் அன்னை தெராசாவின் வாழ்க்கை வரலாற்று காவியம், "ஸ்ரீ வீரஅனுமக் காவியம்", "சீரடி ஸ்ரீ சாய்பாபா காவியம்;" ஆகிய மூன்று காவியங்களும் உள்ளடங்கும்;.

சிறுவயது முதலே ஆன்மீகப் பற்றும், எளிமையும், எளிமையில் செம்மையும் கொண்டதோடன்றி ஏகலைவன் துரோணாச்சாரியாரை மானசீகக் குருவாக எண்ணி வில் வித்தையில் தேர்ச்சிபெற முடிந்ததைப் போன்று, இந்நூலாசிரியர் சீர்டி சாய்பாபாவின் பக்தை என்பதனால் அவரைத் தியானித்த வண்ணம் அவர் இயக்க இவர் இயங்கி அவரின் அருளும் ஆசியுடனும் சீரடி ஸ்ரீ சாய்பாபா காவியத்தை இயற்றி இருக்கின்றார்.

இந்நூலின் வாயிலாக சீரடி ஸ்ரீ சாய்பாபாவின் அருளுரைகளும், போதனைகளும், வாழ்வியலில் அவர் கடைபிடித்த கொள்கைகளும், சமுதாயத்தில் விழிப்புணர்வையும், ஒற்றுமையையும், மனித நேயத்தையும் உருவாக்கும் கருத்துக்கள் பொதிந்துள்ளன.

‘கடை விரித்தேன் கொள்வாரில்லை’ என்று கூறிய வள்ளலாரின் மனச்சுமையினை போன்று இந்நூலாசிரியரும், இந்நூல்களை இயற்றுவதற்குத் தடையாக இருந்த சூழல்களையும், அவ்வாறு இயற்றிய நூல்கள் யாவும் இன்றைய இளைய சமுதாயம் படித்துப் பயனுறவேண்டும் என்ற ஆதங்கத்தையும் கீழ்க்காணும் கவிதையின் மூலம் வெளிப்படுத்தி உள்ளார்,

அழிவைத் தேடி

கருவில் வளர்ந்த முழுக்குழந்தை
        ககன வெளியைக் காணாமல்
பெருமை யறியா மூடர்களால்
        பிறவிப் பயனை யடையாமல்
வெறுமை யாகக் கண்மூடி
        விழலாய் எரிக்கும் கொடுமையைப்போல்
பெருமை பூண்ட நூலனைத்தும்
        பிறவா நிலையில் அழியுதய்யா!

......பாவலர் காட்டுப்பூ

இன்நூலாசிரியரின் தன்னம்பிக்கையை நோக்குங்கால்...

“புதையுண்டவிதைகள் கூட
        புறப்பட தருணம் - பார்க்கும்
நசுக்கி எரிய - நாட்கள் நினைத்தாலும்
        மழையால் அதன் மரணம் தோற்கும்.
இசைவுக்கு - அசைவுகொடு இனிய தோழனே,
        திசைகள் கூட - உன்னை திரும்பிபார்க்கும்...”

என்ற, பாடலாசிரியர் திரு. வைரமுத்து அவர்களின் கவிதைக்கு ஏற்ப நம்முடைய நற்செயல்கள் வெற்றி பெற வேண்டும் என்ற மன உறுதியுடன் முயற்சித்தால் இயற்கை நடத்திக் கொடுக்கும் என்பதை அறிய முடிகிறது.

பல்வேறு விருதுகளைப் பெற்ற இவரை, புதுவை அரசு "கம்பன் இலக்கிய புகழ் பரிசு", மற்றும் "நேரு சிறுவர் இலக்கிய பரிசு" அளித்து கௌரவித்தது. புதுவையில் அரசால் புகழப்படும் புதுவைவாழ் பெண்பாற் புலவர்களில் பாவலர் "காட்டுப்பூ" அவர்களும் ஒருவர் .

இவர்தம் புனித நூல்கள் யாவும் தமிழர் அனைவரும் படித்துணர்ந்து நல்வாழ்வு பெறவேண்டும் என இறைவனை இறைஞ்சுகிறேன். இவர் பல்லாண்டுகள் நலமுடன் வாழந்து, தமிழ்ச் சேவையினைத் தொடர உளமாறவாழ்த்துகின்றேன்.

இவண்

இர. சேதுராமன்

யுவஸ்ரீ இர.சேதுராமன்
தொகுப்பாசிரியர்

நன்றி உரித்தாகுக..

இந்நூலாசிரியர் இயற்றிய நவரத்தின நூல்களில்
"ஸ்ரீ சீரடி சாய்பாபா காவியம்" எனும் இந்நூலின் கவிதைகளை
தொகுத்து வெளியிடுவதற்கு

படைப்புரை வழங்கிய இந்நூலாசிரியராகிய எனது அன்னை
"விருத்த மாமணி" "பாவலர் "காட்டுப்பூ"
(திருமதி அம்மணியம்மாள் இரகுராமன்) அவர்கட்கும்

இந்நூலினை திறம்பட ஆய்வு செய்து நிறை குறைகளை தெளிவுபடுத்தி இந்நூலின் சிறப்பிற்கு மெருகேற்றிய தமிழன்னையின் தவப்புதல்வர்களான புதுவைவாழ் ஐம்பெரும் தமிழறிஞர் பெருமக்களாகிய

1. வாழ்த்துரை வழங்கிய
கலைமாமணி முனைவர் வி. முத்து ஐயா அவர்கட்கும்
தலைவர், தமிழ்ச்சங்கம். புதுவை

2. பாராட்டுரை வழங்கிய கலைமாமணி', 'தமிழ்மாமணி',
முனைவர் அ. உசேன்; ஐயா அவர்கட்கும்

3. அணிந்துரை வழங்கிய
வித்வான்- முனைவர் நா.லோகநாதன்; ஐயா அவர்கட்கும்

4 கருத்துரை வழங்கிய 'தமிழ்மாமணி'
திரு கல்லாடன்; ஐயா அவர்கட்கும்..

5. சிறப்புரை வழங்கிய
முனைவர் மு.இளங்கோவன்; ஐயா அவர்கட்கும்

இந்நூலினை அழகுப்படுத்தி பதிப்பித்து அழகுற அச்சடித்து அளித்த பதிப்பகத்தாருக்கும் இந்நூல் வெளிவர உதவிய எனது நண்பர் திரு செல்வகுமார், மற்றும் திரு. மோ. லலித்குமார், திருமதி. மோ. பிரியதர்ஷினி, திரு. க. கோகுலக்கிருஷ்ணன், முனைவர் க. விக்னேஷ், Dr. சே. புவனேஷ்வர், திரு. சே. தருண்குமார் மற்றும் அனைத்து உயர் பெருமக்களுக்கும் என்றன் மனதார சிரம் தாழ்த்தி பணிவான நன்றியினை சமர்ப்பிப்பதில் பேருவகையடைகின்றேன்.

இர. சேதுராமன்

இர. சேதுராமன்
(தொகுப்பாசிரியர்)

பொருளடக்கம்

ஸ்ரீ சீரடி சாய்பாபா காவியம்

1. சாயியின் கருணை விழைதல்

சத்திய சாயி பாபா!
        சார்ந்தவர்க் கருளும் தேவா!
சத்தியப் பிரிய னான
        சற்குரு நீயே! வாவா!
உத்தம வாழ்வில் வாழ
        உறுதுணை யாவாய் நீயே!
நித்தமும் நினைவில் உன்னை
        நிறுத்தியே துதித்தேன் ஐயா! 2

எங்குமே நிறைந்தி ருக்கும்
        எம்பெரு மானே வாவா!
பொங்கிடும் கருணை தன்னால்
        புரந்தருள் சேஷ சாயி.
தங்கிட வேண்டும் என்றன்
        தவிசெனும் இதயக் கூட்டில்
எங்களின் தலைவா நீயும்
        எழுந்தருள் எம்மைக் காக்க. 3

எத்தனை துன்பம் எம்மை
        எதிர்த்திடும் போதும் ஐயா!
சித்தனே சேஷ சாயி!
        சீரடி பற்றிக் கொண்டால்
அத்தனை துன்ப மும்தான்
        அகன்றிடக் காணப் பெற்றோம்.
பித்தரைப் போல யாண்டும்
        பிதற்றினோம் பிழைபொ றுப்பாய்! 4

காலனை வெல்லும் கால
காலனே கருணா மூர்த்தி!
மூலமும் நீயே சாயி!
முக்தியை அருள்வாய் ஐயா!
ஆலவாய் அழகன் நீயே!
அழகுறு திருமால் நீயே!
கோலமாம் கருணைக் கண்கள்
கொண்டெமைக் காக்க வேண்டும். 5

இத்தரை மீதில் என்றும்
எம்துணை நீயே யன்றோ?
சொத்தென உன்னை யல்லால்
சுகமதும் ஏது ஐயா?
சித்தரின் தலைவா எங்கள்
சிந்தனைச் சிற்பி நீயே!
பித்தமும் தெளிய வேண்டும்
பேரருள் கிடைக்க வேண்டும். 6

சுடர்மதி தூண்டி விட்டும்
சூழலை உணர வில்லை,
அடர்விதி உண்மை யென்றால்
ஆண்டவன் கருணை பொய்யோ?
சுடலையில் மறையும் கால
சூக்குமம் அறிந்தி ருந்தும்
கடனென வாழும் வாழ்க்கை
கருத்தினை வாட்டு தையா! 7

படர்ந்திடும் பக்தி தன்னைப்
பதமலர் வைத்து விட்டேன்
நடத்திடும் நாட கத்தின்
நாயகன் நீதான் என்றால்
தொடக்கமும் முடிவும் உன்னால்
தோல்வியில் முடிய லாமோ?
அடர்கதிர் துன்பம் போக்கி
ஆட்கொள வேண்டா மோநீ? 8

சீரடி வந்த மர்ந்தாய்
சித்தமும் உன்பால் வைத்தேன்
சீரடி பற்றிக் கொண்டேன்
செய்பிழை பொறுப்பாய் மன்னா!
சாரதி யாக வந்து
சத்திய வழி செலுத்திக்
காரதன் பொழிவைப் போன்ற
கருணையால் வாழ வைப்பாய்! 9

சீரடி சாயி என்றன்
சேவையும் உன்னா லன்றோ!
சீரடி சென்னி வைத்தேன்
சேயெனைக் காத்த ருள்வாய்!
சீரடி யார்கள் சென்று
செய்மையில் வாழ்ந்தால் கூட
சீரடி சாயி பாபா
சேர்ந்துடன் வாழ்தல் உண்மை. 10

2. பகவான் தோற்றம்

மனிதனைத் தவிர்த்த சக்தி
மானுடர் திருந்தி வாழத்
தனித்தனி அவதா ரத்தைத்
தாங்கிடும் வடிவில் தோன்றி
மனிதரை உணரச் செய்ய
மடமையைப் போக்கி டத்தான்
பனியடர் வதனைப் போக்கும்
பரிதியாய் வந்து திப்பர். 11

சீரடி சாயி பாபா
சிவனுடன் அரியும் சேர்ந்தே
காரதன் கருணை போன்று
காத்திட வந்த சீலர்.
யாருமே அவரைக் கண்டால்
யானெனும் அகந்தை போகும்.
பேரெனக் கூற வேண்டின்
பிறந்தவர் தத்தாத் ரேதான். 12

முப்பெரும் சக்தி பூண்டு
முகிழ்த்தவர் தத்தாத் ரேயர்.
இப்புவி தன்னில் தோன்ற
எத்தனை பிறவி ஏற்றார்,
செப்பவும் போமோ? அன்னார்
சிறப்புடை தோற்றம் எல்லாம்.
செப்பிடப் பேரு மின்றிச்
சீரடி வந்துற் றாரே! 13

அப்படி வந்துற் றாரை
அழைப்பது சாயி பாபா
ஒப்பிலா மனித நேய
உணர்வினில் சாதி யில்லை
கும்பிடும் எளிமைத் தோற்றம்
கண்களில் கருணைப் பார்வை
எப்படி வந்தார் இங்கே?
இனியிவர் சரிதம் காப்போம். 14

(வேறு)

அந்தக் கால அரசாங்கம்
அமைத்த நைஜாம் மாநிலத்தில்
சிந்தை மகிழும் சிற்றூராம்
சீரூர் பத்ரி எனும்கிராமம்
அந்த ணர்தம் குலத்துதித்த
அரியின் பக்தர் 'ஹரிசாடே'
இந்து மதத்தின் வித்தகராய்
இருந்தும், ஏழை வேதியராம். 15

அவர்தம் மனைவி குணவதிதான்.
அமைந்த பெயரும் இலக்குமிதான்
அவர்கள் குழந்தைப் பேறின்றி
ஆண்டு பலவாய்த் துன்புறுங்கால்
தவத்தின் பயனாய் இறையருளால்
தன்னி கரற்ற ஆண்குழந்தை
உவந்து மகிழும் அருட்செல்வன்
உலகம் உய்ய அவதரித்தான். 16

விண்ணில் பூத்த நிலவாக
விளங்கும் குழந்தை முகம்காண
அண்மை சேய்மை வாழ்பவர்கள்
அனைவர் தாமும் வந்துற்றே
விண்ணின் மைந்தன் எனக்கூறி
வியந்து வாழ்த்திச் சென்றார்கள்.
மன்னும் மைந்தன் எழில்கண்டு
மகிழ்ந்தே பெற்றோர் மனங்களிக்க, 17

அருமை நண்பர் அன்றொருநாள்
ஆசி வழங்க வந்திருந்தார்.
பெருமைக் குரிய சோதிடராய்ப்
பெரிதும் போற்றப் படுவதனால்
அரிய மகனின் சாதகமும்
அவரே கணித்துத் தருமாறு,
பரிவாய் வேண்டிக் கொண்டமையால்
பார்த்துக் கணித்துக் கூறலுற்றார் 18

ஆழ்ந்து கணித்துப் பயனறிந்தே
அதிர்ச்சி யுற்று மெய்சிலிர்த்தார்
வீழ்ந்து போகும் இக்குடும்ப
விளைவை எவ்வா றுரைத்திடுவார்?
ஊழ்செய் வினைக்கே உடன்பட்டே
உயிரை யிழக்கத் துணிவாரோ?
தாழ்வு இல்லை யென்றாலும்
தாமும் சற்றே நிலைதளர்ந்தார். 19

நண்ப ரிடத்தில் பொய்யுரைத்தல்
நல்ல தல்ல என்பதனால்,
எண்ணிக் கணித்த உரைதன்னை
இயம்ப லுற்றார் அவரிடத்தில்.
மன்னும் மூல நன்னாளில்
மகனின் வரவு நல்வரவே.
இன்னும் மற்றோர் நற்செய்தி
இவனே தெய்வம் எனப்படுவான். 20

பிள்ளை யாகப் பகவானே
        பிறக்கும் பேறு பெற்றாலும்,
இல்லை அவனை வளர்க்கின்ற
        இனிய நிறைவு. ஏனென்றால்
நில்லா திருவர் ஆயுளுமே
        நீண்ட காலம். அதனாலே
இல்லம் விட்டே எடுத்தேகி
        எங்கோ வளர்ப்பார் உண்மையிது. 21

உங்கள் ஆயுள் குறைவெனினும்
        உயர்ந்த இடத்தைப் பெற்றுள்ளீர்!
எங்கும் என்றும் புகழ்நிலைக்க
        இகத்தில் பெருமை கொண்டுள்ளீர்!
உங்கள் குழந்தை இவ்வுலகை
        உயர்த்திப் பிடிக்கும் அருளாளன்.
பொங்கும் அன்பால் அரசாளும்
        புனித மூர்த்தி அவனாவான். 22

என்று அந்த நண்பருமே
        எடுத்துச் சொல்லிச் சென்றவுடன்
நன்று! நமது நாள்முடிந்தால்
        நமது குழந்தை யாரிடத்தில்
சென்று வளரும்? எனநினைந்து
        சித்தம் பித்தாய் மாறிடவே
கன்றைப் பிரியும் கற்றாபோல்
        கதறித் துடித்தார் இலக்குமியும். 23

கற்றுத் தெளிந்த 'ஹரிசாடே'
        கனிவு ததும்பக் கூறுகிறார்.
இற்றைக் காலம் இவன்வரவால்
        இல்லம் சிறக்கக் காண்கின்றோம்.
மற்றை நிலையை எண்ணாமல்
        மனதின் குழப்பம் தனைநீக்கிப்
பெற்ற நாமும் உள்ளவரை
        பேணிப் போற்றி வளர்த்திடுவோம் 24

என்று சொல்லித் தேற்றியபின்
எந்தக் குறையும் இல்லாமல்
நன்கு வளர்த்து வரும்போதில்
நலிவு கொள்ளும் நோய்தாக்க,
பண்ணும் தக்க மருத்துவமும்
பயனே யின்றி இருந்ததனால்
எண்ணி யழுத பெற்றோரும்
இறைவன் தன்னைத் துதித்தார்கள். 25

3. கனவில் இறைவன் அருள்வாக்கு:-

அற்றை இரவில் இறைவனுமே
அவர்கள் கனவில் வந்துற்றார்.
“பெற்ற குழந்தை தனைநீவிர்
பேணி வளர்த்தல் இனியில்லை.
பற்று கொண்ட பக்கீர்தான்,
பரிவோ டவனை வளர்த்திடவும்
உற்ற நோயை நீக்கிடவும்
உரிமை கேட்டு வந்திடுவார். 26

அவர்தம் கையில் குழந்தையினை
அச்ச மின்றி, கொடுத்திடுக!
கவலை வேண்டாம். அவனேதான்,
கடந்த பிறப்பில் கபீர்தாசர்
தவப்பே றுடையீர்! விரைந்தெம்மைத்
தக்க தருணம் வந்தடைவீர்!
உவப்பீர்! அனைத்தும் எம்செயலே
உண்மை. உணர்வீர் என்றுரைத்தார். 27

கனவில் அறிந்த செய்திதனைக்
கணவன் மனைவி இருவருமே
நினைவுற் றெழுந்து வியப்புற்று
நீண்ட நேரம் உறங்காமல்
அனலிற் பட்ட புழுவாகி
அடைந்த கவலைக் களவில்லை.
இனியென் செய்வோம் எனும்போதில்,
ஏக்கம் வேண்டாம் நாட்காலை 28

பக்கீர் வந்தால் தெளிவாகும்.
　　பரிவாய்ச் சொன்னார் ஹரிசாடே.
தக்க நேரம் வரும்வரையில்
　　தாயின் தவிப்பு மிகைப்படவே,
பக்கீர் நாளை வராதிருக்கப்
　　பலவா றான வேண்டுதலால்
சிக்கல் தீர்க்கும் வழிதேடிச்
　　சிந்த னையில் உழன்றிருந்தாள். 29

4. முஸ்லீம் பக்கீர் வருகை:-

பொழுதும் புலர, 'ஹரிசாடே'
　　புரியும் காலைக் கடன்முடித்துப்
பழுதில் பக்கீர் வரவெண்ணிப்
　　பழைய திண்ணை மீதமர்ந்தார்.
அழுத பிள்ளை தனையிடுப்பில்
　　அணைத்த வாறே இலக்குமியும்
விழுதாய் மசித்த உணவோடு
　　வீட்டின் முன்னே வந்துற்றாள். 30

அந்தச் சமயம் வாயில்முன்
　　அம்மா! என்ற அழைப்போடு
வந்து நின்ற பக்கீரின்
　　வரவு கண்டே அதிர்ந்தவளாய்ச்;
சிந்த னைக்கே இடமின்றிச்
　　சிலையாய் நின்றாள் இலக்குமியும்,
அந்த நிகழ்வை ஹரிசாடே
　　அனைத்தும் இறைவன் செயலென்றார் 31

நிழலாய்க் கனவு நினைவுறுத்த
　　நின்ற பெற்றோர் நிலைகண்டு,
குழந்தை தன்னை ஏற்றிடவே
　　குறித்த இடமும் இதுவேயாம்.
பிழையாய் என்னை எண்ணற்க.
　　பிள்ளை யில்லாக் குறைநீங்க,
விழையும் எமக்கு அல்லாவின்
　　விருப்பம் இதுவே என்றுரைத்தார். 32

பெருமை பொங்கக் கூறியதால்
பெற்றோர் குழந்தை தனைக்கொடுக்க,
வறுமை தன்னில் வாடுபவன்
வளமைக் குரிய பொற்கிழியைப்
பெறுதல் போன்ற ஆவலுடன்
பெரிதும் ஆர்வத் தோடவனை
இருகை நீட்டி மகிழ்வோடு
ஏற்ப தற்கு முன்வந்தார். 33

பக்கீர் குழந்தை தனைவாங்கிப்
பாசத் தோடும் அரவணைத்துச்
சிக்க லில்லா எம்வாழ்வில்
சிந்தை மகிழ மகனில்லை
மக்கா மதினா வாழ்தலைவன்
மகனாய் இவனை எமக்களித்தான்
எக்கா லத்தும் இறையருளை
எண்ணி நன்றி உமக்குரைத்தேன். 34

என்று கூறிப் பணிவுடனே
எடுத்துச் செல்ல முற்படுங்கால்
முன்பு பார்த்த உறவைப்போல்
முறுவல் பூத்த முகத்துடனே
அன்போ டவர்தம் அணைப்பினிலே
அழுகை மறந்து சிரித்திடவும்
அன்னை தந்தை இருவருமே
அழுத வண்ணம் நின்றார்கள். 35

அன்போ டணைத்த பக்கீரும்
அவர்தம் இல்லம் சென்றடைந்து
பண்பால் உயர்ந்த மனைவியிடம்
பரிவோ டளித்தார் மகன்தன்னை
அன்பும் பண்பும் சேர்ந்திலங்க,
அல்லா தந்த அருட்செல்வம்
தன்நோய் சிலநாள் தனில்தீர்ந்து,
தங்க நிறத்தில் ஒளிசிந்தித் 36

தவழ்ந்தும் எழுந்தும் நடைபயிலத்
தளரா அன்புப் பாசத்தில்
அவர்கள் தங்கள் அரவணைப்பில்
ஆயர் பாடிக் கண்ணன்போல்
தவமாய்க் கிடைத்த மகன்தன்னைத்
தாங்கி வளர்ந்து வரும்நாளில்
உவகை பொங்க இருவருமே
உலகை மறந்து மகிழ்ந்தார்கள். 37

மகனைப் பிரிந்த ஹரிசாடே
மனைவி யுடனே கருத்தொன்றி
அகமும் உடலும் சோர்வுற்றே
அமைதி யாகச் சிலநாளில்
புகழும் பரம பதமடைந்தார்.
புலரும் போதில் பரிதியென
விகற்ப மின்றி மகன்வளர்ந்து
விளங்கும் அழகைக் காணாமல். 38

ஆறு மாத கைக்குழந்தை
அணைத்து வந்த அருட்செல்வம்
சீரும் சிறப்பும் கொண்டிலங்கிச்
சிறுவ னாக வளருங்கால்
பேரும் புகழும் பெறத்தக்க
பெருமைக் குரியோன் என்பதனால்
பேரிட் டழையா பெருந்தகையாய்ப்
பிள்ளைக் கனியை வளர்த்தார்கள் 39

ஆண்டு பலவும் செல்லுங்கால்
ஆற்றல் குறைந்த பக்கீரும்
காண்போர் வியக்கும் தெய்வமகன்
கருத்தாய் வளர்வ தெவ்வகையில்?
ஏன்தான் என்னுள் மனச்சோர்வு?
இறப்பேன் என்றே எழுமுணர்வு?
தோன்றும் உணர்வின் உந்துதலால்
தூய மகனை அருகழைத்தே. 40

உன்னை வளர்க்கும் நற்பேறும்
உலகில் இனிமேல் எனக்கில்லை.
என்னை அல்லா அழைக்கின்றார்
என்று சொல்லி அணைத்திடவே,
கண்கள் சொரிந்த கண்ணீரைக்
கரங்க ளாலே துடைத்தவனை
எண்ணி மிகவும் துயருற்றே
ஏற்ற வழியைச் சிந்தித்தார். 41

அருகில் மனைவி வந்தமர்ந்தே,
அல்லா அருளால் மகன்கிடைத்தான்.
உருவம் இரண்டாய் உயிரொன்றாய்
உலகில் வாழ்ந்தோம். இனிமேல்யான்
வறுமை நிலையில் இவன்றன்னை
வளர்க்கத் தனித்தே என்செய்வேன்?
சிறுவ னான இம்மகனைச்
சிறப்பாய் வளர்ப்ப தெவ்வகையில்? 42

என்று புலம்பி அழுபவளை
எழுந்து கண்ணீர் தனைத்துடைத்தே
என்றும் அல்லா உடனிருப்பார்.
எனினும் வழியொன் றியம்புகிறேன்
தொன்று தொட்டு நற்பண்பு
தொலையா கோபால் ராவ்தேஷ்முக்
என்பார் 'வெங்கு சா'ஜமீன்தார்.
எட்டு மைல்கல் தூரத்தில், 43

இருக்கும் 'சேலு' எனுமூரில்
சிறப்பாய் வாழும் அந்தணர்.நான்
இறந்த பின்னர் அவரிடத்தில்
இதுநாள் வரையில் நடந்தவற்றை
மறவா மல்நீ கூறிடுக!
மனித தெய்வம் 'கோபால்ராவ்'
உறவாய் மகனை வளர்த்திடுவார்
உண்மை. அவரை நம்பிடலாம். 44

என்று சொல்லிச் சிலநாளில்
இறந்த கணவர் கடன்முடித்து,
அன்றே சேலு எனுமூரை
அடைந்தாள் பக்கீர் துணைவியவள்.
நன்கு கற்ற ஞானியுமாய்,
நன்மை நாடும் வள்ளலுமாய்ப்,
பண்பு மிக்க அந்தணராய்ப்
பார்த்தாள் அந்த ஜமீன்தாரை. 45

பணிவாய்ச் சென்றே அவர்காலில்
பக்தி யோடு வீழ்ந்தெழுந்து,
கனிவாய் நடந்த நிகழ்வெல்லாம்
கருத்தில் பதித்தாள். அதுகேட்டே
இனிய சிறுவன் முகம்நோக்க,
இன்பம் சேர்க்கும் தெய்வீகப்
புனித ஒளியில் மனம்ஈர்க்கப்
புன்ன கைத்தே மகிழ்வடைந்தார். 46

5. திரு. கோபால்ராவ் தேஷ்முக், பகவானை மகனாய் ஏற்றல்:-

பெண்ணே! கவலை கொள்ளற்க.
பிள்ளை என்பால் வளரட்டும்.
உன்னைப் பற்றி எண்ணாதே!
உடனே அரண்மனைக்குப்பின்
உன்றன் வாழ்நாள் தனைக்கழிக்க
ஓலைக் குடிசை வேய்ந்தளிப்பேன்.
உன்கண் பார்வை படுமாறும்
உனது மகனும் வளர்ந்திடுவான். 47

என்று சொல்லிச் சிறுவனையே
எடுத்தும் அணைத்தும் மகிழ்வுற்றார்.
அன்று முதல்தாம் அவன்றன்னை
அருகில் வைத்து அரவணைத்தார்.
உண்ணும் போதும் உடனிருந்தான்
உறங்கும் போதும் உடனிருந்தான்.
பண்ணும் தெய்வ வழிபாட்டில்
பக்கம் அமர்ந்து பார்த்திருப்பான். 48

இந்து குடும்பம் தனில்பிறந்தான்.
இஸ்லாம் குடும்பம் தனில்வளர்ந்தான்.
இந்து மதத்தோன் எனையடைந்தான்
என்னுள் என்றும் உறைகின்றான்.
எந்த மதத்தின் பேர்கொண்டான்.
ஏற்ப தெந்த மதத்தினனாய்?
பந்தம் ஏதோ இருப்பதைப்போல்
பாசம் தோன்றக் காரணமேன்? 49

இந்து முஸ்லீம் ஒற்றுமைக்கே
இறைமை தந்த பெருநிதியோ?
வந்து சேர்ந்த நாள்முதலாய்
வந்த னைக்கே உரியவனாய்
எந்த நாளும் உள்மனதில்
ஏதோ ஒன்று தோன்றுவதால்
சொந்த மகன்போல் உள்ளுணர்வு
சூழ்ந்தி ருக்கும் நிலையடைந்தார். 50

என்றிவ் வாறாய் எண்ணியவர்
எய்தும் கணையாய் இவனுக்குத்
தன்னுள் பொதிந்த திறனனைத்தும்
தவறா தளித்தே உலகியலில்
என்றும் நிலைக்கும் புகழ்நிறுவ
ஏற்ற குருவாய் இருப்போம்நாம்.
என்றே நினைந்து என்றென்றும்
ஏற்றார் நிழலாய்த் தொடர்ந்துவர 51

நபிகள் குரானை அறிந்திருந்தான்
நாளும் தொழுகை புரிந்திருந்தான்.
செபிக்கும் இராம நாமத்தைச்
சேர்ந்து சொல்லி மகிழ்ந்திருந்தான்.
சபித்தும் வெறுத்தும் மறைமுகமாய்ச்
சமீன்தார் மனையின் பணியாளர்
அபரா தம்போல் அடுத்தடுத்தே
அல்லல் பலவும் தந்தார்கள். 52

எதையும் மனதில் ஏற்காமல்
என்றும் போல இருந்ததனால்
வதைக்கும் செயலே பலவிதமாய்
வந்து வந்து மோதியது.
சிதையி லிட்ட துகளாகச்
சிறிதும் வெளியே தெரியாமல்
எதையும் தாங்கும் இளந்துறவி
எண்ணம் யோக நிலையொடுங்க, 53

அரண்ம னையின் பணியாளர்,
அனாதை யான இவனுக்கு
நிரந்த ரமாக இடம்தந்த
நிலையை எண்ணிப் பொறுக்காமல்
புரக்கும் அந்த அந்தணர்க்கும்
புரியா வண்ணம் பற்பலவாய்
மறக்க வொண்ணா இடையூறை
மாற்றி மாற்றிச் செய்தார்கள். 54

எதையும் மனதில் ஏற்காமல்
இருக்கும் அந்தத் தெய்வமகன்
கதையை முடித்தால் தான்நமக்குக்
கலக்கம் தீரும் என்றெண்ணி
எதைநாம் செய்தால் விரட்டிடலாம்?
இல்லை இவனைத் தொலைத்திடலாம்?
பதைப்போ டந்த காலத்தைப்
பலநாள் எண்ணிக் காத்திருக்க, 55

ஐயர் தமது மறைஞானம்
அனைத்தும் தொடர்ந்து அளித்ததனால்
பையன் பால யோகியென
பார்ப்போர் எண்ணும் அளவிற்கு
ஐயம் இன்றி அனைத்தையுமே
ஆவ லோடு கற்றுணர்ந்தான்.
மையல் நீங்கத் திருக்குரானில்
மதிநுட் பத்தால் தெளிவுற்றான். 56

செல்வர் ஜமீன்தார் வெங்குசாவும்
சிறுவ னோடும் அருகிலுள்ள
எல்லை தன்னில் அமைந்திருந்த
எழில்சேர் தோட்டம் சென்றிருந்தார்.
புல்லில் படுக்கை தனைவிரித்துப்
புதைந்த கல்லில் தலைவைத்து
எல்லை யில்லா வான்வெளியில்
எண்ணம் பதித்துப் படுத்திருந்தார். 57

அருகில் அமர்ந்த பிள்ளையிடம்
ஆன்ம நேய உரையாடல்,
பருகும் சுவையாய்ப் பகிர்வுறுங்கால்
பதுங்கித் தொடர்ந்த கயவர்கள்
தருவின் பக்கம் புதரிடையே
தங்கி மறைந்து செங்கல்லால்
அருமைச் செல்வன் தனைத்தாக்க,
அந்தக் கல்லின் விசைகண்டு, 58

தலைக்கு மேலே அந்தரத்தில்,
தாக்கும் இயக்கம் தனைநிறுத்தி,
நிலையாய் நிற்கச் செய்ததனால்
நிறைவு பெற்றே எழுந்தமர்ந்தார்.
தொலைவில் நின்ற கயவர்கள்
துரித மாக மற்றொருகல்
நிலைபி றழாமல் எறிந்தார்கள்.
நேராய் யோகி தனைத்தாக்க, 59

தலையில் குருதி கொப்பளிக்கத்
தன்னை மீறித் துடிதுடித்தே
நிலையாய்க் குருதி நின்றிடவே
நீண்ட துண்டால் கட்டியபின்
வலையில் பட்ட மீன்போன்று
வாடித் துடித்து நின்றமகன்,
தலைமைக் குருவாய்த் தந்தையுமாய்த்
தனித்த பாசம் கொண்டுள்ளீர்! 60

என்னால் தாங்கள் படும்தொல்லை
எல்லை மீறிப் பெருகுதய்யா!
இன்னும் இங்கு நானிருந்தால்
ஏற்கா மனங்கள் இடையூறைப்
பின்னும் தருவர் என்பதனால்
பேதம் பாரா பெருந்தகையீர்!
கண்ணில் காணா தூரம்யான்
கடந்து செல்ல அனுமதிப்பீர்! 61

தாங்கள் கொடுத்த ஆதரவால்
தலையில் காயம் படுமளவில்
ஈங்கு நிகழும் நிகழ்வுதனை
ஏற்க இயலா தென்மனமும் .
தாங்கள் எனது அருள்மன்னர்
தம்மை என்றும் மறவேன்யான்.
பூங்காற் றைத்தான் நுகர்ந்துள்ளேன்
புயலும் வந்து தாக்குதய்யா! 62

மகனே இங்கே அருகில்வா!
மனதில் அச்சம் கொள்ளற்க!
இகத்தில் தீயோர் எங்கில்லை?
இன்றும் அன்றும் என்றும்தான்
சகதி யைப்போல் வாழ்கின்றார்
சாத னையால் அவர்களது
அகத்தைத் தூய்மை செய்திடவே
ஆன மட்டும் முயன்றிடுவாய்! 63

விதியின் வலியே மிகப்பெரிதாம்
வீணே குழப்பம் கொள்ளாதே!
அதிதூ ரத்தில் லம்பாடி
அழைத்துச் செல்லும் பசுவைப்பார்!
மதுர மான பால்கறந்து,
மகனே இந்தக் கமண்டலத்தில்
அதிகம் நிறைத்துத் தரச்சொல்லி
அதைநீ கொணர்ந்து தா!என்றார். 64

6 மலட்டுப்பசு பால் சுரத்தல்:-

மகனும் சென்றான். போய்க்கேட்டான்
மலட்டு மாட்டில் பாலேது?
புகன்ற வர்தான் அறியாரோ?
புரிய வில்லை! நீவந்து,
தகரா றின்றி ஜமீன்தார்க்குத்
தகவல் சொல்லிச் செல்என்றான்.
விகற்ப மின்றி லம்பாடி
விரைந்து வந்தான். ஐயா!இதற்கு, 65

மலட்டுத் தன்மை ஐந்தாண்டாய்!
மடியில் பாலும் சுரந்திடுமோ?
கலக்கத் தோடு கூறியதைக்
கடவுள் ஒத்த அந்தணரும்,
இலக்கம் மூன்று முறைமுதுகில்
இயல்பாய்த் தடவிக் கொடுத்துப்பின்
மலட்டு மடியில் மும்முறைகள்
மடியை ஈர்த்துத் தடவிவிட, 66

பாலும் காம்பின் வழியாகப்
பல்கிப் பெருகிக் கொட்டியது.
பாலும் கமண்ட லம்நிறைத்துப்,
பக்தி யுடனே லம்பாடி,
நாலும் தெரிந்த நல்லவரே
நன்றி மறவேன் வாழ்வளித்தீர்!
காலில் வீழ்ந்து வணங்கியபின்
களிப்பில் மூழ்கி வழிநடந்தான். 67

7. வெங்குசா பகவானுக்கு ஞானம் வழங்கல்:-

அகன்ற வானை அண்ணாந்தே
அமைதி யாகப் பார்த்திருந்தார்.
மகனே! இங்கேவா! என்றார்.
மாற்றம் இனிமேல் தானென்றார்.
பகவான் தன்னைத் தியானித்துப்
பாலை எடுத்து மும்முறைகள்
திகழும் சிறுவன் அங்கையில்
தீர்த்தம் போன்று ஊற்றியதைப், 68

பருகும் வரையில் பார்த்திருந்தார்.
பயனை யெல்லாம் உனக்களித்தேன்
சிறுவன் அல்ல. இளைஞன்நீ!
சிறந்த பணியை ஏற்றுள்ளாய்!
பரிபூ ரணனாய் மிளிர்கின்றாய்.
பலரும் உன்னால் பயனடைவர்.
உரிமை யோடும் உலகாளும்
உத்த மனாகப் போற்றிடுவர். 69

இன்று முதலே உன்னுள்யான்,
இருப்பேன். உண்மை. உணர்வாய்நீ!
தொன்று தொட்டே அவதார
தோற்றம் உண்டு ஞாலத்தில்.
இன்று நீயும் அத்தகைய
இறைமை பூண்ட நாயகன்தான்.
என்று உன்னைக் கண்டேனோ?
ஏற்றேன். அன்றே என்மகனாய். 70

ஆற்றல், ஆன்ம பலமனைத்தும்
அடைந்த இளைஞன் முகத்தினிலே,
போற்றும் புதிய ஒளிபிறக்கப்
பூரித் திருந்த வெங்குசாவை
ஊற்றுப் பெருக்காய் உணர்வதனை
உதிர்த்த கண்ணீர் வெளிப்பாட்டால்,
போற்றும் குருவின் பொற்பாதம்
புனிதம் சேர்த்துப் பணிந்திட்டான். 71

இந்தக் குழந்தை என்காலில்
இமயம் பணிவாய் வீழ்வதுபோல்
விந்தை ஆற்றல் அறியாமல்
வீழ்ந்து பாதம் பணிகிறது.
இந்தக் குழந்தை காலடியில்
எண்ணி லடங்கா மக்கள்தாம்
சிந்தை மகிழ்ந்து சிரம்தாழ்த்திச்
சிறப்பைப் பெறுவர் வெகுவிரைவில். 72

என்றே எண்ணிப் பெருமிதத்தில்
இதயம் மகிழ்ந்தே ஆனந்தக்
கண்ணீர் பெருக வெங்குசாவும்
கரங்கள் சேர்த்துத் தூக்கியவர்
என்றும் உலகை நீயாள
ஏற்ற சக்தி அஞ்சாமை,
உன்னுள் ஏற்ற அருட்சக்தி
உயர்வை அளிக்கும் எனக்கூறி, 73

ஆரத் தழுவி அரவணைத்தே
அன்புப் பணிகள் சொல்லுங்கால்
ஓர மாகப் புதர்நடுவில்
ஒளிந்து இருந்த தீயவருள்
வீர மாகக் கல்லெறிந்த
வீணன் வீழ்ந்தே உயிரிழந்தான்.
சேர நின்றோர் பயத்தாலே
சேர்ந்தே வந்து தாள்பணிந்து, 74

சொல்லும் செயலும் நடுக்கமுற,
சோர்வாய் எழுந்து கரங்கூப்பி
கொல்ல நினைத்துக் கல்லெறிந்து
கொடுமை செய்த குற்றத்தை
எல்லை யில்லா கருணையினால்
எம்மைத் திருத்தி மன்னிப்பீர்!
உள்ளும் புறமும் ஒழுக்கமுடன்
உமது அருளால் வாழ்கின்றோம். 75

என்று அழுத கயவரிடம்,
என்னால் ஒன்றும் ஆகாது.
இன்று முதலே, இவரால்தான்
எதுவும். இயலும் எனப்பகர்ந்து,
கண்ணின் மணியாம் இளைஞனையே
காட்டி நின்றார் வெங்குசாவும்.
மன்னும் இளைஞன் முன்சென்றோர்
மன்னித் தருள்க என்றார்கள். 76

அவன்றன் குருவின் குறிப்பறிந்தே
அமைதி யாகக் கமண்டலத்தைத்
தவத்தின் பயனால் எடுத்தேகி
தன்னை அழைத்த இடம்சென்று
சவமாய்க் கிடந்தோன் வாயதனில்
சாந்த மாகப் பாலூற்ற
இவரால் இறந்தோன் உயிர்பெற்றே
எழுந்து போற்றிக் கொண்டாடி, 77

குருவின் முன்னே சென்றவர்கள்
குற்றம் நீங்கப் பெற்றார்கள்.
திருசேர் ஜமீன்தார், மைந்தனுடன்
திரும்பச் சென்றார் அரண்மனைக்கே.
அருகில் இருந்த தனியறையில்
அவனை யழைத்தே அருகமர்த்திப்
பெருமைக் குரிய அவதாரம்
பெற்றாய் என்று யானறிவேன். 78

உன்னைப் பார்த்த முதல்நாளே
உன்றன் உருவில் கபீர்தாசர்
என்னைக் காண வருகின்றார்
என்றே நினைக்கத் தோன்றியது
அன்று முதலே உன்பால்யான்
அன்பு செலுத்த முற்பட்டேன்
என்னுள் இருந்த உணர்வலைகள்
ஏற்றே இருத்தல் காண்கின்றேன் 79

இன்னும் சிலநாள் உயிர்த்திருப்பேன்
எனவே அதற்குள் சிலபணிகள்
உன்பால் சொல்ல விழைகின்றேன்,
ஒற்று மைக்கு வித்தாவாய்!
உன்றன் மகிமை தனையுலகம்
உயர்த்தும் நாளும் கூடிவரும்.
இன்பம் துன்பம் எதுவரினும்
என்றும் உன்னை இயக்கிடுவேன். 80

இந்து குடும்பம் தனில்பிறந்தாய்
எடுத்து வளர்த்தார் முஸ்லீம்பாய்
வந்து சேர்ந்தாய் என்னிடத்தில்
வளர்த்த யானும் அந்தணன்தான்
இந்து மதத்தில் இருந்தாலும்
இன்று வரைநீ முஸ்லீம்தான்
இந்து முஸ்லீம் ஒற்றுமைக்கே
இனிநீ முழுதும் செயல்படுவாய் 81

இராம னாக அவதரித்த
இறைவன், தனது பலத்தோடு,
பராப ரர்விஸ் வாமித்ரர்,
பரசு ராமர் தபோபலமும்,
இராவ ணன்றன் அழிவிற்கே
ஏற்ற பலமாய்ப் பெற்றதைப்போல்
சிறான் உன்பால் என்தவத்தை
சேர்த்த ளித்தேன் உலகுய்ய. 82

என்று சொன்ன கோபால்ராவ்,
ஏற்பு டைய ஆன்மபலம்
என்னு டைய யோகபலம்
இறைவன் தந்த ஞானபலம்
என்னுள் எழுந்த தனியாற்றல்
எல்லாம் தாரை வார்த்தளித்தேன்
என்றும் உன்றன் உள்ளொளியாய்
இருப்பேன் என்று சொன்னவுடன், 83

கண்கள் இரண்டும் செவ்வாம்பல்
கணக்கில் சிவந்து குளமாகிக்
கண்ணீர் நிறைந்து வழிந்திடவே
கங்கை அங்கே ஊற்றெடுக்க
எண்ணிப் பார்க்கும் நிலைமறந்து
ஏதோ ஒன்றால் குரலொடுங்கப்
பண்ணும் செயலை மறந்தமகன்
பாதம் பணிந்து தாள்பற்றிப், 84

பிறந்து திங்கள் சிலசெல்ல,
        பெற்ற தந்தை தனையிழந்தேன்,
மறவா வளர்ப்புத் தந்தையுமே
        மாளக் கண்டேன் சிறுவயதில்
இறக்கப் போகும் உம்இழப்பும்
        இறைவன் தந்த சோதனையோ?
பிறந்த நோக்கம் அறியேன்யான்
        பேதை எங்கே செல்வதென்றான். 85

என்னை வளர்த்தே ஆளாக்கி,
        எல்லா தவமும் எனக்களித்தீர்
என்றன் தந்தை, குருவாகி
        என்றும் எனது சுகமானீர்!
என்னை வளர்த்த உங்களுக்கு
        ஏதும் செய்யா நிலைஏனோ?
என்னை அனுப்பத் துணிகின்றீர்!
        எங்கே செல்வேன் உமைவிட்டு. 86

மாலை மாலை யாய்க்கண்ணீர்
        மண்ணில் வீழ அழுதவனைத்
தோளைத் தொட்டுச் சேர்த்தணைத்துத்
        தோற்றம் நிலையோ? சொல்!ஞான
வாளை வீசும் மறவன்நீ!
        வானில் தோன்றும் நிலவாகக்
காலை தோன்றும் கதிரோனாய்க்
        களங்கம் துடைக்க வந்தவன்நீ! 87

நன்மை தீமை சேர்ந்திங்கே
        நாளும் ஆட்சி செய்துவர,
உண்மை பொய்மை கலப்படத்தில்
        உருவ கித்த உலகியலில்
நன்மை, உண்மை ஆளுகையால்
        நாடு செழிக்கச் செய்திடுவாய்.
என்றும் மனித நேயத்தை
        எளிமை யாக்கி வழிநடத்து! 88

மனித ருக்குள் மிருககுணம்
        மண்டிக் கிடத்தல் காண்கின்றோம்.
இனியும் இதனை வளர்வித்தால்
        இயற்கை கூட சீறியெழும்
கனிவு நிறைந்த ஒழுக்கம்தான்
        கடமை மாறா உணர்வளிக்கும்
இனியுன் பணியை ஆற்றிடவே
        ஏதும் தடைகள் உண்டோசொல்? 89

என்னை எண்ணி அழவேண்டாம்
        எல்லா நலனும் உண்டாகும்.
என்னை விட்டு வெளியேற
        இதுவே தக்க தருணமாகும்.
உன்னை உலகு எதிர்நோக்கி
        உதவி கோரி இயங்குங்கால்
இன்னும் இங்கே நீயிருத்தல்
        ஏலா தென்பேன். புறப்படுவாய்! 90

வெங்குசா பகவானைத் தன்னிடமிருந்து அனுப்பிவைத்தல்:-

மேற்கு நோக்கிச் சென்றிடுவாய்!
        மேன்மை உன்னை வந்தடையும்.
ஆற்ற லோடு வந்தசெங்கல்
        ஆகா யத்தில் நிலைத்ததனைப்
போற்றிக் காக்க உனக்களித்தேன்.
        புதையல் போன்று காத்திடுவாய்!
தேற்றி, செங்கல் தனையளித்துத்
        தெளிந்த மனதோ டனுப்பியபின் 91

கால்கள் போன போக்கினிலே
        கடந்து சென்றார் மேற்றிசையில்
ஆல்போல் பரந்து விரிந்துள்ள
        அவுரங் காபாத் மாவட்டம்
கேள்வன் நமது இளந்துறவி
        கிடைத்தற் கரிய பெருநிதியாய்க்
கால்கள் பதித்தார் முதன்முதலாய்
        கவின்சேர் சிற்றூர் சீரடியில் 92

கோதா வரியின் நதிக்கரையில்
        கோயில் கொண்ட சிவபெருமான்
வேதா கமமாய் வீற்றிருந்த
        வியன்சேர் கோயில் கண்டோமா.
ஏதோ சக்தி ஈர்த்திடவே
        இங்கே வந்த இளந்துறவி,
சாதா ரணமாய்ப் பக்கீர்போல்
        சார்ந்தார் வேப்ப மரநிழலை, 93

சாயிபாபா வேம்பு மரத்தடியில் அமர்ந்து தியானம் செய்த இடம் - "துவாரகாமாயி "

ஊரின் எல்லை தனில்வேம்பு
        உயர்ந்தும் தழைத்தும் நின்றிலங்க,
பாரை ஆள வந்தவராய்ப்
        பதினா றகவை தனில்வந்து
தேரில் அமர்ந்த கோலத்தில்
        தியானம் செய்தார் வேம்படியில்
சீராய்ச் செய்தி பரவியதால்
        சேவித் தார்கள் ஊர்மக்கள். 94

புத்தர் போதி மரத்தடியில்
        புனித ஞானம் பெற்றுள்ளார்
சித்தர் சாயி பாபாவோ
        சிறந்த வேம்பின் கீழமர்ந்து
சித்தி பெறவே தியானித்துச்
        சிந்தை ஒன்றி இருந்ததனால்
பித்தன் என்றார் ஒருசாரார்
        பேசா திருந்த காரணத்தால். 95

சித்தன் என்றார் மறுசாரார்
சிறிதும் அசையா நிலைகண்டு
சித்தன் போக்கு சிவன்போக்கு
சீற்றம் கொண்டால் என்செய்வோம்?
அத்த னைக்கும் ஒருவழிதான்
அவர்தம் தியானம் கலையட்டும்.
பித்த னைப்போல் இருந்தாலும்
பெரிய ஞானி இவரென்றார். 96

காற்றோ மழையோ கடுங்குளிரோ?
கனலோ இருளோ கதிரொளியோ?
மாற்றம் சிறிதும் இல்லாமல்
மரத்தின் அடியில் வீற்றிருந்தார் .
போற்றிக் காக்க நினைத்தாலும்
புனிதம் கலைக்க பயம்கொண்டார்.
தோற்றம் கண்டார் ஒளிகண்டார்.
துன்பம் தொலைந்த மனங்கொண்டார் 97

இந்தச் சிறிய வயதினிலே
இருக்கும் பால யோகியரின்
சொந்தம் சுற்றம் அறிகின்ற
துணிவு இல்லை ஒருவருக்கும்,
பந்தம் பாசம் என்றிருந்தால்
பால வயதில் துறவறமா?
எந்த உறவு எங்குண்டு?
என்றே அறிய இயலவில்லை. 98

இவ்வா றாகப் புலம்புவதை
இயல்பாய்க் கொண்ட ஊர்மக்கள்
பவ்வி யமாகப் பேசுதற்குப்
பலநாள் முயன்றும் இயலவில்லை.
அவ்வ மையம் கண்டோரா
ஆல யத்தில் பக்தரிடம்
செவ்வாய் மலரும் அருள்வாக்கைச்
சிந்தை பதித்துக் கேட்டார்கள். 99

குறியைச் சொல்லும் பக்தருமே
குறியீ டாக ஓரிடத்தைக்
குறித்துக் காட்டி மண்வெட்டி
கொண்டு தோண்டச் செய்திடவும்,
நிறையச் செங்கல் இருந்ததுடன்
நிலவ றைமு டிபோலமைந்து
நிறுத்தி வைத்த கருங்கல்லை,
நிமிர்த்தி புரட்டிப் பார்க்குங்கால், 100

கண்முன் கண்ட முகப்பினிலே
கண்டார் நான்கு எரிந்துள்ள
மண்ணால் ஆன அகல்விளக்கும்
மத்தி யிலோர் இடைவழியும்
திண்ணென் றமைந்த நிலவறையும்
திகைக்கும் கோவின் வாய்முகப்பும்
கண்ணில் தெரிய மரப்பலகை,
கழுத்த ணிகளும் கண்படவே, 101

ஊரின் எல்லை வேம்படியில்
ஒருவர் உள்ளார் இளந்துறவி.
யாரென் றறியா திருக்கின்றோம்
எதற்கு நம்மூர் வந்துள்ளார்?
காரிரு ளுக்கும் அஞ்சாமல்
கடுமை தவத்தைச் செய்பவர்யார்?
பேரும் அறியோம் ஊரறியோம்
பின் விளைவைக் கூறிடுவீர்! 102

அப்போ தங்கே இருந்தவர்கள்
அவரைப் பற்றிக் கேட்டதுடன்.
எப்போ திவற்றை வைத்தார்கள்?
என்று கேட்கக் குறிசொல்வார்,
இப்போ துள்ள இளந்துறவி
இதற்குள் பன்னீ ராண்டிருந்து
செப்பற் கரிய தவம்செய்தார்.
சிறிதும் மாற்றம் இலையென்றார். 103

அதனைக் கேட்ட இளந்துறவி
அந்த இடம்என் குருநாதர்
பதுமா சனத்தில் ஓய்வெடுத்த
பலவாம் சக்தி நிறைவிடமாம்.
அதனை மூடிப் பாதுகாத்தல்
அவசி யமாகும் என்றுரைத்தார் .
இதற்கு மேலும் கேட்காதீர்!
என்று சொல்லி மூடுவித்தார். 104

இந்த அரிய நிகழ்வின்பின்
இஸ்லாம் இளைஞர் தமைக்காண,
சொந்த நெறியாம் வைதீகச்
சூழல் தவிர்த்து மரத்தடிக்கு
விந்தை மனிதர் ‘மகல்சா’வும்
விரும்பிக் காணும் எண்ணத்தால்
சிந்தை தன்னில் முடிவெடுத்துச்
சென்ற டைந்தார். அவ்விடத்தை. 105

தலையைப் பச்சைத் துணிமறைக்கத்
தலைக்கு மேலே ஒருகுல்லாய்
நிலையாய்ப் பச்சை அங்கியுடன்
நீள்வேம் படியில் சாய்ந்தபடி
கலையா தியானத் தமர்ந்திருந்த
காட்சி கண்ட மகல்சாவும்
கலைக்க வேண்டாம் துயில்தன்னைக்
காத்தி ருப்போம் என்றிருந்தார் 106

தான்வந் திருந்த சிலநிமிடத்
தளர்வில் கண்கள் விழித்தெழுந்தார்
காண்ப தற்கு அவர்முகமோ
களங்க மற்ற முழுமதிதான்.
ஆண்டு பலவாய் எதிர்பார்த்த
அரிய மனிதர் தனைக்கண்டால்
தோன்றும் பாச உணர்வோடு
துரித மாக நோக்கியவர், 107

அறிந்த வர்போல் முகம்மலர,
'அல்லா மாலிக்' என்றழைத்தார்.
அருகில் அமரும் படிசொன்னார்.
அவரே மீண்டும் கூறலுற்றார்.
"பிறவித் தொடர்பு நமக்குண்டு
பேதம் இன்றி எனைக்கண்டாய்!
உறவில் என்றும் நல்லவன்நீ!
உண்மை அன்பும் உனக்குண்டு". 108

அவர்சொல் கேட்டு மகிழ்வுற்றே
அங்கு வந்த மகல்சாவும்.
அவர்தம் காந்த சக்தியினால்
அந்த உணர்வில் தனைமறந்தே
அவரைப் பற்றி உயர்வான
அருளின் நிறைவை மனம்பதித்துத்
தவறா மல்தம் நண்பரிடம்
தகவல் கூறப் புறப்பட்டார். 109

அவர்தம் நண்பர் இருவர்தான்
'அப்பா ஜோக்லே' ஒருநண்பர்.
அவரோ டிருக்கும் மற்றொருவர்
அருமை நண்பர் 'காசிநாத்தும்'
கவலை மகிழ்வு எதுவரினும்
கலந்து பேசி முடிவெடுப்பர்.
தவத்தின் செல்வர் இளந்துறவி
தன்னை யழைத்துப் பேசியதை, 110

மகல்சா சொல்ல நண்பர்கள்
மகிழ்வுற் றங்கே மூவருமாய்
அகத்தைக் கவர்ந்த பாபாவை
அடிக்க டிசென்று பார்த்தார்கள்.
பகவான் பேச முற்படவே
பலரும் நெருங்கி வந்தார்கள்
பகலில் பசியை நீக்கிடவே
பரிந்தே உணவும் அளித்தார்கள். 111

உணவும் உடையும் வேண்டுமென
ஒருவ ரையும் நாடாமல்
தனது பணியாய்ப் பிணியாளர்
தமக்கும் வைத்தி யம்செய்தார்.
கனக்கும் துன்பச் சுமைநீக்க,
கருத்தும் சொல்லி மகிழ்விப்பார்.
சினமே காணா முகத்தினராய்,
சிறிது நேரம் வெளிச்செல்வார். 112

இயலா தோர்தம் இடம்நாடி
இவரே செல்வார்; மருந்தளிப்பார்;
அயலார் மற்றும் அங்கிருப்போர்
அவரை மருத்து வரென்றெண்ணி
பயமும் நீங்கிப் பக்தியுடன்
பாசத் தோடும் பழகிவர,
நியமம் தவறா தியானத்தை
நிலையாய்ச் செய்தார் வேம்படியில். 113

'ஆமன்பாய்' மகனின் 'தொழுநோயை குணப்படுத்துதல்

முன்பின் அறியா இளந்துறவி
முஸ்லீம் இனத்தைச் சேர்ந்தவராய்
என்றும் பசியால் வாடுவதை
எண்ணி அவர்தம், பசிநீக்க,
என்று அவரைப் பார்த்தாளோ!
இரக்க உணர்வால் 'ஆமன்பாய்'
அன்று முதலே அவள்தந்தாள்
ஆகா ரத்தை அன்போடு. 114

ஒருநாள் அந்தத் தாயவளும்
உயர்ந்த ஞானத் துறவிதனை
உருக்க மாய்த்தன் வீட்டிற்கு
உரிமை யுடனே அழைத்திட்டாள்.
மறுக்க வியலா மனதோடு
மறுநாள் சென்ற இளந்துறவி
பொறுக்க வியலா துன்பத்தால்
புரளும் மனிதன் தனைக்கண்டார். 115

இவர்யார் என்றே வினவும்முன்,
என்றன் மகன்"கண பத்ஷரிகான்"
கவலை கொள்ளும் தொழுநோயால்
காலம் வெல்லக் கடுஞ்சுரமும்
இவனை வருத்திப் பிழிவதுடன்
இந்நோய் தீரா தென்றதனால்
இவனைப் பற்றி உம்மிடத்தில்
இயம்ப வில்லை. மேலும்யான், 116

"உவக்கும் அன்பால் உணவளித்தேன்
உதவி கேட்டல் நன்றாமோ?
தவமாய் எண்ணிச் செய்கின்றேன்.
தவறு நேர்ந்தால் பிழையாகும்".
இவளுள் தோய்ந்த நற்பண்பு
இதயம் நிறைந்து மகிழ்வுதர
இவளின் மகனைக் குணமாக்க
இதயம் கனிந்து முன்வந்தார். 117

கணபத் ஷரியின் முன்சென்றார்
கண்டார் கூர்ந்து பின்சொன்னார்.
உன்னை நானே குணப்படுத்தி
உடல்நோய் தீர்ப்பேன் ஆனால்நீ
என்னி டத்தில் நல்லபாம்பை
எடுத்து வந்து தரவேண்டும்
அன்றே பாம்பின் விடமெடுத்தும்
அதிலே மருந்து செய்கின்றேன். 118

"தொழுநோய் உள்ளோர் தமைப்பாம்பு
துன்பப் படுத்தத் தீண்டாது.
பழுதே இல்லை புறப்படுவாய்"
பயந்த மைந்தன் தெளிவுற்றான்
தொழுநோய் முற்றி இறத்தலினும்
துன்பம் பாம்பால் வந்திடுமோ?
தொழுது நடந்தான் காட்டிற்குத்
தூக்கி வந்தான் பாம்பொன்றை 119

கொடிய பாம்பின் விடமெடுத்து
குணத்தை நல்கும் மூலிகையால்
வடித்த மருந்தைக் கொடுக்குமுன்,
வாக்கு ஒன்றைத் தரவேண்டும்.
"மடியா மல்நீ பலகாலம்
மண்ணில் வாழ விழைந்திட்டால்
மடிக்கும் இந்நோய் தீர்ந்தவுடன்
மாதர் உறவு கொண்டால்உன் 120

தீரா தொழுநோய் திசைதிரும்பி
தீமை தந்தே உயிர்குடிக்கும்.
பாரா முகமாய் இல்லாமல்
பதித்துக் கொள்வாய் உள்ளத்தில்".
தாரா ளமாக வாக்குறுதி
தந்தான் கண்பத் மனநிறைவாய்,
தீரா நோயைத் தீர்த்திடவே
தினமும் தந்தார் மருந்தினையும். 121

சிறிது சிறிதாய் நோய்நீங்கச்
சிந்தை மகிழ்ந்தாள் அன்னையவள் .
அரிதாய் உடலும் அழகோடு
அமையக் கண்டு மெய்சிலிர்த்தாள்.
உரிய நன்றி தெரிவிக்க
உடனே சென்று இருவருமே
நிறைவாய்ப் பக்திப் பெருக்கோடு
நிமலன் பாதம் பணிந்தார்கள். 122

அவ்வூர் மக்கள் இதையறிந்தே
அதிச யமாக எண்ணியதால்,
எவ்வா றிஃது நிகழ்ந்ததென
ஏற்க வியலா வியப்போடும்
இவ்வா றெல்லாம் நிகழ்த்தியது
இறைவ னன்றி யார் செய்வார்?
இவ்வூர் செய்த புண்ணியமே
இதுவென் றெங்கும் பேசலுற்றார். 123

கண்பத் தொழுநோய் குணமாகிக்
காண்போர் வியக்கும் எழில்பெற்றான்
முன்பு சொன்ன சத்தியத்தை
முழுதும் மறந்து விட்டொழித்து
நன்றென் றெண்ணி உடலுறவில்
நாளும் ஈடு பட்டதனால்
தன்னு டைய உடல்மீண்டும்
தாளா தொழுநோய் தனையேற்று, 124

மீண்டும் அந்த வலியாலே
மீளாத் துன்பம் கொண்டவனாய்
ஏன்நான் மறந்தேன் சத்தியத்தை?
என்று தனக்குள் மனம்புழுங்கி
காண்ப தற்கும் உடல்கூசி
கதறி யழுது புலம்பியவன்,
ஆண்ட வன்நீர் மனமிரங்கி
அடியேன் என்னை மன்னிப்பீர்! 125

என்று துறவி தாள்பணிந்து
இன்னல் தீர்க்க முறையிட்டான்.
நன்றி மறந்த கண்பத்தை
நவில விடாமல் இடைமறித்தே
உன்னை முன்பே எச்சரித்தேன்
உறுதி மொழியை மறந்தனைநீ!
என்னால் ஏதும் இயலாது
இங்கி ருந்து போ!என்றார் 126

தன்னைத் துறவி வெறுத்தமையைத்
தாளா கண்பத் மனம்நொந்து
துன்பப் பட்டு உடல்அழுகித்
தூய்மை குன்றி சிலநாளில்
கண்பத் உயிரை இழந்ததனைக்
கண்ட தாயும் துயருற்றாள்.
என்றா லும்தன் மகன்செய்த
இழுக்கை எண்ணி மனம்சோர்ந்தாள். 127

ஊழின் வலிமை முந்துற்றே
உயிரைக் கொண்டு சென்றதனால்
வாழ வியலா மகன்வாழ்க்கை
வழியும் மாறி முடிவுறவே
ஆழிப் பேர லைப்பட்டே
ஆற்றல் இழந்த நிலைபெற்று
வேழம் உண்ட விளங்கனிபோல்
வெறுமை யுற்றாள் தாயவளும். 128

வெளியில் எங்கும் செல்லாமல்,
வேம்பின் அடியில் வீற்றிருந்து
களிப்பை நல்கும் கடவுளையும்
காணா வாறு மகன்செயலால்
வலிக்கும் குற்ற உணர்வோடு
வாழ்க்கை தன்னை இருள்மழையில்
நலியு மாறு நனைவித்து
நாளும் வாழ்ந்தாள் தனைமறந்து. 129

ஒருநாள் அந்த இளம்யோகி
ஒருவ ருக்கும் தெரியாமல்
மறைந்து விட்டார் அங்கிருந்து.
மரத்தின் அடியில் அவரில்லை.
இறைவ னொத்த வைத்தியரும்
எங்கே சென்றார்? என்றறிய
சிறியோர் பெரியோர் எல்லாரும்
சென்றே எங்கும் தேடலுற்றார். 130

எதிர்பா ராமல் இளந்துறவி
எங்கோ சென்று விட்டதனால்
அதிர்ச்சி கொண்ட ஊர்மக்கள்
அங்கும் இங்கு மாய்த்தேட
மதிப்பிற் குரிய மகல்சாவும்
மற்ற நண்பர் இருவருமாய்
நிதியை யிழந்த வறியோர்போல்
நிலையில்லாமல் தவித்தார்கள். 131

அன்ன மிட்ட ஆமன்பாய்,
அன்பு பூண்ட மகல்சாயி
நண்பர் ஜோக்லே காசிநாத்தும்
நாளும் துன்பம் அடைந்தார்கள்.
இன்று வருவார். நாளைபார்ப்போம்
என்றே எண்ணி எதிர்பார்த்தும்
என்றும் வாரா திருந்திடவே
எல்லாம் தொலைத்த நிலைபெற்றார். 132

இங்கே இவ்வா றிருக்குங்கால்
இனிய சிற்றூர் 'தூப்'தன்னில்
தங்கி சாலை ஓரத்தில்
தனியாய்க் கல்லில் மரத்தடியில்
மங்கும் மாலைப் போதினிலே
மலர்ந்த முகத்தோ டமர்ந்திருந்தார்
அங்கே வந்த 'சாந்த்பட்டேல்'
அருகில்; எதையோ தேடலுற்றார். 133

வளமை குன்றா பெருஞ்செல்வர்
வாழும் இடம்தான் 'தூப்'கிராமம்.
அளவுக் கதிக மதிப்புண்டு
அவர்தம் பயணம் குதிரையில்தான்.
சிலநாள் முன்ஔள ரங்காபாத்
செல்லும் போது பசியாறும்
நலனைக் கருதிப் பரிதன்னை
நடுவில் அவிழ்த்து விட்டதுதான். 134

சற்று நேரம் ஓய்வெடுத்துச்
சுற்று முற்றும் பார்க்குங்கால்
அற்றை நாளும் கிடைக்கவில்லை
அடுத்த டுத்த பலநாட்கள்
சற்றும் ஓய்வே இல்லாமல்
சலிப்பே யின்றி தேடியபின்,
இற்றைப் போதில் இவ்விடத்தில்
ஏக்கத் தோடு வரும்போது, 135

காளை யொருவன் தூரத்தில்
கல்லின் மீதில் அமர்ந்திருந்து
சாலை யோரம் மரநிழலில்
சைகை காட்ட சாந்தப்பட்டேல்
நூலைக் கட்டி யீர்த்ததைப்போல்
நுவலு தற்கே இடமின்றி
வேலை யொத்த விழிக்கூர்மை
விரைவில் ஈர்க்க அவண்சென்றார். 136

புதிதாய் இவ்வூர் வந்தவரோ?
புனைவைப் பார்த்தால் முஸ்லீம்தான்
இதுநாள் வரையில் இங்கில்லை,
எப்போ திங்கே வந்துற்றார்?
அதிரா அமைதி இளநகையில்;
அணிந்த உடையோ பக்கீர்போல்.
இதயம் கவர்ந்த இளையோனாய்
என்னுள் புகுந்தே ஒளிர்கின்றார். 137

என்றே எண்ணிக் கரங்கூப்ப
எதனைத் தேடி அலைகின்றீர்!
நன்கு பார்த்தால் தான்தெரியும்
நலமாய் மேய்தல் காண்பீர்நீர்!
என்று சொன்ன பக்கீரை
எதுவும் தோன்றா அதிர்வுடனே
என்னுள் இருக்கும் எதிர்பார்ப்பை
எவ்வா றறிந்தார் எனவியந்தார். 138

வாட்டத் துடனே சேணத்தை
வலுவில் சுமந்தே அலைகின்றீர்!
ஓட்டைப் பல்லின் உட்புகந்த
உணவைத் தேடும் நாவைப்போல்
ஆட்டைத் தோளில் சுமந்தபடி
அதனைத் தேடும் இடையன்போல்
தோட்டம் கழனி பலஇடங்கள்
துருவித் தேடிச் சோர்வுற்றீர்! 139

இருக்கும் இடத்தை விட்டொழித்தே
இல்லா இடத்தில் தேடுகின்றீர்!
அருகில் ஓடைப் பக்கத்தில்
அமைதி யாக மேய்கின்ற
பெருமைக் குரிய அசுவத்தைப்
பேணிக் காக்கச் செல்லுங்கள்!
விரிந்த கண்கள் புன்னகைக்க
விந்தை மனிதர் கூறியசொல்;, 140

வியப்பில் ஆழ்த்த இயந்திரம்போல்
வேக மாக அவ்வோடை
அயலில் சென்று பார்க்குங்கால்
அந்த இடத்தில் தன்பரியும்
வயலில் மேயக் கண்டபின்னர்
வலிய பற்றிக் கொணர்ந்திடவே,
பயத்தில் இருந்த சேணத்தைப்
பூட்டி அழைத்து வந்துற்றார். 141

பக்தி கலந்த பயத்தோடு
பணிவாய் நன்றி கூறியபின்
அக்கம் பக்கம் பலரிடத்தும்
அதிச யித்த நிகழ்வினையும்,
பக்கீர் தோற்றம் இவையனைத்தும்
பல்கிப் பெருகக் கூறியதால்
பக்கம் உள்ளோர் அனைவருமே
பார்த்துப் பணிந்து சென்றார்கள். 142

இந்தச் செய்தி யறிந்ததனால்
இளைஞன் பக்கீர் தனைக்காண
வந்த மக்கள் வணங்கியபின்
வாழ்த்தைப் பெற்றுச் சென்றிடினும்.
இந்தச் சிறிய வயதினிலே
இருக்கும் பால முஸ்லீமின்
சொந்த ஊர்பேர் அறிகின்ற
துணிவு யார்க்கும் அங்கில்லை. 143

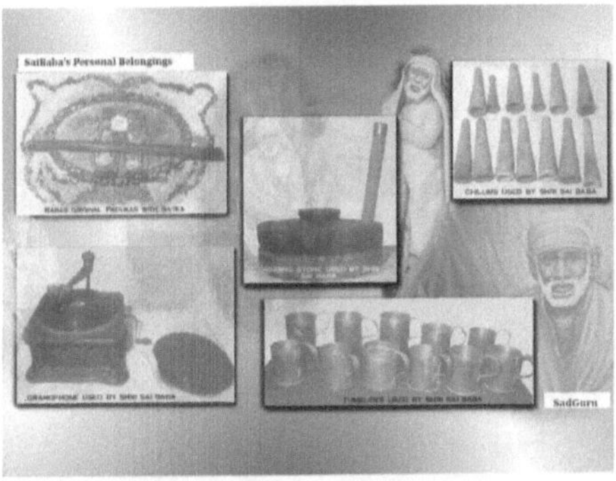

ஷிரடி ஸ்ரீ சாய்பாபா பயன் படுத்திய உக்கானும் ஊதுகுழல்களும்

பக்திப் பெருக்கால் சாந்த்பட்டேல்
பக்கீர் தன்னைப் பார்ப்பதற்கு
மிக்க பாசத் தோடங்கே
மீண்டும் வந்தார் அவரிடத்தில்
உக்கா பிடிக்கப் புகையிலையும்
ஊதும் குழாயும் உடனிருக்க,
தக்க நெருப்பு, நீரின்றித்
தாமே புகைப்ப தெவ்வகையில்? 144

என்ற எண்ணம் தெளிவிக்க
எதிரில் கிடந்த குச்சியினால்
கண்முன் பூமி தனில்குத்த,
கனன்ற தீயின் சுடர்தோன்ற,
உண்மைத் துறவி பக்கீரும்
உக்கா பிடிக்க நெருப்பெடுத்து
மண்ணில் மீண்டும் கீறிடவே
மாற்ற மின்றி நீர்சுரக்க, 145

நனைத்து வடித்துப் புகைத்திடவே
நவின்ற பெம்மான் தனைக்கண்டே
இணையே யில்லா இறையிவரே!
இயங்கும் தீ, நீர் காற்றனைத்தும்
எனையே சாரும் என்பதைப்போல்
எண்ணச் செய்த பெருந்தகையின்
இணையில் லாத தாள்பற்றி,
இன்பப் பெருக்கால், ஐயன்மீர்! 146

அழியத் தக்க பொருட்செல்வம்
அனைத்தும் உடையேன் யான்எனினும்
அழிவில் லாத அருட்செல்வம்
அடைந்த உம்முன் யான்ஏழை
விழிநீர் கசிய வேண்டியவர்,
விரைவில் வருவீர் என்இல்லம்
கழிபே ருவகை எய்திடவே
காலம் முழுதும் தங்கிடுவீர்.! 147

மறுக்கா வாறு மன்றாடி
மனைக்கே அழைத்துச் சென்றதுடன்
கருத்தாய் வைத்துக் கவனித்தார்
காலம் கரையத் தொடங்கிற்று
மருகன் மணத்தை நடத்திடவே
மாம னான சாந்த்பட்டேல்
திரும களொத்த மணமகளைத்
தேர்வு செய்தார் சீரடியில். 148

மரும கன்றன் திருமணத்தை
மகிழ்வாய் நடத்தி ஆசிதர
விருப்பத் தோடும் அழைத்திடவே,
விந்தை பக்கீர் உடன்பட்டார்.
உறவு சுற்றம் ஊர்மக்கள்
ஒன்றாய் மாட்டு வண்டிகளில்
புறப்ப டுங்கால் தம்முடனே
புனித பக்கீர் உடன்சென்றார். 149

பயணம் செய்து சீரடியின்
பக்கம் வந்தே அடைந்தவுடன்
பயணக் களைப்பு நீங்கிடவே
பைய வண்டி மாடுகளை
அயலில் சாலை யோரத்தில்
அவிழ்த்து விட்டு அனைவருமே
மயக்கும் மாலைப் போதினிலே,
மனநி றைவாய்க் கண்டோமா 150

கோயில் காணச் சென்றார்கள்.
கூட்டத் திடையே பக்கீரின்
சாயல் கண்ட மகல்சாவும்
சற்றே அதிர்வாய் ஓடிப்போய்
'சாயி வாவா' என்றழைத்தார்;.
சக்தி மிக்க பாபாவும்
'சாயி' என்ற பெயர்கேட்டுச்
சலன மின்றி மகிழ்வுற்றார். 151

'சாயி பாபா' வாருங்கள்
சரிதம் காணும் பெயர்கூறித்
தாயி டத்தில் சரணடையும்
தனயன் போன்று கரம்பற்றி
நேயத் தோடும் அழைத்ததுடன்
நீவிர் உறுதி தரவேண்டும் .
'மாய மாக எமைவிட்டு
மறைந்து போதல் கூடாது' 152

என்று மகல்சா வேண்டிடவும்
ஏனோ? இந்த மதிமயக்கம்
இன்று முதல்யான் யுகயுகமாய்
இங்கே இருப்பேன் இதுஉறுதி.
என்று கூற எல்லோரும்
எல்லை யில்லா மகிழ்வடைந்தார்.
அன்று முதலாய் அறுபதாண்டும்
அங்கே சாயி வாழ்ந்திருந்தார். 153

மருகன் மணத்தை முடித்தவுடன்
மறுநாள் தம்மூர் செல்வதற்கு
வருக! என்றே பாபாவை
வந்தே அழைத்தார் சாந்த்பட்டேல்
இருக்க வேண்டும் சீரடியில்
என்று விழைந்த மகல்சாவின்
விருப்பம் ஏற்றுக் கொண்டதனால்
விடைதந் தவரை யனுப்பியபின், 154

முன்பு இருந்த வேம்படியில்
முற்றும் உணர்ந்த பாபாவும்
அன்று முதலே அவ்விடத்தில்
அமர்ந்து விட்டார் கண்மூடி
அன்றே அவர்தம் கால்பதிய,
அவ்வூர் அயோத்தி என்பாரும்,
நண்ணும் மெக்கா இதுவென்றே
நவின்று பெருமை கொள்வாரும். 155

மதத்தில் பேதம் இல்லாமல்
மகிழ்வாய் ஒருமைப் பாட்டுணர்வால்
அதர்மம் இன்றி அனைவருமே
அன்பாய்ச் சாயி பகவானை
மதத்தின் பேரால் அணுகாமல்
மனித நேயத் தோடணுகி
உதவி செய்தே வந்தார்கள்
ஊரில் உள்ளோர் அனைவருமே. 156

ஒருநாள் பலத்த மழைபெய்ய
ஊரே வெள்ளக் காடாகி,
ஒருவர் கூட வெளிவராமல்
ஒடுங்கி வீட்டிற் குள்ளிருக்க,
தருவின் கீழே பாபாவும்
தனியே மழையில் படுத்திருந்தார்
சருகு, மழைநீர், மண்குப்பை,
சலன மற்ற அவருடல்மேல் 157

மூடி யிருப்ப தறியாமல்
மூழ்கி யிருந்தார் தியானத்தில்
வாடி நின்ற மகல்சாவும்
வருத்தம் கொண்டார். முன்னிரவே
தேடி அழைத்துச் சென்றிருந்தால்
தேவை யற்ற இத்துன்பம்
நாடி வாரா தகன்றிருக்கும்,
நான்தான் தவறு செய்துள்ளேன். 158

என்று புலம்பி எழுப்பிடவே
எப்போ தும்போல் அசையாது
தன்னை மறந்த தவநிலையில்
தண்ணீ ரிடையே கிடப்பதனைக்
கண்ணால் கண்டும் செயலற்று
காத்துக் கிடந்தார் தவம்கலைய.
கண்கள் திறந்த பாபாவைக்
காக்க வேண்டி நண்பருடன். 159

அவருக் கேற்ற உதவிகளை
அன்போ டவர்க்குச் செய்திட்டார்.
தவத்தால் சோர்ந்த களைநீங்கத்
தக்க உணவை 'ஆமன்பாய்'
அவருக் களித்தாள் ஆதரவாய்.
அங்கே இருந்த அனைவருமே
இவரை இங்கே விட்டுவைத்தல்
இனியும் ஆகா தெனவெண்ணி, 160

இவ்வா றான துன்பங்கள்
இவர்தம் வாழ்வில் நடைபெறவே
ஒவ்வா இடத்தில் தனித்திருந்தே
உணவு இன்றித் துன்புறுதல்
ஒவ்வும் செயலன் றெனவெண்ணி
ஒருங்கி ணைந்து சிந்தித்தே
எவ்வா றேனும் இவர்தங்க
இடமொன் றுடனே தரவேண்டி, 161

8. பாபாவை மசூதியில் தங்கவைத்தல்:-

அருகில் சிறிது தூரத்தில்
அமைந்த மசூதி ஒன்றினிலே
விரும்பா அவர்தம் இசைவுடனே
விரைவில் அழைத்துத் தங்கவைக்க,
சிறிது நேரம் வேம்படியில்,
சிறிது நேரம் மசூதியினுள்
இருக்கை தன்னை ஈரிடத்தும்
இயக்கி வாழ்ந்தார் பாபாவும். 162

துவர்கமாயி ஆலயத்தில் பக்தர்களுடன் பாபர்

9. மசூதிக்குத் 'துவாரகாமாயி' எனும் பெயர்சூட்டல்:-

மண்ணா லான பழுதடைந்த
மசூதி தன்னை அளித்தாலும்
அன்பால் ஈந்த ஆலயமே
அரண்ம னைதான் அவருக்கும்
என்றும் அவர்தம் இருப்பிடமாய்
ஏற்ற பாபா பெருமையுற
எண்ணி 'துவார காமாயி'
என்றே அதற்குப் பெயரிட்டார். 163

இதுவே அவரைத் தரிசிக்க
ஏற்ற இடமாய்ச் சீரடியில்
வதிந்தார் வாழ்நாள் முழுவதுமே
வருவோர் தம்மை வாழ்வித்தார்.
அதுநாள் தொடங்கி மகல்சாவும்
அவரை விட்டே அகலாமல்
மதுவுண் வண்டாய்ப் பக்தியுடன்
மாற்ற மின்றிப் பணிசெய்தார். 164

வேறு

காட்சியில் எளிமைத் தோற்றம்
கண்களில் கருணைத் தேக்கம்
மாட்சியில் மனித நேயம்
மதித்தது சத்தி யத்தை
வாட்டிடும் பசிநோய் வந்தால்
வாசலில் பிச்சை ஏற்பார்.
கேட்கவும் விழையார். தந்தால்
கேண்மையாய்ப் பலரோ டுண்பார். 165

ஆட்சியில் அவர்தான் மன்னர்
ஆளுகை செய்வார் நம்மை
ஆட்சியில் வீழ்ச்சி யில்லை.
அடிமைகள் அவருக் கில்லை.
மீட்புதான் அவரின் நோக்கம்
மேதினி சிறக்கும் ஆக்கம்
ஆட்சிசெய் பீடம் வேம்பு
அதனடி அமரும் யோகி. 166

வேறு

உணவோ உடையோ ஒன்றிற்கும்
உரிய நாட்டம் கொண்டில்லை.
பணமோ பொருளோ எதுவரினும்
பகிர்ந்த ளிப்பார் பலருக்கும்
இனமோ மதமோ எதிலும்தான்
ஏற்றத் தாழ்வு அறியாதார் .
மனதை மாற்றி நல்வழியில்
மனித நேயம் தந்திடுவார் . 167

10. விபூதிக்காக அணையா நெருப்புக் குண்டம்

அணையா நெருப்புக் குண்டத்தை
அந்தத் துவார கமாயிதன்னில்
வினைகள் தீர்க்கும் உதிக்காக
விரைந்தே யோக சக்தியினால்
அணையா சோதி யாய்எரிய
அங்கோர் மூலை தனில்மூட்டிப்
பிணியை யகற்றும் மருந்தாகப்
பெற்ற மக்கள் பயனடைய, 168

உதிரும் சாம்பல் தனைத்தந்தார்
உதியைப் பெற்ற மக்கள்தாம்
நிதியைப் பெற்றாற் போல்மகிழ்ந்தே
நித்தம் வந்து சென்றார்கள்.
அதுதான் அங்கே உயிர்காத்து
அல்லல் நீக்கும் மருந்தாகும்.
உதியின் பெருமை யாரறிவார்?
உண்மை பக்தர் தாமறிவார். 169

உதியை எடுத்து வந்தாலே,
உடன்வந் திருப்பார் பாபாவும்
இதனைப் பெறுதல் அனைவர்க்கும்
எளிதும் அல்ல. பக்தியுடன்
இதயம் தன்னில் பாபாவை
எண்ணும் அன்பர்க் கேகிடைக்கும்.
வதியும் அந்த இடம்தேடி
வந்த மக்கள் எராளம். 170

11. பாபா தினசரி 5 வீடுகளில் உணவு பெறுதல்

பாரை ஆளும் பாபாவும்
பார்த்தி ராத கோலத்தில்
நீராய்ப் பிறரை வாழ்விக்க
நிற்பார் இல்முன் கிராமத்தில்
தீராப் பழிக்கே அஞ்சுபவர்
தினமும் அளிப்பர் உணவதனை
ஊரார் சிலபேர் 'உணவில்லை'
உண்மை மறைத்து கூறுங்கால், 171

வீட்டில் உள்ள அனைத்தையுமே
விரிவாய்க் கூற அதிசயித்தே
போட்டி போட்டுத் தந்திடுவர்
புன்ன கைத்துப் புறப்படுவார்.
சாட்டை யடிபோல் உணர்ந்தவர்கள்
சாது தெய்வப் பிறவியென்பர்
வாட்டும் பசிநோய் உள்ளோர்க்கு
வழங்கி மகிழ்வார் அனைத்தையுமே. 172

வேறு

அதிகாலை எழுந்திடுவார் அன்றாட
        கடன்முடிப்பார் அருகில் உள்ள
புதர்க்காட்டின் உட்சென்று யோகத்தில்
        சாதனைகள் புரிந்தி ருப்பார்.
அதன்பின்னர் துவாரகாமா யிவந்தமர்வார்
        சேவையேற்பார் அவர்த னித்தே
மதியத்தின் உணவேற்க மனையைந்தின்
        முன்நிற்பார் மடியில் வாங்க 173

வேறு

பிச்சை யெடுத்து வாழ்ந்தாலும்
        பிறவிப் பயனாய் எண்ணியதால்
இச்சை யுடனே வழங்கிடுவார்
        இல்லா தோரின் பசிநீக்க
உச்ச நிலையில் பக்தர்கள்
        உதவி செய்ய முன்வந்தால்
பிச்சை எடுப்ப தைவிடுத்துப்
        பிறர்க ளித்தே மகிழ்வுற்றார். 174

தினமும் அவரைக் காண்பதற்குத்
        திரளாய் மக்கள் கூடிவர
மனதில் உள்ள குறைநீங்க,
        மகிழ்வாய் அவர்க்கே உதியளித்தும்
கனலாய் எரிக்கும் பசிகளைந்தும்
        கண்கள் மூடி தியானித்தும்
தனது வாழ்க்கை முறைவகுத்தும்
        தன்னை நாடும் பக்தர்களின் 175

குறைகள் தம்மை முன்பறிந்து
        குறிப்பால் உணர்த்திக் காப்பதுமாய்
இறைமைத் தன்மை பெற்றிருந்தார்
        இருந்த இடத்தில் அனைத்தையுமே
நிறைவாய் அறியும் செயல்பாட்டால்
        நிம்ம திதந்தார் அனைவருக்கும்
குறையை நீக்கப் பக்தர்கள்
        கூப்பிட் டாலே வந்திடுவார். 176

உலகின் எந்த மூலையிலே
உண்மை பக்தன் இருந்தாலும்
பலமாய் பக்தி பூண்டிருந்தால்
பயமே இன்றி வாழ்ந்திடலாம்.
அலகில் பெருமை இருந்தாலும்
அன்பில் மலர்ந்த கருணையுடன்
புலரும் போதில் பூத்துவரும்
போற்றும் பரிதி யொத்திருப்பார். 177

12. பக்தர் 'அப்பாபில்' தொண்டு:-

நெருப்புக் குண்டம் (துனி) எரிவதற்கு
நிரந்த ரமாக விறகளித்த
அருமை பக்தர் 'அப்பாபில்',
அவரும் விறகு விற்பன்னர்
இருகு வியல்கள் விற்பனைக்கும்
இவர்தம் துனிக்கு ஒருகுவியல்
தருவ தவர்தம் கடமையெனத்
தந்தே உதவி செய்துவந்தார். 178

13. பக்தர் 'கன்ஷிரா' மைக் காப்பாற்றுதல் (வேறு)

தன்குடும்பப் பற்றறுத்துப் பகலிரவாய்
மகல்சாவும் தங்கி யங்கே
என்றென்றும் பாபாவின் நிழலாகச்
சேவையினை ஏற்றி ருந்தார்.
'கன்ஷிராமு'ம் பாபாவின் தேவைக்குப்
பொருள்தந்து காத்து வந்தார்.
அன்றொருநாள் கன்ஷிராமும் வியாபார
நோக்கத்தில் அடுத்தி ருக்கும், 179

ஊருக்குச் செல்லுங்கால் வழிப்பறிசெய்
கொள்ளையர்கள் ஒன்றாய்த் தாக்க
நேருக்கு நேரெதிர்த்த, கன்ஷிராமும்
நினைவிழக்க நேரும் போது
ஊறுதனை நீக்கிடுவீர் பாபாநீர்!;
என்றழைக்க, பாபாவும் சீரடியில்
மாறுபடு குரலெழுப்பிக்; கரம்நீட்ட,
மருட்சியிலே நாடகத்தில் மனம்பதித்த 180

மக்களெல்லாம் ஓடிவந்தே ஒருநிகழ்வும்
புரியாமல் மாற்றம் கண்டோர்
எக்காலும் பாபாவும் இவ்வாறு
குரலெழுப்பி எழுந்த தில்லை.
முக்காலும் உணர்ந்தவரின் நிலையென்ன?
குழப்பத்தில் மூழ்கி யந்த
அக்கறையால் அவரவரும் பேசிக்கொண்டார்
அவர்க்கென்ன? ஆயிற் றென்றே! 181

எங்கோ நடந்த நிகழ்வதனை
எதிரில் கண்டாற் போலுணர்ந்தே
இங்கே இருந்த பாபாவும்
ஈடில் லாதன் பக்தருக்கும்
அங்கம் வலிமை பெற்றிடவும்
அந்தக் கள்வர் தோற்றிடவும்
சிங்கக் குரலால் கர்ச்சித்துச்
சீற்றம் காட்டி அருள்செய்தார். 182

மறுநாள் வந்த கன்ஷிராமு
மக்க ளிடத்தில் இதைக்கூற
பெரிதும் வியந்து பாபாவின்
பெருமைக் குரிய செயல்தன்னைப்
புரிந்து கொண்ட தோடன்றிப்
புகழ்ந்து போற்றி அதிசயித்தே
அறியா மல்தாம் செய்பிழைக்கே
அவர்தம் பாதம் சரணடைந்தார். 183

14. 'தர்கா'வைத் தீயினின்று காத்தல்:-

தர்கா ஒன்றில் 'தாஜுதீன்'
தங்கி வாழ்ந்த ஒருதுறவி,
தர்கா ஒருநாள் தீப்பிடிக்க
தாஜு 'பாபா' என்றழைத்தார்.
ஷிர்டி தன்னில் துனியின்முன்
தீயை அணைத்தல் போல்சைகை
அர்த்தம் புரியா வாரமர்ந்தே
ஆற்றும் பாபா செயல்கண்டோர். 184

என்ன செய்தீர்? எனக்கேட்க,
எழுந்த 'தர்கா' தீயணைத்தேன் .
என்று பாபா கூறியதும்
எதுவும் புரியா மல்விழிக்க,
அன்று மாலை அச்செய்தி
அனுப்பி வைத்தார் 'தாஜூதீன்'
என்னே இதுவும் அதிசயம்தான்
என்று கூறி வியப்புற்றார். 185

15. கொல்லன் மகளைத் தீயினின்று காத்தல்

கொல்லன் ஒருவன் பாபாவைக்
குலத்தின் தெய்வ மாய்த்துதித்தான்
அல்லல் நீக்கிக் காப்பதுபோல்,
ஆழ்ந்து கைகள் தனைத்துனிக்குள்
மெல்ல நுழைத்துக் கரங்களினால்
மெதுவாய் எதையோ தூக்கிவைத்தார்.
இல்லா தொன்றை இருப்பதுபோல்
என்ன செய்தார் இவரென்றே, 186

எண்ணிக் கேட்ட அனைவருக்கும்
எடுத்துக் காப்பாற் றாவிட்டால்
என்றன் பக்தன் கொல்லனுக்கே
இருந்த மகளும் இறந்திருப்பாள்.
என்று சொன்னார். உண்மையிது
எரியும் உலையில் வீழ்ந்தமகள்
என்றன் தெய்வம் பாபாவால்
எடுத்துக் காக்கக் கண்டேன்யான். 187

என்று சொன்ன கொல்லனையும்
எரியில் வெந்து புண்ணாகி
நின்ற பாபா கைகளையும்
நினைந்து உருகி பக்தியினால்
கண்கள் கசிந்து மெய்சிலிர்த்துக்
கரங்கள் கூப்பித் தொழுதார்கள்.
அன்றே இறைவன் தரிசனமாய்
அவரைக் கண்டு மகிழ்ந்தார்கள். 188

16. சாமா என்னும் மாதவராவும், தாஸ்கணுவும்

சாமா

அடுத்து அவ்வூர் 'மாதவராவ்'
அதிக பக்தி கொண்டவராய்
விடுப டாத பாசத்தின்
விளைவால் பாபா பக்தராகி
அடுத்த டுத்த சேவைகளால்
அவர்தம் உள்ளத் துட்புகுந்தார்.
உடும்பைப் போன்று பாபாவை
ஒட்டி வாழ்ந்த காரணத்தால், 189

மாத வராவைப் பாபாவும்
மகிழ்வாய் 'சாமா' என்றழைப்பார்.
யாது செய்வ தானாலும்
யாண்டும் எங்கும் அனுப்பிடுவார்
காத தூரம் சென்றாலும்
கண்ணன் வாழ்வில் அர்ச்சுனன்போல்,
கோதில் ஷாமா குணக்குன்றாய்க்
குறைபா டின்றி உடனிருந்தார் 190

'நானா சாகேப் சந்தோர்க்கர்'
நகரின் அரசு அதிகாரி
வானாய் உயர்ந்த பக்தியுடன்
வாழ்ந்தார் பாபா நினைவுடனே.
ஊனாய் உயிராய் பாபாவை
உணர்ந்த மகராஜ் 'தாஸ்கணு'வும்
வீணாய்க் காவல் துறைபணியை
விட்டே அகன்று தங்கிவிட்டார். 191

இருவ ருமாக ஒருங்கிணைந்தே
இனிமை நிறைந்த பாபாவின்
பெருமை தன்னைக் கீர்த்தனையாய்ப்
பிறர்க்கு ணர்த்தப் பாடுவதை
அரிய சேவை எனவெண்ணி
அனைவ ருக்கும் பரப்பிவரும்
உரிய சிறப்பால் தாஸ்கணுவை
உயர்ந்த மேதை என்றார்கள். 192

17. பாபா தண்ணீரால் விளக்கெரியச் செய்தல்

மாலை நேரம் கோயில்கள்
மசூதி யெங்கும் விளக்கேற்றக்
கூல வணிகக் கடைகளிலே
கொடையாய்ப் பெற்ற எண்ணெயினைச்
சீலம் மிகுந்த பாபாவும்
சேமித் ததனைப் பயன்கொண்டார்
ஏள னமாக ஒருசமயம்
எவரும் கொடுக்க விரும்பாமல் 193

இங்கு எண்ணெய் இல்லையென
இரக்கத் தோடு பொய்யுரைத்து
மங்கும் இருளில் விளக்கேற்ற
மாற்றம் யாது செய்திடுவார்?
அங்குச் சென்றே அறிந்திடவும்
ஆளை அனுப்பி வைத்தார்கள்.
எங்கும் எதையும் முன்னறியும்
இறைவன் சென்றார் கிணற்றடிக்கு. 194

எண்ணெய்க் குவளைக் குள்நீரை
எடுத்தே ஊற்றிக் கழுவியபின்
தண்ணீர் நிறைத்தே பாபாவும்
தவறா தனைத்து அகல்களிலும்
எண்ணெய் போன்று நிறைவித்து
ஏற்றி வைக்க முற்படுங்கால்
உண்மை அறிய வந்தவர்கள்
உதட்டில் முறுவல் பூத்திடவே 195

பைத்தி யம்தான் இதைச்செய்யும்
        பார்ப்போம் என்றே கூறுகையில்
வைத்த விளக்கு அத்தனையும்
        வரிசை யாக எரிந்திடவே
பைத்தி யமென்று சொன்னவர்கள்
        பைத்தி யமானாற் போல்நடுங்கி
வைத்தி யத்தை நாடுதல்போல்
        வந்த வழியே சென்றார்கள். 196

கேள்விப் பட்ட அனைவருடன்
        கெடுதி செய்ய நினைத்தவரும்
ஆள்தான் பக்கீர் போலுள்ளார்
        அனைத்தும் தெய்வச் செயலென்றார்
வேல்போல் பாய்ந்து வந்தங்கே
        விளையாட் டென்றே எண்ணியவர்
தாள்கள் பணிந்தே தாம்செய்த
        தவறை உணர்ந்தே அருள்வேண்ட, 197

பரிவாய் பாபா அவர்களிடம்
        பாவம் உம்மேல் சினமில்லை,
உரிமை யோடு கூறுகின்றேன்
        உண்மை மட்டும் கூறுங்கள்,
எரிக்க உதவும் எண்ணெயினை
        இருந்தும் இல்லை எனப்பகர்ந்தீர்!
புரியா உள்ளம் தனில்புகந்த
        பொய்மை எண்ணம் போக்கிடுவீர்! 198

18. பாபா கோதுமையைத் திருகைக்கல்லில் மாவாக்குதல்;

ஒருநாட் காலை இளங்கதிரோன்
உலவத் தொடங்கும் வெள்ளொளியில்
திருகை ஒன்றைச் சாக்கின்மேல் (கோணி)
திடமாய் அசையா மல்வைத்தார்.
திருகைக் குழியில் கோதுமையைச்
சிறிது சிறிதாய்ப் போட்டரைத்தார்.
அருமை யாக மாவரைத்த
அந்தச் செய்தி பரவியதும் 199

இவரோ பிச்சை எடுக்கின்றார்
இல்லை இவர்தம் உடமைகளும்
இவர்கோ துமையை அரைப்பதுஏன்
ஏனோ இந்த வீண்வேலை?
சிவனே என்றும் இல்லாமல்
சித்தம் கலங்கிப் போயிற்றா?
இவர்தம் செயலால் ஒருகூட்டம்
இயல்பாய் வந்து கூடியது. 200

நிறைந்த மக்கள் கூட்டத்தில்
நின்றி ருந்த பெண்களிலே
முறையாய் நான்கு பேர்மட்டும்
முன்னே வந்து பாபாவின்
நிறைவைப் புகழ்ந்து பாட்டிசைத்தே
நீண்ட நேரம் மாவரைத்து,
அரைவைக் கல்லைப் புறத்தொதுக்கி
அந்த மாவை நான்காக்கிப் 201

பிரித்து எடுத்துச் சென்றிடவே
        பெரிதும் ஆர்வம் கொண்டதனை
அறிந்த பாபா திடுக்கிட்டு
        அதிக கோபம் கொண்டவராய்
உரிமை எதனால்? எவ்வகையில்?
        உங்கள் சொத்தா? இதுவென்றார்.
தரித்தி ரத்தால் இதையெடுத்தோம்
        தாமே கொடுப்பீர் எனநினைத்தோம். 202

19. காலரா நோயைத் தடுக்க பாபா செய்த பரிகாரம்

உமக்குத் தேவைப் படாதென்ற
        உரிமை கொண்டோம் மன்னிப்பீர்!
அமர்ந்த பெண்கள் நால்வருமே
        அந்த இடத்தை விட்டெழுந்தார்
உமக்குக் கொடுக்கும் தண்டனையாய்
        ஒன்றைச் செய்வீர்! எனக்கூறி
உமக்கும் உதவா இம்மாவை
        ஊர்எல் லையில் கொட்டுங்கள்! 203

என்று பாபா கூறிடவும்
        எடுத்துச் சென்று கொட்டியதை
என்றும் இல்லா செயலாக
        ஏன்தான் வீணாய்ச் செய்வித்தார்?
என்றே புரியா மனத்தினராய்
        எதையும் கேளா பயத்தினராய்
நன்மை தன்னைச் செய்கின்றார்!
        நமக்கேன் வம்பு என்றிருக்க, 204

அப்போ தவ்வூர் முழுமையுமே
        ஆற்ற லோடு காலராநோய்
கப்பி மக்கள் உயிர்குடிக்க
        கால ராவைக் கோதுமையாய்
இப்ப டித்தான் மாவாக்கி
        இறைத்து விட்டார் எல்லையிலே.
தப்பு விக்க, மக்களுக்குத்
        தாமே செய்த பரிகாரம். 205

பின்னர் மக்கள் அறிந்தார்கள்
பீடுற் றின்பம் கொண்டார்கள்.
பண்ணும் பக்தி மேற்கல்லாய்,
பகரும் கர்மா கீழ்க்கல்லாய்
எண்ணிச் சுழற்றும் திருகையிலே
இயக்கும் பிடியே ஞானமென
உண்மை அறிவை உணர்ந்திடவே
உதவி செய்தார் பாபாவும். 206

20. பாபா மழையை நிற்கச் செய்தல்:-

மற்றும் ஒருநாள் முன்னிரவு
மழையோ டிணைந்த இடிமின்னல்
நிற்கா தியங்கும் சுழற்காற்று
நீண்ட நேரம் தொடர்ந்திடவே
சற்றும் வெளியே வரவியலா
சங்க டத்தில் தவிக்கின்ற
பெற்ற மக்கள் போல்வாரைப்
பெரிதும் காக்க முற்பட்டு, 207

பகவான் துவார காமாயி
பக்கம் வந்து கதவருகில்
அகலா கோபத் துடன்கையில்
அவர்தம் சட்கா (ஓரடிநீள கருந்தடி) தனையெடுத்துத்
திகழும் தூணில் அடித்ததுடன்
தீமை செய்யும் மழைகாற்றே
விகற்பம் நீக்கி நில்லென்றார்
விரைவாய் மழையும் நின்றதுகாண். 208

21. தீயை பாபா அமைதிப்படுத்துதல்:-

பின்பு ஒருநாள் துனியிடையே
பெருந்தீ மூண்டு மேலெழும்பத்
தன்கை யுயர்த்தி ஆணையிட
தணிந்தே தீயும் அமைதியுடன்
என்றும் இருத்தல் போலங்கே
எரியும் தணலாய் ஆயிற்று
பண்ணும் செயல்கள் அனைத்தும்நம்
பாபா ஆணைக் குள்அடக்கம். 209

22. சிறுவன் 'பிளேக்' நோயைத் தானேற்றுக் காத்தல்

பக்தர் துன்பம் நீக்குவதில்
பாபா வுக்கே முதலிடமாம்.
அக்கா லத்தே ஒருசிறுவன்
அன்னை யோடு சீரடிக்குப்
பக்தி பூண்டு பாபாவைப்
பார்த்துச் செல்ல வந்துற்றான்,
பக்தி பெருக அன்னையவள்
பாபா வுக்குப் பணிசெய்தாள். 210

இவ்வா றாகச் சிலநாட்கள்
இல்லம் மறந்து தங்கிடவே,
ஒவ்வா பிளேக்நோய் தன்மகனை
ஒட்டிக் கொண்டு துன்புறுத்த
எவ்வா றேனும் குணப்படுத்த
ஏற்ற வழியும் இங்கில்லை.
கவ்வும் உடலின் சுரவேகம்
கனலாய்க் கொதிக்கக் கலங்கியவள், 211

பகவா னிடத்தில் போய்நின்று
பக்தி யோடு தாள்பணிந்தே
அகலா நோயால் அல்லலுறும்
அன்பு மகனை வீட்டிற்குத்
தகவல் சொல்லி எடுத்தேகத்
தருவீர் விடையும் எனப்பகர்ந்தாள்.
மகனைக் காக்க வழியின்றி
மாதா மனதின் துயர்நீக்க, 212

தாயே! நீயுன் பாரத்தைத்
தந்து விட்டாய் என்னிடத்தில்,
நீயேன் கவலைப் படுகின்றாய்?
நிறைவைப் பெறுவாய்! உன்மகனின்
நோயை நானே ஏற்றுள்ளேன்
நோயால் வருந்தும் என்னைப்பார்!
தாயே! மகனும் இனிபிழைப்பான்.
தகவல் சொன்ன பாபாவின், 213

அக்குள் தன்னில் பிளேக்கட்டி.
அனலாய்க் கொதிக்கும் சுரவேகம்.
மிக்க சோர்வால் துயருற்று
மேனி துவளப் படுத்துவிட்டார்.
தக்க சேவை செய்ததுடன்
தானே அவரைக் கவனித்து
மிக்க நன்றி யுணர்வோடு
மேலும் பக்தி பூண்டிருந்தாள். 214

எங்கும் எதிலும் நிறைந்தவராய்
எதையும் அறியும் வல்லவராய்
பொங்கும் அன்பின் உறைவிடமாய்ப்
பொதுவில் எல்லாம் அருள்பவராய்த்
தங்கும் உயிர்கள் அனைத்திலுமே
தானும் உறைவார் சத்தியமே.
இங்கே காண்போம் ஒருநிகழ்வு
இதனைக் கொண்டே அறிந்திடலாம். 215

ஒருபெண் தனக்கும் சாயிக்கும்
உண்ப தற்கும் ஏற்றாற்போல்
இருகூ றாக மாப்பிசைந்து
இரண்டு வட்ட ரொட்டிகளைப்
பெருமை யோடு செய்திடுவாள்.
பேத மின்றி ஒன்றீவாள்.
தருமுன் என்றும் தானுண்ணாள்.
தந்த பின்பே உணவுண்பாள். 216

23. நாய், பன்றி மூலம் பாபா உணவேற்றல்

ஒருநாள் எடுத்து வரும்போது
ஒட்டி உலர்ந்த வயிற்றோடு
தெருநாய் பசியோ டாவலினால்
தேடி வந்த குறிப்பறிந்து
தருவ தற்கே விருப்புற்றுத்
தானே ஊட்டிப் பசித்திருந்தார்.
மறுப டிசென்று வீட்டிலுள்ள
மற்றொன் றையும் எடுத்துவந்தாள். 217

வந்த போது பன்றியொன்று
வாடி நிற்க கண்டதனால்
அந்த ரொட்டி தனையதற்கே
அளித்து விட்டாள். பாபாவை
எந்த உணர்வில் வெறுங்கையில்
எதிர்நிற் பதென்று வருத்தியவள்
சிந்தை நொந்து கரங்கூப்பிச்
சிறிது நேரம் அமர்ந்திருந்தாள். 218

அம்மா! இன்று நீயெனக்கும்
அளித்தாய் இரண்டு ரொட்டிகளை
எம்மை நீயும் மகிழ்வித்தாய்
ஏற்றேன் உண்டு பசிதீர்த்தேன்.
தம்மை பாபா, இதன்மூலம்
தாழ்த்திக் கூறும் பொய்யுரையோ?
'உம்மைப் பசியால் வாடவிட்டேன்
உண்மை. என்னை மன்னிப்பீர்'! 219

என்று சொன்ன அப்பெண்ணை
இல்லை அம்மா! நீதானே
பன்றிக் கொன்றும் நாய்க்கொன்றும்
பசியைத் தீர்க்கக் கொடுத்துள்ளாய்!
என்றும் அவற்றுள் நானிருக்க
எனது பசியும் தீராதோ?
நன்று. எல்லா உயிர்களிலும்
நானே இருக்கக் கவலையுமேன்? 220

வியப்பில் மருண்டு நோக்கியவள்
விந்தை நிகழ்வைப் பலரிடத்தும்
அயரா தென்றும் மகிழ்வுடனே
அதையே சொல்லிப் பீடுற்றாள்.
நியமம் தவறா பாபாவும்
நீதி நிறைந்த மறைஞானம்
இயமம் நியமம் பலவற்றை
என்றும் உணர்த்தி வாழ்ந்திருந்தார். 221

24. பல்லியின் மகிழ்வுக்குக் காரணம் கூறல்

பலரும் ஒன்றாய்ச் சூழ்ந்திருக்கப்
பாபா நடுவில் வீற்றிருக்க
நிலவும் அமைதிச் சூழலிலே
நில்லா தொலிக்கும் ஒலிவரவே,
பலனை அறியும் எதிர்பார்ப்பில்
பாபா முகத்தை பார்த்திருக்க
உளத்தை உணர்ந்த பாபாவும்
உடனே திரும்பிப் பார்க்கின்றார். 222

பல்லி ஒன்று அவரருகில்
பக்கம் உள்ள சுவற்றினிலே
சொல்லி வைத்தாற் போல்தொடர்ந்து
சோர்வே இன்றி கத்தியது.
கள்ளம் இல்லா ஒருபக்தர்,
'கடின துன்ப அறிகுறியாய்ப்
பல்லி சொல்லும் சொல்லுக்குப்
பலபேர் சொல்வர். யாதென்றார்?'. 223

'இல்லை. இந்த பல்லிக்கு
இருந்த ஏக்கம் எதிர்பார்ப்பு ;
எல்லை இல்லா பாசத்தை
ஏற்கத் தங்கை வருவதனால்
துள்ளும் மகிழ்வை வெளிப்படுத்தத்
தோற்று விக்கும் குரலோசை'
என்னும் பதிலாய் இருந்திடவே
ஏற்க உள்ளம் மறுக்குங்கால், 224

அடுத்து வந்த சிலநொடியில்
ஔரங் காபாத் வாழ்பக்தர்
எடுத்து வந்த மூட்டையினை
இறக்கி வைத்து அவிழ்க்குங்கால்
படுத்தே அதிலே பயணித்த
பல்லி ஒன்று சகோதரியைத்
தடுக்க வியலா பாசமுடன்
தழுவிக் கொள்ளத் தாவியது. 225

முன்பே இதனை அறிந்துணர்ந்த
முதிர்ந்த தீர்க்க தரிசியென
எண்ணிப் போற்றிப் புகழுரையால்
என்னே மகிமை இவர்க்கென்றார்.
மன்னும் இந்தச் சீரடியில்
மலர்ந்த தெய்வம் இவராலே,
என்றும் துன்பம் நமக்கில்லை
இனிதே வாழ்வோம் எனமகிழ்ந்தார். 226

25. பாம்பின் விஷம் இறங்கக் கட்டளையிடுதல்:-

செல்லப் பிள்ளை யாய்எண்ணிச்
சேவை யேற்ற ஷாமாவை
கொல்லும் நச்சு அரவொன்று
கொடுமை யாகத் தீண்டியதால்
நல்ல பாம்பின் விஷமிறங்க
நவின்றார் பாபா, ஏறாதே!
பொல்லா விடமே கீழிறங்கு!
புகன்ற போதே இறங்கியது. 227

26. புலிக்குச் சாந்தி தருதல்:-

வித்தை காட்டும் பிழைப்பேற்று
விதியோ டிணைந்த வழிப்போக்கன்
சொத்தே தனது புலியென்று
சொந்தம் கொண்டு வாழ்ந்திருந்தான்
ஒத்து வாரா முதிர்வயதை
உடைய புலியும் பயனற்றும்,
சித்தம் பிறழ்ந்தும் நோயுற்றும்
சீற்றம் கொண்டே இருந்ததனால், 228

கட்டி இழுத்து வந்ததனைக்
காண, பாபா முன்நிறுத்த,
கட்டை அவிழ்த்து விடுமாறு
கடுமை யாகக் கூறியபின்,
கட்ட விழ்த்து விட்டபுலி
காலில் வீழ்ந்து பணிந்ததுகாண்.
இட்ட முடனே பாபாவும்
இயல்பாய் முதுகில் வருடிவிட, 229

உடனே புலியும் உயிர்விடவே,
உண்மை தன்னைக் கூறலுற்றார்.,
கடனே என்று எண்ணாதீர்!
காலம் வென்ற புலியிதுவே!
கடந்த பிறப்பில் சிவபக்தன்.
கைலா யத்தை அடைந்ததனால்
உடனே இந்த உடல்தன்னை,
உமையாள் பாகன் முன்புதைப்பீர்! 230

என்று பாபா சொல்லியதால்
எடுத்துச் சென்று புதைத்தங்கே
மன்னும் சமாதி தனையமைத்து
மாறா தங்கே இருப்பதனைச்
சென்று பார்த்தால் சீரடியில்
சிறப்பாய் இருத்தல் அறிந்திடலாம்.
சென்ற காலம் எதிர்காலம்
சிந்தித் தறியும் சாட்சியிது. 231

27. பக்தையின் தலைவலி போக்குதல்:-

ஒருநாள் பாபா வைக்காண
ஒருத்தி வந்தாள் பதம்பணிந்தாள்
பெருமைக் குரிய பக்தையவள்
பெரிதும் போற்றித் துதிப்பவள்தான்
அரிய வாய்ப்பாய் அவள்வரவே
அவரும் அவளின் தலைவருடி,
இருமூன் றாண்டாய்த் தலைவலியும்
இருந்த துண்டோ? சொல்என்றார். 232

தங்கள் கரத்தை வைத்தவுடன்
தலையில் வலியும் போயிற்று
அங்கை தன்னில் முகம்பதித்தே
அழுது நன்றி கூறியவள்
எங்கெல் லாமோ சென்றிருந்தும்
என்றன் வலிக்குத் தீர்வில்லை
பொங்கும் கண்ணீர்ப் புனல்பெருக்கிப்
போற்றிப் புகழ்ந்து மண்டியிட்டாள். 233

முன்பே வந்தால் தீர்ந்திருக்கும்
மூண்ட வலியும் வேதனையும்
இன்றும் என்பால் கூறாமல்
இருந்தாய் உணர்ந்தே நோய்தீர்த்தேன்.
என்றும் உன்றன் வீட்டினிலே
எனக்குத் தினமும் மும்முறைகள்
உண்ண உணவை அளித்துள்ளாய்!
உன்னால் யானும் உணவுண்டேன். 234

உறவு முறையில் தன்வீட்டில்
உள்ளோர் பற்றிக் கூறியதைப்
பிறழா உண்மை என்றறிந்து
பெரிதும் வியப்பைக் கொண்டவளாய்
இறவாப் புகழோய்! எனைநாடி
இல்லம் வந்தீர்! பெருநிதியம்.
சிறக்கக் கிடைத்த மகிழ்வோடு
செல்கின் றேன்யான் என்றுரைத்தாள். 235

மும்பை தன்னில் சிறுகுடும்பம்
முழுதும் பாபா பக்தியுடன்.
செம்மை வாழ்வில் பணியேற்றுச்
சிந்தை மகிழ வாழுங்கால்
உம்பால் ரூபாய் ஒன்றிருந்தால்
உடனே வேண்டும் சாயிக்கு.
அம்மை கேட்டாள் கணவரிடம்
அவனும் பார்த்தான் சட்டையிலே. 236

அவச ரமாகப் பணிமனைக்கே
அன்று செல்ல முற்படுங்கால்
தவறாய் ஒருபை தனில்மட்டும்
தடவிப் பார்த்தான் பத்துரூபாய்
அவனே சொன்னான் சில்லரையாய்
அன்று மாலை மாற்றியபின்
தவறா தளிக்கின் றேனென்றான்
சற்றைக் கெல்லாம் மறுபையில், 237

ஒற்றை ரூபாய் இருப்பதனை
உணர்ந்து வீட்டில் கொடுப்பதற்கும்
உற்ற காலம் இன்மையினால்,
உடனே செல்ல மனமின்றி,
மற்றை பணியில் மனம்செல்ல
மணியின் வேகம் உந்திடவே
இற்றை நேரம் இதுவொன்றும்
ஏற்ற செயலும் இலையென்றே, 238

"இனிமேல் எங்கே செல்வதுநாம்
இன்று மாலை கொடுத்திடலாம்"
பணியின் பாரம் இந்நிகழ்வைப்
பதிக்க வியலா மறதியுடன்
கணிக்கும் நாட்கள் சிலசெல்ல,
காணச் சென்றே சீரடியில்
பணிவாய் பாபா முன்னமர்ந்து
பக்தி செலுத்தும் வேளையிலே 239

"அம்மா! மக்கள் எல்லோரும்
அதிக மாகப் பொய்யுரைத்துச்
செம்மை வாழ்வைச் சீரழித்தே
சிந்தை மகிழ்ந்தே வாழ்கின்றார்.
தம்மு டைய பைதன்னில்
தரவே ரூபாய் ஒன்றிருந்தும்
தம்மி டத்தில் இல்லையென
தரத்தைத் தாழ்த்திக் கொள்கின்றார்". 240

என்று பாபா சொல்லியதும்
எதுவும் புரியா மனைவியிடம்
அன்று நிகழ்ந்த நிகழ்வதனை
அறிந்து சொன்ன பாபாவின்
கண்முன் அனைத்தும் அதிசயமாய்க்
காணச் சொல்லிப் பிழைதன்னை
மன்னித் தருள்வீர்! எனப்பகர்ந்து
மண்டி யிட்டுத் தாள்பணிந்தான். 241

அனைத்தும் உணர்ந்த பகவானை
அறிதல் யார்க்கும் எளிதல்ல.
நினைத்தே பார்க்க வியலாத
நிறைந்த ஞானம் பெற்றிருந்தார்.
அனைத்து நூல்கள் அறிந்திருக்கும்
ஆற்றல் பேச்சில் அமைந்திருக்க.
நினைவில் வேதம் உபநிடதம்
நீங்கா கீதை குரான்கூறும் 242

அன்பில் மலரும் தத்துவமும்
அவர்பால் இருத்தல் வியப்பேதான்.
அன்று "புரந்த ரேகாகா"
அழகு பூங்கா அமைத்திடவே,
சென்ற மும்பை நகரினின்று
சிலபூச் செடிகள் கொணர்ந்திருந்தார் .
அன்றே நடவும் பாபாவை
அணுகிக் கேட்டார் அனுமதியை. 243

கடுமை யாக மறுத்துவிட
காய்ந்தே செடிகள் வாடிடவே,
நடுவ தற்கு விருப்பமுடன்
நாடி தோல்வி கண்டதனால்,
படுத்துக் கிடந்த புரந்தரேவும்
பருக நீரும் அருந்தாமல்
எடுத்து வந்த செடிகள்போல்
ஏக்கத் தோடு வாடிடவே, 244

இதனைக் கண்ட பாபாவும்
இவர்தம் நிலையால் மனமுருகி
இதமாய் அவரை அழைத்தணைத்தே
இன்று நீபோய் செடிநடுக!
உதவா தென்றே எண்ணற்க!
ஊன்றி விட்டால் வேர்பிடிக்கும்!
இதற்கேன் வருத்தம்கொண் டுள்ளாய்
என்று சொன்னார் பாபாவும் 245

அவற்றின் விளைச்சல் பெருகியதால்
அன்று முதலாய் இன்றுவரை
அவர்தம் அருளால் சீரடியில்
அதிகம் பரவி அழகூட்டி
அவரின் பெருமை புகல்கிறது,
ஆனால் சொல்வார் அவர்தன்னை,
அவனி காக்கும் ஆண்டவரின்
அடிமைத் தொண்டன் நானென்பார். 246

குருவாய்த் தன்னை நினைத்ததில்லை,
கொள்கை பரப்பும் சீடரில்லை,
உருவாம் செயல்கள் அத்தனைக்கும்
உரியோன் அல்லா தானென்பார்.
பெருகும் பக்தர் அனைவரையும்
பெற்ற குழந்தை போலெண்ணி
உருகும் உள்ளம் உடையவராய்
உடனே வந்தும் உதவிடுவார். 247

28. தொங்கும் மரப்பலகையில் பாபா உறங்குதல்:-

நிலையாய்த் தொங்கும் மரப்பலகை
நீளம் ஐந்தே அடிகள்தான்.
வலைபோல் கந்தல் துணியாலே
வளைத்துப் பிணித்த ஊஞ்சலிலே
களைப்பு நீங்கத் துயின்றிடுவார்
கழன்று வீழும் பயமின்றி.
சிலைபோல் உறங்கும் பாபாவின்
சிறந்த மகிமை இதுதானோ? 248

எவ்வா றதிலே ஏறிடுவார்?
எவ்வா றிறங்கி வந்திடுவார்?
எவ்வா றிதனை வீழாமல்
இருக்க வைத்தார் என்றெண்ணி
ஒவ்வா கேள்வி பலவற்றை
உள்ளுக் குள்ளே நினைத்தவர்கள்
அவ்வா றெல்லாம் கேட்பதற்கே
ஆற்றல் துணிவு எவர்க்குண்டு? 249

29. கோபால் காலா பிரசாதம்:-

தினமும் பெரிய பாத்திரத்தில்
சீராய்த்; தமது கைகளினால்
அனலில் வேக வைத்ததுபோல்
அரிசி, பருப்பு, காய்கறிகள்
புனலோ டிணைந்த விழுதுகளும்
போட்டுச் சமைத்த பிரசாதம்
அனைத்து மதத்து பக்தர்களும்
ஆவ லோடு பெற்றுண்பர். 250

கோபால் காலா தேவைக்குக்
குறிப்பாய்த் தாமே வாங்கிடுவார்.
கோபால் 'காலா' பிரசாதம்
கோடி பெறுமே என்பதுபோல்
பாபா அளித்த உணவேற்றல்
பார்ப்ப தற்கும் அருங்காட்சி.
பாபா பிறர்க்கும் ஈந்துவக்கும்
பணியை விருப்பத் துடன்செய்வார். 251

30. 'இரத்தன்ஜி' பாபாவிடம் 'ஆண்மகவு' வரம்பெறுதல்

'நான்டெட்' ஊரில் 'இரத்தன்ஜி'
நாளும் போற்றும் செல்வந்தர்.
ஆண்டு பலவாய் வியாபாரி
அனைத்தும் இருந்தும் அவருக்கும்
ஆண்கு ழந்தை ஒன்றில்லை
அனைவ ரும்பெண் குழந்தைகளே!
ஏன்தான் இந்த குறையெனக்கும்?
ஏங்கிக் கவலை கொண்டிருந்தார் 252

அவரைக் கண்ட தாஸ்கணுவும்
அதுதான் தங்கள் குறையென்றால்
தவறா மல்நீர் சீரடியில்
சந்தித் திடுவீர் பாபாவை.
அவர்தம் கருணை யால்உமக்கும்
ஆண்கு ழந்தை அவதரிப்பான்
தவமாய் ஏற்றார் அக்கருத்தை
தனது வேலை தடைக்கல்லாய், 253

அங்குச் செல்ல இயலாமல்
அரிதாம் நாட்கள் பலசெல்ல
தங்கள் வீட்டில் உள்ளூர்வாழ்
சாது மௌலி பாபாவும்,
பொங்கும் கருணை முகப்பொலிவில்
போற்று மாறு வந்திருந்தார்.
தங்கள் வரவால் இவ்வில்லம்
தழைத்து வாழ வாழ்த்திடுவீர்! 254

என்று பாதம் பணிந்தெழுந்தே,
ஏற்ற வகையில்; உபசரித்து
நன்கு மணக்கும் மலர்களையும்
நல்ல சுவைசேர் கனிகளையும்
பண்போ டவர்க்குத் தந்துதவி,
பணிவாய் அவர்தம் ஆசிபெற்றார்.
சென்றார் மௌலி பாபாவும்
சிரிப்பின் மலர்ச்சி மனம்பதிய, 255

சிலமா தங்கள் சென்றவுடன்
　　சென்றார் அந்த சீரடிக்கும்
உளத்தில் பக்திப் பெருக்குடனே
　　உட்கார்ந் திருந்தார் பாபாமுன்
அளவில் லாத பக்தியுடன்
　　அளித்தாய் எனக்குத் தட்சணைகள்
பலவும் பெற்றேன் உன்னிடத்தில்
　　பார்க்க வந்தாய் இப்போது. 256

கவலை வேண்டாம் அல்லாவின்
　　கருணை யால்நீ விரும்புவது
தவறா துடனே நிறைவேறும்
　　தக்க காலம் உதித்ததென
அவரே உதியை நெற்றியிலே
　　அன்பா யவர்க்குப் பூசிவிட்டார்
உவகை யோடு புறப்பட்டார்
　　ஒன்று மட்டும் புரியவில்லை 257

ஒன்றை யும்நான் தரவில்லை
　　ஒப்புக் கொள்ள மனமில்லை.
என்று தந்தேன் தட்சணையை,
　　ஏற்றுக் கொண்டேன் என்கின்றார்.
இன்று நான்தான் வந்துற்றேன்
　　இதற்கு முன்னர் பார்த்தறியேன்.
நன்றே எனினும், பொய்யில்லை.
　　நானும் குழப்பம் அடைந்துள்ளேன். 258

என்று புலம்பி, தாஸ்கணுதான்
　　எளிதாய் விளக்கம் தந்திடுவார்
நன்று. அதுதான் சரியென்றே
　　நாடி உரைத்தார் ரத்தன்ஜி.
ஒன்றும் புரியா தாஸ்கணுவும்
　　ஒருநாள் மௌலி பாபாதான்,
என்றும் இல்லா திருநாளாய்
　　இல்லம் வந்தார் என்றுரைத்தீர்? 259

என்று சொன்ன தாஸ்கணுவை
ஏற இறங்கப் பார்த்தவராய்,
அன்று கொடுத்த தட்சணைதான்
அவரைச் சென்று அடைந்ததுவோ?
என்னே மகிமை? எனவியந்தார்,
எங்கும் நிறைந்த அவரருளால்,
பொன்னை நிகர்த்த புதல்வனுமே,
புதிதாய்த் தவழும் பேறுற்றார். 260

ஒருநாள் 'அரிச்சந் திரபிடாலே'
உற்ற தனது மகனுடனே
பெருமைக் குரிய பாபாவைப்
பெரிதும் காணும் ஆவலுடன்
வருகை தந்தார் சீரடிக்கு.
வந்தும் அமர்ந்தார் பாபாமுன்
அருகில் பிடாலே அமர்ந்தவுடன்
அவருக் கென்றே வைத்திருந்த, 261

மூன்று வெள்ளி நாணயங்கள்
மொத்த மாகக் கொடுத்ததுடன்
நான்தான் முன்பே இரண்டளித்தேன்.
நாளும் வைத்துப் பூசிக்க,
ஏன்நீ மறந்தாய்? அதையெடுத்தே
எண்ணி ஐந்தாய்த் தொழுதிடுக!
காண்பாய் உயர்வை. எனக்கூறி
கருணை பொங்க விடையளித்தார். 262

இல்லம் அடைந்த பிடாலேயும்
எதுவும் விளங்கா மனநிலையில்
இல்லா ஒன்றை என்னிடத்தில்
இருப்ப தாகக் கூறுகின்றார்
இல்லை என்று சொல்வதற்கும்
இடமே இல்லை. பொய்யுரையார்.
கள்ள மற்ற பாபாவைக்
காணல் இதுவே முதல்தருணம். 263

முன்பே தந்தேன் என்கின்றார்
முடிவே இல்லா விடுகதையோ?
அன்னை யிடத்தில் கேட்கின்றார்.
அவரும் சிந்தித் துரைக்கின்றார்.
"முன்பு ஒருநாள் உன்தந்தை
முதிர்ந்த ஞானி 'அக்கல்கோட் '
என்னும் சுவாமி யிடம்சென்றார்
இரண்டு ரூபாய் அவர்தந்தார். 264

வழிபாட் டிற்குத் தந்ததனை
வாழ்நாள் முழுதும் பூசித்தார்.
வழிவ ழியாக வணங்கிடவே
வயதும் அப்போ துனக்கில்லை
அழியா அந்த நினைவதனை
அறிந்து சொன்ன பாபாதான்
உழலும் உலகில் முற்பிறப்பில்
உதித்த 'அக்கல் கோட்எனலாம். 265

எனவே நீயும் அதையெடுத்தே
அவர்தம் கூற்றின் படிசெய்வாய்!
கனவைப் போன்ற செய்தியினைக்
கணித்தே அன்னை கூறியதும்
புனைவு அல்ல புனிதம்தான்
போற்றிப் புகழ்ந்து பாபாவை
அனைத்தும் அறிந்த திரிகால
ஆத்ம ஞானி எனத்தெளிந்தார். 266

31. பாபாவின் பாட்டும் நடனமும்

பகவான் மசூதி படியமர்ந்து
பக்தர் பாடும் பாட்டனைத்தும்
அகத்தில் ஏற்றுத் தனைமறந்து
ஆனந் தத்தில் மிதப்பதுடன்
சுகமென் றவற்றைப் பாராட்டித்
தொடர்ந்து தாமும் இசைத்திடுவார்.
அகத்தின் உணர்வுக் கேற்றபடி
அழகாய் நடனம் ஆடிடுவார். 267

32. பாபாவின் செயல்பாடுகள்:-

நோயுற் றோர்க்குப் பணிசெய்தார்
நுவல்வோர் துன்பம் தீர்த்திட்டார்,
தாயும் ஆகித் தந்தையுமாய்த்
தரணி போற்றும் தெய்வமானார்.
காயும் கதிரும் கனமழையும்
கனிந்த நிலவும் புயல்காற்றும்
தீயும் நீரும் வான்மண்ணும்
திருவ ருளாலே இயக்கமுறும். 268

பசுமை நிறைந்த தாவரங்கள்
        பலவும் வளர்த்தார் நீரூற்றி
பசுமை குன்றா 'இலெண்டி'யிலே
        பார்க்கும் செடிகள் அத்தனையும்
புதுமை மாறாப் பொலிவுடனே
        பூத்தும் காய்த்தும் கனிதந்தும்
இதுநாள் வரையில் இனம்பெருக்கி
        இருக்கும் தோட்டம் ஒருசாட்சி. 269

33. பாபாவின் பல தெய்வ தோற்றங்கள்

பாபா கடவுள் அவதாரம்
        பக்தர் நினைக்கும் உருவத்தில்
பாபா காட்சி தந்திடுவார்.
        பந்தர் பூரின் விட்டலாக,
கோபா லனாக, அக்கல்கோட்
        குருஜி யாக, இராமனாக
பாபா காட்சி தந்ததனால்
        பலரின் பக்திக் குரித்தானார். 270

34. பாபா குழந்தைகளோடு விளையாடுதல்

பெரும்பா லான நாட்களிலே
        பெரிதும் விரும்பும் குழந்தைகளை
அருமை பெருமை யாய்எண்ணி
        அவர்க ளோடு விளையாடி
சிறுவ ரோடு சிறுவராகச்
        சிரிக்க வைத்து மகிழ்ந்திருப்பார்.
அருமை யான கதைகளையும்
        அவ்வப் போது சொல்லிடுவார். 271

35. பாபா உணவு தயாரித்தல்

மண்ணா லான பானையிலே
        மதியம் சமைக்கும் உணவதனை
உண்ண வருவோர் எண்ணிக்கை
        உயர்வோ தாழ்வோ குறைவின்றி
உண்ண உண்ண உற்பத்தி
        உயர்ந்து கொண்டே போவதுதான்
அண்ண லாரின் கைவண்ணம்
        அன்ன பூர ணிகைவசமே. 272

36. பிற உயிர்கட்கும் உணவளித்தல்

பிச்சை எடுத்தல் பெரும்பிழையோ?
        பிள்ளை கள்தம் பசியாற்ற
இச்சை கொண்ட தாயவள்போல்
        இல்லம் சென்றே உணவேற்றே,
அச்சம் இன்றி அனைத்துயிரும்
        ஆவ லுடனே உண்பதற்கு
மிச்சம் மிகுதி இருப்பதனை
        வெளியே வைத்த சட்டியிலே, 273

கொட்டி வைப்பார் பாபாவும்.
　　குருவி, காகம், நாய்பூனை
எட்டி நின்று காத்திருந்தே
　　எல்லை யற்ற மகிழ்வோடு
சட்டி உணவை உண்பதனை
　　சலிப்பே இன்றி பார்த்திருப்பார்;.
ஒட்டி யுள்ள வயிறெல்லாம்
　　உணவு நிரம்பி நிறைவெய்தும். 274

அந்தர் ஞானி என்றாலே
　　அனைத்து நிகழ்வும் உள்ளுணர்வால்
அந்தக் கணமே அறிகின்ற
　　ஆற்றல் கொண்டோர் எனும்பொருளாம்
இந்தப் பாபா இதைக்கடந்தும்
　　இந்தப் பிறவி அல்லாமல்
முந்தைப் பிறவி தனில்நடந்து
　　முடிந்த நிகழ்வும் கூறுபவர் 275

37. பாபா, முந்தை பிறவி நிகழ்வு ஒன்றைக் கூறல்

ஒருநாள் பாபா கால்நடையாய்
　　ஓடை யோரம் செல்லுங்கால்
பருத்த பாம்பு தவளையினைப்
　　பாய்ந்து விழுங்க முற்படவே,
வருந்தி மரண பயத்தாலே
　　வாய்விட் டலறித் தவளையிடம்
உறுத்தல் ஒலியும் வெளிவரவே
　　உடனே கேட்டான் வழிப்போக்கன். 276

என்ன சத்தம் இதுவென்றே,
　　இயல்பாய் பாபா விடம்கேட்க
என்ன வென்று நீயேபார்!
　　என்று கூறி அவ்விடத்தைக்
கண்முன் காட்ட, ஒருதவளை
　　கதறி பாம்பின் வாய்சிக்கி
என்ன செய்வ தென்றறியா
　　எதிர்ப்பில் இருக்கக் காண்கின்றான். 277

வீரம் கோபம் இவற்றோடு
விந்தை மனிதர் பாபாவும்
'வீர பத்ரா' விட்டுவிடு.
வினையின் பயனாய்ப் பிறப்பெடுத்தும்,
தீர வில்லை உன்பகையும்.
திருந்து! எனது ஆணையென்றார்.
வீர பத்ரன் எனும்பாம்பு
விட்டு விட்டு நழுவியது. 278

தவளை குதித்து பாபாவின்
தாளில் வீழ்ந்து வணங்கியபின்
அவச ரமாகத் தண்ணீரில்
அதுவும் சென்று மறைந்தவுடன்
தவறாய் என்னை எண்ணாதீர்!
தகவல் அறிய விழைகின்றேன்.
தவறு என்றால் மன்னிப்பீர்!
தயவாய்க் கேட்டான் வழிப்போக்கன். 279

முந்தைப் பிறவி களில்நடந்து
முடிந்த கதையின் தொடக்கம்தான்
இந்தப் பிறவி தொடர்கதையாய்
இருக்கக் கண்டாய்! எனப்பகர்ந்தார்.
சிந்தை ஏற்க மறுத்திடவே
சிறிதே கலங்கி நின்றவனைக்
கந்தல் ஆடை கழன்றிடவே,
கணக்கில் இருந்த புத்தாடை. 280

புனைந்தே வந்த இவர்களைத்தான்
புதிராய்ச் சொன்னேன் புரிந்திடுவாய்!
அனைத்தும் அறிந்த பாபாவின்
அர்த்தம் நிறைந்த சொற்களிலே
வினையின் பயன்கள் அச்சுறுத்த
விரும்பிக் கேட்கும் வழிப்போக்கன்
வினாவை யேற்று விடையளித்தார்.
விடையை அறிய செவிமடுத்தான். 281

அற்றைப் போது முற்பிறவி
அங்கே நானும் வாழ்ந்திருந்தேன்.
சிற்றூர் தன்னில் சிவன்கோயில்
சிதைந்தி ருந்த காரணத்தால்
நற்றொண் டாற்றிப் புதுப்பிக்க
நல்லோர் பலரும் ஒருங்கிணைந்து
பற்றோ டளித்த பணமுடிப்பைப்
பதுக்க எண்ணிப் பொருளாளன், 282

உற்ற பணியைச் செய்யாமல்
உதவி செய்ய மனமின்றி
பெற்ற பணத்திற் கீடாகப்
பேருக் காகப் பணியாற்றிக்
குற்றம் குறையாய் நிறுத்தியதால்
கோபம் கொண்ட ஊர்மக்கள்
மற்றைப் பணிக்கு மனுகொடுத்தும்
மாற்றம் ஏதும் இன்மையினால், 283

ஒருநாள் மனைவி கனவினிலே
உமையாள் பாகன் "உன்செலவில்
திருப்ப ணிசெய்க! அதற்கீடாய்த்
திரும்ப நூறு மடங்களிப்பேன்".
திருவாய் மலர்ந்த செய்தியினை
செப்பக் கேட்ட பொருளாளன்
"அருமை யான கற்பனைதான்"
அதையே சொல்லி அலைக்கழித்தான். 284

மனைவி தனது நகையனைத்தும்
மனதில் பதித்தாள் விற்பதற்கே.
அனைத்து நகையும் தானேற்றே,
அந்தப் பணத்தில் அடகிலுள்ள
மனையை அரனுக் கர்ப்பணிக்கும்
மாற்றம் சொல்லி ஏமாற்றி,
மனைவி பணத்தில் தரிசுநில
மதிப்பை யுயர்த்தித் தந்திட்டான். 285

அரனின் சொத்தை அபகரிப்பதால்
அந்தக் கணமே குலநாசம்.
பரவ லாகப் பேசுகின்ற
பாம ரர்தம் சொற்படியே
அரனார் பணத்தை அபகரித்த
அந்தக் கள்வன் பொருளாளன்,
பிறர்க்குச் சொத்து போய்ச்சேரப்
பேதை மனைவி யுடன்தானும், 286

மின்னல் தாக்கி மாண்டுவிட
மீண்டும் பிறவி எடுத்தார்கள்.
மன்னும் மதுரா நகரதனில்
மறையோன் வீர பத்திரனாய்த்
தொன்மை யான வணிககுலத்
தோன்ற லானான் கணவனுமே.
அன்று செய்த நற்றொண்டால்
அவன்றன் மனைவி அவ்வூரில், 287

சிவனைப் போற்றும் பூசாரி
செல்வ மகளாய்க் கௌரியென
அவத ரித்தே ஆளானாள்.
அந்தக் குறிப்பும் சாதகமும்
அவளின் தந்தை பூசாரி
அன்றே தந்தார் என்னிடத்தில்
சிவனின் அருளால் மணம்பெறுவாள்
சிந்தை மகிழ என்றுரைத்தேன். 288

அன்பு மகளும் முற்பிறப்பில்
அரனுக் கான அர்ப்பணிப்பாய்
அன்று தந்த தரிசுநிலம்
ஆயி ரம்தான் மதிப்பென்றார்.
பின்னர் அதுவே குடியிருப்பாய்ப்
பிரித்தே உயர்த்திச் சதமாக்கி
அன்பு கௌரி அனுபவிக்க
அழைத்துக் கொடுத்த சிவன்சொத்து. 289

என்றோ சொன்ன சிவன்வாக்கு
இந்தப் பிறவி தனில்சேர,
நன்றாய் வாழ்ந்தாள் நலம்பெற்றாள்
நாளும் கோளும் நலம்பயக்க
பொன்போல் பொதிந்த தன்மகளைப்
போற்றிப் புரந்து வளர்க்குங்கால்,
அன்று ஒருநாள் மதுராவில்
அவத ரித்தோன் வந்துற்றான். 290

வீர பத்ரன் வியாபாரி
விதியின் செயலால் இவண்வந்தான்.
தாரை வார்த்துப் பூசாரி
தந்தான், கௌரி மனைவியானாள்.
சீராய்த் தந்த தரிசுநிலம்
சிவனுக் களிக்கும் முன்பாக
ஊரார் அறிந்த 'துப்கி'க்கு
உரித்தாய் இருந்த காரணத்தால் 291

வாரி சாக வந்தவன்தான்
வறுமை யாளன் பாசப்பா.
வாரி சான காரணத்தால்
வந்து கேட்டான் தன்பங்கை.
ஊரில் இருந்த என்னிடத்தில்
உதவி கேட்டான் பாசப்பா.
நேரில் மோதி இருவருமே
நிலைத்த புத்தி தடுமாறி, 292

பறந்து சென்ற ஈருயிர்கள்
பாம்பு தவளை எனப்பிறந்தும்;
இறந்த பின்னும் திருந்தாமல்
இன்று வரையில் எதிரிகளே!
இறக்கும் முன்னே பாசப்பா
என்னை உதவி கேட்டதனால்
இறப்பி னின்று காப்பாற்ற
இங்கு வந்தேன் என்றுரைத்தார். 293

'பாலா சாகேப் தியோ'என்பார்
        பரம சாயி பக்தராவார்.
மேலாம் 'தஹாணு' நீதிபதி.
        விரதம் பூண்ட தாயவளும்
கோலா கலமாய்க் கொண்டாடி
        கொண்ட விரதம் நிறைவடைய
பாலா விடத்தில் கூறலுற்றாள்
        பந்திக் கழைப்பாய் ஆயிரம்பேர். 294

தாயின் விருப்பம் நிறைவேறத்
        தாரா ளமாய் அழைக்குங்கால்
சாயி பாபா வையழைத்தார்
        சரியாய் இருமா தங்கள்முன்
சாயி வருவ தாய்ச்சொன்னார்,
        சாது இருவ ருடன்தானும்.
சாயி பகவான் வருகைக்குச்
        சலிப்பே இன்றி காத்திருந்தார். 295

விருந்து நடக்கும் போதங்கே
        விருப்பத் தோடு சன்னியாசி
ஒருவர் அங்கே வந்துற்றார்.
        உதவி நிதியை வசூலிக்க
ஒருமா தம்முன் வந்தவரோ?
        உற்று நோக்க, அதுகண்டு
விருந்து உண்ண வந்துள்ளேன்
        வேறு எண்ணம் எனக்கில்லை. 296

முன்பு யானும் வந்ததில்லை.
        முறுவல் பூத்த முகத்தினராய்,
இன்னும் இருவர் சாதுக்கள்
        என்னு டன்தான் வந்தார்கள்
இன்று தர்ம சாலாவில்
        இருக்கின் றார்கள் எனக்கூற,
சென்று அழைத்து வாருங்கள்.
        சேர்ந்தே உண்பீர்! எனப்பகர்ந்தார். 297

அவரும் இருவ ருடன்வந்து
அமர்ந்தே உணவை அருந்தியபின்
உவந்தே வாழ்த்திச் சென்றார்கள்.
உண்மை அறியா பாலாவும்
தவமாய் எண்ணி எதிர்பார்த்தேன்
தன்னை பாபா ஏமாற்றி
அவரின் வருகை இலதாகி
அல்ல லுறவே செய்தனரே!. 298

வருவேன் இன்னும் இருவருடன்
வரைந்த மடலும் பொய்யுரையோ?
சிறுகச் சிறுக மனம்நொந்து
சிந்தை தன்னில் கேள்வியெழ
அருகில் இருப்போர் தம்மிடத்தில்
அதனைக் கூறி முறையிட்டார்
கருதும் எண்ணம் தனைக்குறித்துக்
கடிதம் ஒன்றை அனுப்பியதில் 299

வராமல் இருந்த செயல்குறித்து
வருந்தி குற்றம் கூறிவிட்டாய்!
"தராத நிதியை வசூலிக்கத்
தன்முன் நின்றான் சன்யாசி,
நிறைவே றாத நினைவலைகள்
நன்று தாக்கும் உள்மனதில்
விரைவாய் அதைத்தான் நீநினைத்தாய்
விருந்தில் என்னைக் காணவில்லை" 300

பதிலும் வரவே பதைபதைத்துப்
பார்த்தும் அறியா மூடன்யான்.
எதிலும் சிந்தை தெளியாமல்
ஏனோ குற்றம் புரிந்துள்ளேன்.
நிதியாய் என்முன் நின்றிருந்தும்
நினைக்கத் தவறி விட்டதுடன்
பதிலாய் மடலும் எழுதியென்றன்
பண்பை யிழந்து விட்டேனே! 301

இல்லம் தன்னில் வந்திருந்தும்
இனிய வாய்ப்பை இழந்தேனே!
கொல்லும் சொல்லால் குறைகூறிக்
குற்றம் புரிந்தேன் மன்னிப்பீர்!
அல்லல் பட்ட மனத்தோடும்
அன்று முதலாய்ப் பலநாட்கள்
எல்லை யில்லா வேதனையில்
என்றும் வருத்தம் கொண்டிருந்தார். 302

38. சிலந்திப்புண்ணை உதியால் நீக்கிய பாபா

மருத்து வர்கள் முயற்சித்தும்
மாய்க்க வொண்ணா நோய்களையும்
இருக்கும் இடத்தில் உதிதந்தே
இன்மை தீர்க்கும் திருமகனார்.
மருத்து வர்தம் காலொன்றில்
மாளா சிலந்திப் புண்வந்து,
இருந்து வாழ எண்ணாமல்
இறக்க எண்ணி மனம்நொந்தே, 303

அங்கி ருந்த பாபாமுன்
அடைக்க லமாக வீழ்ந்தவரை
அங்கே தங்கச் செய்துதினம்
அவர்தம் காலில் உதிபூசி
பொங்கும் அன்பால் உண்பித்தும்
பூரண மாகக் குணப்படுத்தத்
தங்கி யிருந்த புழுவெளியில்
தானே வந்து விழுமாறு, 304

தந்தை பாபா காப்பாற்றித்
தந்தார் அவர்க்கும் உயிர்ப்பிச்சை.
சிந்தை மகிழ மருத்துவரும்
சிறந்த பாபா பக்தரானார்.
இந்த செயல்போல் மற்றொன்றும்
இவரால் நடந்த நிகழ்வாகும்.
வந்த சிறுவன் மற்றுமொரு
மருத்து வர்தம் தங்கைமகன். 305

39. சிறுவனின் புற்றுநோய் தீர்த்தல்

அந்தச் சிறுவன் உடல்எலும்பில்
அறுவை சிகிச்சை மருத்துவங்கள்
விந்தை மாற்றம் பலசெய்தும்
விலகா புற்று நோய்க்கொடுமை.
முந்தை வினைதான் மூண்டதுவோ?
முகிழ்த்த துன்பம் தாளாமல்
எந்தை! நீயே சரண்என்றே
எடுத்து வந்தார் பாபாமுன் 306

அவனைக் கிடத்தி மண்டியிட்டே
அழுதார் அந்த மருத்துவரும்.
தவமாய்க் கிடைத்த மருகனையே
தாக்கும் புற்று நோய்தீர
அவன்றன் உடலில் உதிபூசி
அடுத்து வாரம் ஒன்றுக்குள்
அவனை நன்கு குணப்படுத்தி
ஆசி தந்தார் பாபாவும். 307

நன்றி மறவா பெற்றோரும்
நாடி வந்த மருத்துவரும்
அன்று முதலே பாபாவின்
அருளைப் போற்றி வந்ததுடன்
சென்ற இடங்கள் அனைத்திலுமே
சிறந்த பாபா புகழ்பரப்பி
நன்றாய் வாழ்ந்து வந்தார்கள்
நாளும் உயர்வைப் பெற்றார்கள். 308

40. பாபாவும், 'வாசுதேவானந்'தும்

நெருப்பை வணங்கும் சாதிருவர்
நினைத்துப் பார்த்தால் உடன்பிறப்பே.
அருகில் இல்லா திருந்தாலும்
அவர்கள் இதயம் இணைந்திருக்கும்.
பெருமைக் குரிய இருவருமே
பீடுற் றிருந்த காலமது.
உருவம் வெவ்வே றிடமிருக்கும்
உணர்வு என்றும் உறவாடும். 309

நான்டேட் தன்னில் வாழ்ந்திருந்த
நாளும் போற்றும் 'புண்டலிக்ரா'
காண் பதற்கே எளியவராய்க்
கனலைப் போற்றும் பாபாவை
மீண்டும் மீண்டும் தரிசிக்க
மிக்க ஆவ லுடனிருந்தார்.
நீண்ட நாளாய் ஒருசாது
நிலையாய் 'ராஜ்மண் டிர்"வந்து 310

தங்கி யிருக்கக் கேள்வியுற்றுத்
தானும் அவரைத் தரிசிக்க
அங்கி ருந்து நண்பர்கள்
அனைவ ரோடும் புறப்பட்டார்.
தங்கி 'வாசு தேவானந்த்'
தாளில் பணிந்து சேவிக்க,
அங்கி ருந்த அனைவருடன்
அவரும் வந்தே அமர்ந்திருந்தார். 311

ஆண்டு பலவாய்த் தவமிருந்தும்
அனுஷ்டா னங்கள் கடைபிடித்தும்
தோன்றும் நெருப்பைத் தொழுபவராய்த்
தொடர்ந்து யோகம் பயின்றவராய்
யாண்டும் யாவும் அறிபவராய்
எங்கும் நிறைந்த சித்தருமாய்
ஈண்டிங் கிருக்க அறிந்தவர்கள்
எண்ணற் றோர்கள் காத்திருக்க, 312

நண்பர் களோடு 'புண்டலிக்ரா'
நாளை நிகழ்வை உரையாடி,
அன்போ டுரைத்த சீரடியும்
அங்கே வாழும் பாபாவும்
அன்று அவர்கள் பேச்சினிலே
அடிபட் டதனால் அதுகேட்டு,
என்றும் இல்லா ஆர்வத்தில்
எழுந்தார் 'வாசு தேவானந்த் ' 313

வந்து, தாமே கைகூப்பி
மற்றும் நீவிர் சீரடிக்கும்
எந்தப் போதில் செல்கின்றீர்?
என்று கேட்க அதற்கவர்கள்
இந்த நாளே புறப்படுவோம்
என்றே இயம்ப, உடன்சென்றே
இந்தத் தேங்காய் தனையேற்று,
எடுத்துச் சென்று சகோதரர்பால் 314

சேர்த்து விடுங்கள் எனப்பகர்ந்து
சித்தம் ஒன்றி இதயத்தில்
சேர்த்துத் தேங்காய் தனைவைத்து
செபித்துத் தந்தார். விடையளித்தார்.
கீர்த்தி மிக்க பாபாவைச்
சிந்தை குளிர தரிசிக்க,
ஆர்த்தி எடுத்த பின்பவர்கள்
அவருக் களிக்கும் தட்சணையாய் 315

பழங்கள் மலர்கள் தேங்காய்கள்
பலவாம் உண்ணும் பொருட்களையும்
அழகாய் வாங்கி வைக்குங்கால்
அவற்றோ டந்த ஒருதேங்காய்
பிழையாய் மாறி விட்டதனைப்
பின்னர் உணர்ந்தே அந்நிகழ்வு
இழையாய்த் தோன்ற வேறொன்றை
எடுத்துத் வைத்த காரணமே, 316

வழியில் அவர்கள் 'சிவ்டா'வை
வாங்கி உண்ண அதன்காரம்
விழியில் நீரை வரவழைக்க
விரைந்தே தேங்காய் தனையுடைத்து
பழியாய் பாபா வுக்களித்த
பரிசுத் தேங்காய் தனையுண்ண
விழிநீர் நின்று சுவைகூட
விரும்பி உண்டு மகிழ்ந்ததுதான். 317

தாங்கள் வந்து சேர்ந்ததுமே
　　　தங்கள் பிழையை உணர்ந்தார்கள்.
ஆங்கே பாபா முன்சென்றால்
　　　அனைத்தும் சொல்லி விடல்நன்று.
தீங்கே எனினும் பொய்கூறல்
　　　தினைத்து ணையும் நன்றன்று.
ஆங்கே நடந்த அனைத்தையுமே
　　　அவரும் அறிவார். என்றறிவோம். 318

பகவான் சாயி முன்வந்து
　　　பகர்தல் இன்றி 'புண்டலிக்ரா'
அகத்தில் கொண்ட பயத்தாலே
　　　அமைதி யாக நின்றிருந்தார்
பகவான் பாபா தந்திரமாய்ப்
　　　பரிசுப் பொருளைத் தாஎன்றார்.
இகத்தில் என்றன் சகோதரரின்
　　　இதயம் அதிலே இருக்கிறது. 319

சொல்லி வைத்தாற் போல்பாபா
　　　சூக்கு மமாகத் தேங்காயை,
எல்லை யில்லா ஆவலுடன்
　　　எடுத்து வந்து தரச்சொல்ல,
இல்லை என்று 'புண்டலிராவ்'
　　　எடுத்துச் சொன்னார் நிகழ்ந்ததனை.
இல்லை ஈடு. அதற்குள்ளே
　　　இதயம் உண்டு எனக்கூற, 320

அறியாப் பிழையை மன்னிப்பீர்!
　　　அடிகள் பணிந்தார் 'புண்டலிக்ரா'.
"பெரிதும் சக்தி பெற்றதனால்
　　　பீடுற் றறியும் மனோசக்தி
அரிதாய் சாது இருவருக்கும்
　　　அன்றே நடந்த டெலிபதியோ?
புரியா தவர்க்கும் உணர்விக்கும்
　　　புனித சாது இரகசியமோ?" 321

41. பகத் மகல்சாபதி

மகல்சா என்னும் மாமனிதர்
மனித வடிவில் தெய்வத்தை
அகத்தில் ஏற்க விழையாமல்
ஆரம் பத்தில் இருந்தவர்தான்
இகத்தில் பாபா பக்தரென
இணைந்தே நிழலாய் வாழ்ந்தவராய்
புகலும் சாயி எனும்பெயரைப்
புனைந்து மகிழ்ந்த பேரன்பர். 322

பிறந்த இனமோ பொற்கொல்லர்
பிணித்த தொழிலோ பூசாரி
புரக்கும் தெய்வம் கண்டோபா
போற்றிக் காத்தல் இந்துமதம்
இறவாப் புகழ்சேர் இஸ்லாமில்
இருந்த பாபா உடனுறைந்தே
மறவா நிழலாய்த் தொடர்கின்ற
மாற்றம் எதனால்? யாரறிவார்? 323

முந்தைத் தொடர்பும் பாபாவின்
முழுமை யீர்ப்பும் என்றென்றும்
விந்தை செயல்போல் வேரூன்றி
வீட்டைத் துறந்து மசூதியிலே
சொந்தம் இவர்தான் என்றெண்ணிச்
சுற்றிச் சுற்றி வந்ததுடன்
எந்த நாளும் உடனிருந்தே
ஏற்ற சேவை செய்திருந்தார். 324

எந்த அளவில் பாபாவின்
இதயம் நிறைந்தார் என்றறிய
உந்தி உயர்த்தும் ஒருண்மை
ஒன்றே போதும் ஒருசமயம்
விந்தை நிகழ்வாய் அதிகாலை
விரும்பி அழைத்தார் மகல்சாவை
தந்தை அல்லா வைக்காணத்
தனித்து செல்ல விழைகின்றேன். 325

உடலை உன்பால் விட்டேகி
உயிராம் ஆன்மா வுடன்சென்றே
கடமை முடித்து வரும்வரையில்
காக்க வேண்டும் என்னுடலை.
உடலை மீண்டும் வந்தடைய
உரிய நாட்கள் மூன்றாகும்.
உடனே மகல்சா நடுநடுங்கி
உற்று நோக்க அவர்சொன்னார். 326

"உங்க ளோடு நானிருந்தால்
உவகை கொள்வீர்! நானறிவேன்
எங்கும் நிறைந்த அல்லாவை
என்று காண்பேன்? அதனாலே
இங்கே என்றன் உடல்விட்டே
இறையைக் காணச் செல்கின்றேன்"
தங்கும் உடலை விட்டேகித்
தனியே சென்றார் ஆன்மாவாய். 327

உண்மை அறியா அனைவருமே
உயிரை இழந்தார் என்றெண்ணிக்
கண்ணீ ரோடு காண்பதற்குக்
கடிதே வந்து சேர்ந்தார்கள்.
மன்னும் உடலைக் காத்திடவே
மகல்சா பெரிதும் போராட
ஒன்றும் புரியா அதிகாரி
உடனே அடக்கம் செயச்சொன்னார். 328

மகல்சா பொறுமை யிழந்துவிட்டார்.
"மண்ணில் பாபா தன்னுடலைத்
தகனம் செய்யக் கூடாது
தனது உயிரும் நாள்மூன்றில்
இகத்தில் இந்த உடலடையும்"
இவ்வா றாகச் சொல்லியதால்,
பகலும் இரவும் உறங்காமல்
பாது காத்து வருகின்றேன். 329

அன்று நீவிர் இவ்வுடலை
அமைதி அடக்கம் செய்திடுவீர்!
என்று சொல்லி மகல்சாவும்
எதிரில் அமர்ந்தார் காப்பாற்ற
உண்ணல், உறங்கல் அற்றவராய்
உயிரின் வரவை எதிர்பார்த்தார்.
சென்ற நாட்கள் மூன்றன்பின்
செயல்பா டதனை நோக்குங்கால், 330

மூன்று நாட்கள் முடிவுறவும்
முன்னே நிற்போர் வியப்புறவும்,
அன்றே அப்போ தவர்உடலில்
அசைவு தோன்றி உயிர்த்தெழுந்தார்.
உண்மை அறிந்த அனைவருமே
உடனே பாபா வைப்பார்த்தும்,
என்னே இதுவோர் அதிசயம்தான்
என்று சொல்லி மகிழ்ந்தார்கள்;. 331

மகல்சா மகிழ்விற் களவில்லை
மாண்ட பாபா மீண்டுவிட்டார்.
இகத்தில் இந்த தேவனுடல்
என்னால் காக்கப் பட்டதனை
அகத்தில் பெருமை யாய்ப்போற்ற
அவனி தன்னில் பேறுற்றேன்.
சுகமாம் அந்த நினைவோடு
சுற்றி வந்தார் பாபாவை . 332

நகமும் சதையும் போலொன்றி
நாளும் பிரியா திருக்கின்ற
மகல்சா பதியை எப்போதும்
மாறா அன்பால் 'பதக்'(பக்தா) என்றே
அகத்தில் நிறைந்த பெயர்கூறி
அழைத்தே அருகில் அமர்வித்தே
'அகந்தை யற்ற உன்மனதில்
அல்லல் ஒன்றும் உளதறிவேன். 333

புகல வொண்ணா எண்ணத்தைப்
புதைத்து விட்டே வாழ்கின்றாய்
இகத்தில் உன்றன் கடமைதனை
ஏனோ மறந்தாய் சொல்மேலும்
பகலும் இரவும் இங்கேயே
பணியைச் செய்தும் உழல்கின்றாய்
அகலா பாச உணர்வோடும்
ஐயன் பாபா கேட்டவுடன். 334

'எல்லாம் துறந்தே இங்குற்றேன்',
என்று மகல்சா கூறிடவும்,
மெல்லச் சிரித்த பாபாவும்
மேலும் மேலும் மறைக்கின்றாய்!
எல்லாம் துறந்த சன்யாசம்
எப்போ தேற்றாய்? சொல்வாய்நீ!
எல்லா நிகழ்வும் சமநிலையில்
எதிர்கொள் பவன்தான் சன்யாசி, 335

"யாதா மொன்றை நினைந்துருகி
என்றும் துன்பப் படுபவனை
ஏதோ பேருக் குரைத்திடுவர்
எல்லாம் துறந்தான் இவனென்று"
'பாதை மறந்தேன் பற்றற்றேன்'.
பாபா மீண்டும் புன்னகைத்தார்.
சாதா ரணமாய் உன்துன்பம்
சகித்துக் கொள்ள இயலாது. 336

மகல்சா! நீயுன் இல்லம்செல்!
மனைவி மக்க ளுடன்சேர்ந்து
இகத்தில் உனது இல்லறத்தை
ஏற்றுத் தொடர்க! எனப்பகர்ந்தார்.
பகவான் சொல்லி பலநாட்கள்
பக்கத் திருந்தா ரேதவிர
நகர வில்லை அங்கிருந்து
நாள்தான் நகர லாயிற்று. 337

42. மகல்சாவிற்கு ஆண்குழந்தை பிறக்க அருளுதல்:-

ஆண்மக் கள்தான் அருகிருப்பர்
பெண்கள் புளியம் பழமொப்பார்.
ஆண்மக் கள்மாங் கனியென்பர்
அவர்கள் 'புத்'என் றுரைக்கின்ற
வேண்டா நரக விடுதலைக்கு
வித்தாய் அமைவர் என்பதனால்
ஆண்கு ழந்தை ஒன்றைநீ
அடுத்துப் பெறுதல் வேண்டாமோ? 338

மகனை இழந்த துயரத்தில்
மனதில் வெறுப்பு. மற்றும்ஓர்
மகனைப் பெறுதல் தவறில்லை.
மகன்பி றக்க அருள்செய்தேன்
அகத்திற் கேகி இல்லறத்தை
அன்பாய் நடத்து எனப்பகர்ந்தார்;.
பகர்ந்த சொல்லும் ஏலாமல்
பக்கத் திருந்தே பணிசெய்ய, 339

43. பாபாவின் பக்தர் ‘காசி ராம்சிம்பி’

பக்தர் ‘காசி ராம்சிம்பி’
பார்க்க வந்தார் பாபாவை.
சிக்கல் தீர்க்க பாபாவும்,
சிந்தை ஒன்றா மகல்சாவை
மக்கள் மனைவி வாழிடத்தில்
மகிழ்வாய்க் கொண்டு விடுமாறு
அக்க ணத்தில் கூறிடவும்
அவரை அழைத்துச் சென்றங்கே, 340

அவர்தம் இல்லம் சேர்ப்பித்தார்,
அங்கே அவரின் குடும்பத்தார்;
அவரைக் கண்டு மனம்மகிழ்ந்த
அந்த நாள்'ஜென் மாஷ்டமி'யாம்.
கவலை நீங்கக் கருவுற்று
கடவுள் பாபா அருளாலே
அவர்தம் மகனாய் ஈன்றெடுத்தார்
அடுத்த ஆண்டு அதேநாளில். 341

வந்த வேலை முடிந்ததென
வந்து விட்டார் சாயியிடம்.
"இந்த நேரம் வறுமையிலே
இருக்கக் கண்டும் மனமின்றி,
வெந்த புண்ணில் வேல்பாய்ந்த
வேத னைபோல் விட்டகன்றீர்!
எந்த சொந்தம் நமைக்காக்கும்
ஏற்ற வறுமைக் கென்செய்வோம்? 342

சிந்தை நொந்த மனைவியுமே
        சிக்கல் தீர வழிகேட்டாள்.
அந்தக் குடும்ப நபர்அறுவர்
        அன்பு மக்கள் நால்வருடன்;
விந்தை பெற்றோர் இருவருமாய்
        வீட்டில் வறுமை விளையாட,
அந்த பாபா அருளாலே
        அனைத்தும் நலமாய் அமையுமென்றார். 343

உற்ற குடும்பம் தனைக்காக்க,
        ஊரில் பிச்சை எடுத்தளிப்பார்.
மற்றை நேரம் பாபாவின்
        மசூதி வந்து தங்கிடுவார்.
எற்றைப் போதும் தரிசிக்க
        எண்ணற் றோர்கள், பிரமுகர்கள்
மற்றும் பக்தர் பலபேரும்
        மகல்சா நிலையை அறிந்தவர்கள் 344

பொருளோ பணமோ தந்தாலும்,
        பொறுமை யோடு மறுத்திடுவார்.
அருளும் பாபா அளித்தாலும்
        அதையும் ஏற்க மறுத்திடுவார்;
பொருளும் பணமும் பெரிதல்ல
        போற்றும் பாபா அருகிருக்கும்
பெருமை ஒன்றே போதுமென்று
        பெரிதும் சேவை மனம்கொண்டார். 345

வறுமைப் பிணியால் ஒருபுறமும்,
        வைராக் கியத்தால் மறுபுறமும்,
இருக்கும் குடும்பம் தனைக்காக்க
        இன்றே இல்லம் வருவேன்யான்
மறுக்க லாகா தென்பதனை
        மகல்சா வந்தால் கூறிடுவாய்
என்று மகல்சா மனைவியிடம்
        இயம்பி வைத்தார் பாபாவும். 346

கனிவாய்ச் சொல்லி அனுப்பியதைக்
'காகா தீஷிக்' கண்டுணர்ந்தார்.
இனிய அந்த உரையாடல்
எளிதில் புரிந்து கொண்டதனால்
தனியாய் உறைக்குள் பணம்வைத்துத்
தருவ தற்குக் கொணர்ந்ததனை
பணிவாய் எடுத்துச் சென்றங்கே
பாபா கொடுத்தார் என்றளிப்பேன். 347

என்று சொன்ன சொல்கேட்டு
இதுதான் சரியாய் அமைந்திருக்கும்
என்னால் கொடுக்கப் பட்டாலும்
எடுத்து நீயே கொடுத்தாலும்
என்றும் ஏற்க மறுத்திடுவான்
எங்கே நானே வந்துற்றால்
என்ன செய்வ தென்றெண்ணி
இதனை வாங்கும் நிலையமையும். 348

எடுத்துச் சென்று தந்ததனால்
ஏற்றுக் கொண்டார் மகல்சாவும்.
கடுமை யான பசிப்பிணியும்
காணா தெங்கோ சென்றதுகாண்
அடுத்து வந்த நாட்களிலே
அவர்தம் கருணை அறிவார்யார்?
எடுத்துக் கொண்ட வைரத்தை(மகல்சா)
எவ்வா றேனும் காத்திடுவார். 349

பலகை மீதே துயில்கொள்வார்.
பாபா என்றும் எப்போதும்.
உளத்தில் பதிந்த மகல்சாவும்
உறங்க இங்கே வந்துற்றால்
பலகை விட்டு மேல்துண்டைப்
படுக்கை யாக விரித்திடுவார்.
அலகில் சோதி ஒருபுறமும்
அடுத்து மகல்சா மறுபுறமும். 350

படுத்தே உறங்கும் நாட்களிலே
பக்கத் திருந்த பாபாவும்
அடுத்து நாமஸ் மரணத்தில்
அங்கே ஈடு படுவதுண்டு.
கடுமைய யான பயிற்சியிது
கணத்தில் பிரியும் உயிர்மூச்சு.
அடுத்து அவர்தம் பக்கத்தில்
அமர்ந்தே இதயத் தில்கைவைத்தே. 351

இயக்கம் தன்னைப் பார்த்திருப்பார்.
இதயத் துடிப்பு சீரானால்
இயங்கும் உயிரும் நிலைத்திருக்கும்
இதயத் துடிப்பு மாறுபட்டால்
இயக்கம் நின்றே உயிர்போகும்
இந்த நேரம் அசைத்தெழுப்பத்
தயக்கம் காட்டக் கூடாது.
தானும் கண்கள் உறங்காமல், 352

கடுமை யான இப்பணியைக்
கருத்தாய்ச் செய்த மகல்சாவை
இடும்பை நீக்க வந்தஇவன்
என்றும் என்னுள் இணைந்திருப்பான்.
துடுப்பைப் போல உதவிடுவான்
துன்பம் என்றும் எண்ணாதான்
எடுத்துச் செய்யும் பணியெல்லாம்
ஈச னுக்கே உரித்தென்பான். 353

ஒருநாள் மசூதி பணிமுடித்து
ஓய்வுக் காக வீடுசெல்லும்
தருணம் வரவே, பாபாவும்
'தனியே செல்லும் போதங்கே
திருடர் இருவர் வருவதனால்
தீமை நேரா வண்ணம்செல்'!
அருகில் வந்து சொன்னவுடன்
அந்தப் பயமே இல்லாமல், 354

என்றும் போல எச்சரிக்க
ஏதோ சொன்னார் எனநினைந்தும்
என்னி டத்தில் பணமில்லை
எதனால் இந்த அச்சுறுத்தல்?
என்றே எண்ணிப் புன்னகைத்து
என்றும் போலச் சென்றவர்முன்
எண்ணிப் பார்க்க வியலாத
இரண்டு பெரிய நாகங்கள். 355

எதிரே வீட்டின் முன்பாக
இருக்கக் கண்டு நடுநடுங்கி
பதித்த காலை எடுப்பதற்கும்
பயந்து; ஓட இயலாமல்,
'மிதித்தி ருந்தால் என்னாகும்?
மீள வொண்ணா நிலையன்றோ'?
எதிலும் எங்கும் நிறைந்திருக்கும்
என்றன் பாபா முன்கூட்டி 356

இரண்டு திருடர் என்றாரோ?
ஏனோ இதைநான் உணராமல்
இரண்டு மனிதர் எனநினைந்தே
என்னி டத்தில் பொருளில்லை.
மிரட்சி கொள்ளல் எதற்காக?
மிகையாய் அதைத்தான் நான்நினைத்தேன்
திறமை இல்லா அறிவிலியான்.
தீண்டும் பாம்பை நினைத்தேனா? 357

அக்கா லத்தில் சீரடியில்
அளவுக் கதிகம் பாம்பினங்கள்.
மிக்க தொல்லை தருவதுண்டு,
மிகையாய் இரவு நேரத்தில்
மக்கள் செல்ல நேரிட்டால்
மண்ணென் ணெயால் எரிகின்ற
அக்கா லத்துக் கைவிளக்கை
அவர்கள் எடுத்துச் செல்வார்கள். 358

அதனா லேயே பாபாவும்
அன்று இரவு வரும்போது
உதவிக் காகக் கைவிளக்கை
உன்னோ டெடுத்து வாவென்றார்.
அதனால் மகல்சா விளக்கேந்தி
அங்கே வந்தார் மசூதியின்முன்
பதறும் வகையில் மிகப்பெரிய
பாம்பைக் கண்டார் விளக்கொளியில் 359

பதறி சத்தம் போட்டதனால்
பலரும் ஓடி வந்தங்கே
அதனை அடித்துப் போட்டார்கள்.
அதற்கா கத்தான் பாபாவும்
உதவி செய்ய முன்கூட்டி
ஒளிவி ளக்கைக் கொண்டுவர
இதமாய்ச் சொன்ன எச்சரிக்கை
இந்த அளவு மறைபொருளோ? 360

மற்றோர் சமயம் மகல்சாவின்
மனைவி வெளியூர் சென்றிருந்தார்
சற்றும் விழுங்க இயலாமல்
சரியாய்ப் பேச முடியாமல்
உற்ற தொண்டைப் புண்ணாலே
உடலும் வருந்த நோயுற்றாள்
சற்றும் அறியார் மகல்சாவும்.
சாயி பாபா தனைநினைத்துப் 361

பெற்றி ருந்த உதிகரைத்துப்
பெரிதும் பக்தி யுடன்பருக
சற்றைக் கெல்லாம் அவளுற்ற
சகல நோயும் குணமாக,
அற்றைப் போதில் பாபாவின்
அருளை யெண்ணி வியப்புற்றாள்,
பெற்ற அருளின் பெரும்பகுதி
பெருமைக் குரிய கணவரால்தான் 362

என்றே மகிழ, சீரடியில்
“ஏலே! பக்தா! இங்கேவா!
என்ன நினைத்தாய்? உன்மனதில்
எவ்வா றுள்ளாள் உன்மனைவி.
தொண்டைப் புண்ணால் துடித்துள்ளாள்.
துயரம் தன்னை அறிவாயா?”
என்று பாபா சொன்னவுடன்
எவ்வா றங்கே செல்வேன்யான்? 363

என்று ரைத்த மகல்சாவை
ஏன்நீ அங்குச் செல்கின்றாய்?
நன்று. அல்லா நோய்தீர்ப்பார்.
நானே பார்த்துக் கொள்கின்றேன்.
என்று சொன்ன சிலநாளில்
இல்லம் வந்த மனைவியிடம்
தொண்டைப் புண்ணால் துயருற்றே
துன்புற் றாயா? எனவினவ, 364

வியப்புற் றவளாய் அவள்கேட்டாள்
விந்தை. உமக்குச் சொன்னதுயார்?
சுயமாய் யானும் அறிவேனோ,
சொன்னார் பாபா என்றுரைக்க,
தயக்க மின்றி நடந்ததனைத்
தானும் சொல்ல பாபாவின்
வியக்கும் நிகழ்வை உளம்போற்ற
வேண்டித் துதித்துப் பணிந்தார்கள். 365

மகல்சா பதியை அறிந்தவரும்
மறவா பாபா பக்தருமாய்
இகத்தில் அத்தி னாபுரியில்
இருந்த ‘இராம்பாள் ஹர்தே’வும்
புகலும் அந்தக் கிராமத்தில்
புகழ்சேர் பாபா வரலாற்றை
மகல்சா பதியே வாசிக்க
மனமும் பெரிதே விழைவதனால், 366

வந்து பாபா புகழ்பாடி
வதியும் இல்லம் தனில்வழங்கும்
பந்தி விருந்தும் ஏற்றிடவே
பரிவோ டழைத்தார் மகல்சாவை.
இந்த நிகழ்வை ஏற்றிடவே
எனக்கு விடையும் தந்தருள்க!
வந்து மகல்சா பாபாவை
வணங்கிக் கேட்க, பாபாவும், 367

'இந்த அழைப்பை நீஏற்றால்
இன்னல் அடைவாய்' எனப்பகர்ந்தார்.
வந்து அழைத்த ஹர்தேவும்
வணக்கத் திற்கே உரியவர்தான்.
எந்தை பாபா புகழ்பரவ
இதுவும் அரிய சூழல்தான்
முந்தும் ஆர்வம் முகிழ்த்திடவே
முழும னதோடு புறப்பட்டார். 368

தடுத்து பாபா சொல்லியதை
தனது மனதில் ஏலாமல்,
விடுத்து விரும்பிச் சென்றவரை
விரைந்த 'ஹர்தே வரவேற்றார்.
அடுத்து பாபா வரலாற்றை
அழகாய் உருக்க மாய்ப்பாட
எடுத்துச் சொன்ன வரிகளிலே
எல்லோர் மனமும் ஒன்றியதால், 369

நேரம் கூடத் தெரியாமல்
நினைவை மறந்து அமர்ந்திருக்க
நேரம் ஆன கோபத்தால்
நிறைவைக் காண மனமின்றி
வீரம் என்ற பேர்நிலைக்க,
வினையாய் 'ஹர்தே' பிள்ளைகளும்
கூரம் பாகக் கொதித்தெழுந்தே
கூடிக் கலகம் விளைத்தார்கள். 370

தடுத்தும் நில்லா மல்ஓடி
        தாமும் தம்மோ டிருந்தவரும்
விடுதி சென்று விருந்துண்ண,
        விரும்பா தவர்கள் சண்டையிட
அடுத்தி ருப்போர் கூச்சலிட,
        அல்லல் பட்ட அனைவருமே
எடுத்த ஓட்டம் மிகையாகி,
        எங்கும் சண்டை சச்சரவாய், 371

கலகம் அடங்கா நிலைதன்னைக்
        கண்ட ஹற்தே மனம்வருந்த
நிலையை அறிந்த மகல்சாவும்
        நீரும் உணவும் இல்லாமல்,
அலையும் மனதில் பாபாவின்
        ஆற்றல் உணர்ந்து வெட்கித்து
நிலைகு லைந்து சீரடிக்கு
        நேராய் வந்து சேர்ந்தவரைப் 372

புன்ன கையால் வரவேற்றுப்
        புண்பட் டவரை அரவணைத்து
உண்ண உணவு அளித்ததுடன்
        உண்மை உணர்த்தி அவரிடத்தில்
“எண்ணம் நன்றாய் இருந்தாலும்
        இருந்த சூழல் நீயறியாய்
உன்னைத் தடுத்தேன் உணரவில்லை
        உறுதி கொள்வாய்' என்றுரைத்தார். 373

சாயி இருந்த மசூதிக்குச்
        சற்றே பக்கம் நாயொன்று
சாயி கருணைக் கிலக்காகித்
        தங்கி அங்கே வாழ்ந்துவர
வாயில் லாத ஜீவனது
        வழங்கி உருக உணவதனைத்
தாயின் கருணை யால்பாபா
        தருமா றியம்ப மகல்சாவும், 374

தவமே போல நாள்தோறும்
        தவறா தளித்தார். அன்றொருநாள்
கவலை யோடும் நோயுற்றும்
        காத்துக் கிடந்த நாய்தன்னைத்
தவறே இன்றி விரட்டிவிட,
        தானும் எங்கும் போகாமல்
அவரை விட்டும் அகலாமல்
        அங்கே நின்று குரைத்திடவே, 375

அந்த நேரச் சூழலிலே
        ஆத்தி ரத்தில் கம்பெடுத்தே
நொந்த உடலைத் தாக்கியதால்
        நோயுற் றிருந்த அந்தநாய்
எந்த எதிர்ப்பும் கட்டாமல்
        எழுந்தே அலறி ஓடியது.
எந்த உணர்வும் தாக்குதலும்
        இல்லா திருந்தார் மகல்சாவும். 376

அதனை உணர்ந்தார் பாபாவும்
        அன்று இரவு மசூதியிலே
இதமாய்க் காலைப் பிடித்தபடி
        இருந்தார் மகல்சா பதியங்கே
அதற்கும் மேலாய் பக்தர்களும்
        அங்கே சிலபேர் சூழ்ந்திருக்க
இதனை பாபா கூறலுற்றார்.
        'எனக்கு உடம்பு சரியில்லை. 377

என்னைப் போன்றே இவ்வூரில்
        எதிர்க்க வியலா தெருநாய்க்கும்
உண்மை யாக நலமில்லை.
        உலகில் உள்ள எவ்வுயிரும்
தன்னைப் போன்றே என்றுணர்ந்து
        தவமாய் ஏற்றல் நன்றாகும்.
என்பால் அன்பு செலுத்துபவர்
        ஏனோ நாயை விரட்டுகின்றார்? 378

தன்னைக் குறித்தே பாபாவும்
        தனித்துச் சுட்டிக் காட்டுகின்றார்.
என்றே உணர்ந்த மகல்சாவும்
        ஏற்றுக் கொண்டு மனம்திருந்தி
அன்று முதலே அந்நாய்க்கும்
        அவரே உணவைத் தவறாமல்
சென்று அளித்து வரலானார்
        செம்மை யான மனதுடனே. 379

ஆண்டு தோறும் மகல்சாவும்
        அவரோ டிணைந்த குழுவொன்றும்
காண்டற் கரிய கண்டோபா
        கடவுள் தன்னைக் காண்பதற்குத்
தூண்டும் நீண்ட பயணத்தில்
        சுமந்து செல்லும் காவடிகள்
சான்றாய் அமைய ஜேஜூரி
        தரிச னத்தைக் காண்பார்கள். 380

அவ்வா ரவர்கள் செல்லுங்கால்
        அந்தக் குழுவில் ஒருவரிடம்
அவ்வூர் பயண அனுமதியாய்
        அளிக்கும் சீட்டு இன்மையினால்
ஒவ்வார் என்று தடைவிதிக்க
        உடனே மகல்சா துணையனுப்பி
எவ்வா றேனும் அச்சீட்டை
        ஏற்று வருக எனப்பணித்தார். 381

அவர்கள் சென்று கர்ணத்தை
        அணுகிக் கேட்க, கோடரியை
அவனி டத்தில் தந்ததுடன்
        அங்கே கிடக்கும் மரத்துண்டை
அவச ரமாக விறகாக்கி
        அதன்பின் பெற்றுக் கொள்என்றார்.
அவர்தம் செயலைக் கண்டவுடன்
        அருகில் நின்ற துணைவந்தோன், 382

அந்த இடத்தை விட்டகன்றே
அணுகி மகல்சா விடம்சொல்ல
சிந்தை தன்னில் பாபாவை
சிந்தித் திருந்தார் மனமுருகி
அந்த நேரம் கோடரியும்
அதிர்ந்து உடைந்து வீழ்ந்தவுடன்,
மந்த புத்தி அதிகாரி
மற்றோர் கோட ரியைத்தந்தான் . 383

அதுவும் உடைந்து வீழ்ந்திடவே
அவனுள் அச்சம் தோன்றியது.
அதுஏன் என்று புரியாமல்
அந்தப் போதே அனுமதியை
இதுநான் செய்த அறியாமை
என்றும் எண்ணி கொடுத்திட்டான்.
பொதுவாய் நடந்த நிகழ்வனைத்தும்
போற்றும் பாபா நடத்தியதே 384

என்று அறிந்து எல்லோரும்
எழுந்து பாபா புகழ்பாடி
தொன்று தொட்டு நடக்கின்ற
தூய பயணம் மேற்கொண்டார்.
என்றும் எங்கும் எப்போதும்
இறைவன் பாபா பக்தர்களைக்
கண்ணும் கருத்து மாய்க்காத்து
கண்கா ணிப்பார் இறுதிவரை. 385

மகல்சா பதிக்கு மகன்பிறந்த
மகிழ்வை, பாபா அறிந்தவுடன்
மகல்சா விற்கு வாழ்த்துரைத்து,
மகனை வளர்த்து ஆளாக்க
இகத்தில் இருப்பாய் துணையாக
இருபத் தைந்தே ஆண்டுகள்நீ!
சுகமாய் வாழ்க! என்றுரைத்த
சூக்கு மத்தை உணர்ந்தவராய், 386

இருபத் தைந்து வருடங்கள்
இருப்பேன் உறுதி என்றுரைத்தார்
வருவ தறியும் பாபாவின்
வார்த்தை யாவும் சத்தியமே.
இருப்ப தறியா வாழ்வியலில்
என்றன் ஆயுள் அறிவித்த
தரும நெறிவாழ் பாபாவை
தன்னுள் வைத்து நிறைவுற்றார். 387

நவராத்திரி முடிந்து விஜயதசமியன்று ஏகாதசி திதியில் **25.10.1918** ஆம் நாள் பாபா சமாதியை ஏற்றார். மகல்சாபதி முன்கூட்டியே தான் சுவர்க்கம் செல்லப் போவதை யறிந்தவர் அனைவர்க்கும் (உறவினர்) அறிவித்தே சென்றவர். 1922 ஆம் ஆண்டு செப்டம்பர்த் திங்கள் ஏகாதசி திதி 'கண்டோபா' (சிவன்)-க்குரிய, சோமவாரம் (திங்கட் கிழமை) காலை பூசை முடித்து தனது தந்தையின் சிரார்த்தம் செய்து அனைவருக்கும் உணவளித்துத் தம் அருகிலிருந்த அனைவரையும் இராமநாம ஜெபம் செய்யப்பணித்து மகனை அழைத்து அவன் கைகளைப் பற்றிக்கொண்டு,"பக்திமார்க்கம் பற்றிக் கூறி, ஒருமுறை அனைவரையும் அன்போடு பார்த்து 'ராம்' என்று கூறிக்கொண்டே மகன் மடியில் உயிர்நீத்தார்.

பாபா வாழ்ந்த காலத்தில்
பக்தர் 'மகல்சா பதி'வாழ்ந்தார்.
பாபா காலம் முடிவுற்றும்
பாரில் நான்கு வருடங்கள்
பாபா புகழை நிலைப்பித்துப்
பக்திச் சுடராய் ஒளிவீசி
பாபா என்னும் கோபுரத்தில்
பதிந்த நிழலாய் அமர்ந்துள்ளார். 388

44. சந்தோர்க்கர் என்னும் நானா

உயர்ந்த இந்து குடும்பத்தில்
உதித்த வர்தான் 'சந்தோர்க்கர்'.
அயரா துழைத்த அவர்தந்தை
அரசுத் துறையில் அதிகாரி
மயக்கும் 'சந்தோர்க் கர்வாடா'
மகிழும் அவர்தம் மாளிகையாம்.
வியக்கும் செல்வச் செழிப்புடனே
மேன்மை கல்வித் திறனுடையோர். 389

வயது இருபத் தேழினிலே
வகித்த பதவி மாவட்ட
இயக்கத் துணைய திகாரியானார்,
இல்லம் மகிழ ஆசார
நியம விதிகள் கடைபிடித்தும்,
நிலைத்த பாஷ்யம், கீதையுடன்
மயக்கம் தீர்க்கும் தத்துவங்கள்,
மாறா மரபுக் கொள்கையுமாய், 390

45. பாபாவின் சீடர் ஆத்மராம், கே குல்கர்னி

மணக்கும் சந்தோர்க் கர்தன்னை
மக்கள் நானா என்றழைப்பர்.
கணக்குப் பிள்ளை குல்கர்ணி
கலெக்டர் நானா பார்வையின்கீழ்
வணக்கத் தோடு சீரடியில்
வாழ்ந்து வந்த போதினிலே,
தனக்கு விடுத்த 'ஜமாபந்தி'
தவிர்க்க வியலா தென்றறிந்து 391

பாபா ஆசி பெற்றங்கே
பயணப் படவே வந்துற்றார்.
பாபா அனைத்தும் கேட்டறிந்து
பரிவாய் கலெக்டர் நானாவை
பாபா அழைத்தார் எனக்கூறிப்
பார்க்க வரச்சொல். எனப்பகர்ந்தார்.
"கோபார் காமில் கலெக்டரையான்
கூப்பிட் டாலும் வருவாரா? 392

நம்பும் அளவில் நானென்ன
நல்ல பதவி வகிப்பவனா?
வம்பாய் முடிந்தால் என்செய்வேன்?
வருந்தி கோபர் காம்சென்றார்.
தம்மி டத்தில் சொல்லியதைத்
தனித்தே நானா இருக்குங்கால்
நம்பு மாறு குல்கர்ணி
நயமாய்க் கூறி அழைத்திட்டார். 393

இதனைக் கேட்ட நானாவும்
இயல்பை மீறிச் சினம்பொங்க,
எதற்கு அங்கே வரவேண்டும்?
ஏழை பக்கீர் அழைத்தவுடன்,
உதவி வேண்டின் எனைத்தேடி,
உடனே வருதல் முறையாகும்.
அதற்கும் மேலே பக்கீர்தான்
அழைத்தார் என்று பொய்யுரைத்தாய்? 394

என்ற சொல்லைக் கேட்டவுடன்
எல்லா வெறுப்பும் ஒருங்கிணைய
என்னைத் தவறாய்ப் புரிந்துள்ளார்.
எதையும் நம்பா தவரிடத்தில்
உண்மை உரைத்தும் பயனில்லை.
ஊரில் வந்த குல்கர்ணி
தன்னி டத்தில் சொல்லியதைத்
தானும் பாபா விடம்சொன்னார். 395

ஆனால் பாபா விடவில்லை.
அவரை மீண்டும் அனுப்புங்கால்
வீணாய்க் காலம் கடத்தாமல்
விரைவில் அழைத்தார் எனக்கூறு.
நானா விடத்தில் குல்கர்ணி
நாடிச் சென்றார் மும்முறைகள்.
ஏனோ இதையே தான்சொன்னார்.
இருந்த கோபம் தீரவில்லை. 396

நான்காம் முறையும் குல்கர்ணி
நானா வைவந் தழைக்குங்கால்
"ஏன்தான் இவ்வா றழைக்கின்றார்?
இதிலே ஏதோ பொருளிருக்கும்
நான்வந் தவரைக் காண்கின்றேன்.
நானா சொன்ன பதில்கேட்டு,
நான்காம் முறையில் குல்கர்ணி,
நல்ல பதிலால் மகிழ்வடைந்தார். 397

ஒருநாள் நானா சீரடியில்,
உள்ள பாபா வைக்கண்டு,
தருவ தற்கே ஒருதட்டில்
தக்க முந்தி ரிகற்கண்டும்
குருவுக் களிக்கும் வகையினிலே
கொணர்ந்து பாபா விடம்தந்து,
கருதி என்னை அழைப்பித்த
கார ணத்தை அறிவிப்பீர்!. 398

என்று நானா கேட்டதனால்,
'எனக்கும் உனக்கும் தொடர்புண்டு.
உன்னைப் போன்றோர் பலரிருக்க
உன்னை மட்டும் ஏனழைத்தேன்?
எண்ணிப் பார்க்க வேண்டாமோ?
ஏற்ற நான்கு பிறவிகளில்
ஒன்றாய்த் தொடர்பு கொண்டிருந்தோம்
உணர்ந்து கொள்ள உனையழைத்தேன்'. 399

நேரம் கிடைக்கும் போதெல்லாம்
நினைவாய் இங்கு வரவேண்டும்.
பார மாக நினையாதே!
"பாசத் தோடும் உதியளித்து,
வாரம் தவறா திவ்விடத்தில்
வந்து செல்வாய் இனிநீயும்".
சீர டிக்கு வருவதனைச்
சிறிதும் எண்ணா நானாவும், 400

பதிலும், புரியா புதிராகிப்
பாபா கூற, விடைபெற்றுப்
புதிதாய், வியப்பாய், அமைந்ததனால்
போற்றத் தக்க நம்பிக்கை
எதிலும் இல்லா மனநிலையில்
இயல்பாய்த் தம்மூர் போய்ச்சேர்ந்தார்
நதிநீர் போன்றே விரைவாக
நாடி வருதல் அறியாமல் 401

46. அரிச்சந்திர மலையில் அதிசயம்

மலைமேல் இருக்கும் தெய்வத்தை
மனதில் பதியும் சிலைவடிவைக்
களைப்பே இன்றிச் சென்றங்கே,
காண்பார் தெய்வ தரிசனமாய்,
மலைமேல் ஏறும் உடல்எடையோ
மாறாய் இருந்தும் சந்தோர்க்கர்
தொலைதூ ரத்தும் சென்றிடுவார்
தொடர்வார் மலைக்கோ யில்களுக்கே. 402

சீர டிக்குப் பக்கத்தில்
சிறந்த அரிச்சந் திரமலையின்
தூரம் நாற்பான் கல்தொலைவு.
துணிந்தே தேவி ஆலயத்தை,
வீரம் மிக்க சந்தோர்க்கர்
விரைந்தே அணுக முற்பட்டார்.
நேரம் பகலாய். வெயில்கொடுமை
நிறைந்த தாலே நாவரட்சி . 403

துணைக்கு வந்த அதிகாரி,
துடித்துப் போனார் தாகத்தால்.
இணையாய் இன்னல் பட்டதனால்,
ஏற்றத் தாழ்வு இல்லாமல்
பிணையாய்ப் பிடித்த கைதிகள்போல்
பின்னர் செய்வ தறியாமல்,
நினைத்தார் பாபா வைநானா
நினைவில் நின்றார் பாபாவும். 404

எண்ணம் அறிந்த பாபாவும்
இருந்த இடத்தில் கூறுகின்றார்.
'என்னை நினைத்து நம்நானா
ஏங்கி அரிச்சந் திரமலையில்
தண்ணீ ருக்குத் தவிக்கின்றான்'
தாளா வியப்பால், பக்தரெல்லாம்
என்ன சொன்னார் இப்போது?
எதுவும் புரியா மல்விழிக்க, 405

எப்போ தும்போல் பாபாவும்
இருந்தார் இயல்பாய் அவர்கள்முன்.
அப்போ தங்கே மலைமீதில்
அங்கி ருந்த நானாமுன்
எப்ப டித்தான் இவன்வந்தான்?
என்றே எண்ண ஒருவேடன்
செப்ப வியலா வியப்படையச்
சிகரம் நோக்கிச் சென்றவனை, 406

அன்பாய் அழைத்தே அவனிடத்தில்
அங்குத் தாகம் தணித்திடவே,
தண்ணீர் கிடைக்க வழியுண்டோ?
தயவாய்க் கேட்க அவன்சிரித்தான்,
வெண்ணெய் இருக்க நெய்க்கலையும்
விந்தை யான கேள்வியிது?
தண்ணீர் இருக்கும் இடத்தில்தான்
தாங்கள் அமர்ந்தே இருக்கின்றீர்! 407

அமர்ந்தி ருக்கும் பாறையினை
அகற்றிப் பார்த்தால் தெரியுமென்றான்
அமர்ந்த கல்லைப் புரட்டியதும்
அடியில் சுனைநீர் அமுதம்போல்
தமது தாகம் தீர்ந்தவுடன்
தாமும் வேடன் தனைத்தேட
அமர்ந்த இடமும் அதைச்சுற்றி
அமைந்த இடங்கள் எங்குமில்லை. 408

மலைமேல் தேவி தரிசனத்தை
மகிழ்வாய்க் கண்டு களிப்படைந்தார்
அலைபோல் ஆடும் மனதிற்கும்
அமைதி கண்ட ஆனந்தம்.
களைப்பே இன்றி பாபாவின்
கருணை தன்னை நினைத்தவராய்
மலையை விட்டுக் கீழிறங்கி
மன்னும் தம்மூர் போய்ச்சேர்ந்தார். 409

சிலநாள் கழித்துச் சாந்தோர்க்கர்
　　சீர டிவந்தே பாபாவைப்
பலபேர் பக்தர் சூழ்ந்திருக்கப்
　　பார்க்க வந்தே அமர்ந்தவுடன்
நலமா? நானா? உன்தாகம்
　　நான்தான் தீர்த்து வைத்துள்ளேன்.
கலக்கம் தீர்த்த வேடன்யான்
　　கண்டு கொண்டா யா?என்றார். 410

பாசத் தோடும் பரிவோடும்
　　பாபா கேட்க, அதிசயித்து,
நேச உணர்வில் அவ்விடத்தில்
　　நிறைந்தி ருந்த பக்தரிடம்
பேச லுற்றார் சாந்தோர்க்கர்
　　பெரிதாம் அரிச்சந் திரமலையில்
ஊச லாடும் உயிர்தன்னை
　　உடனே வந்து காப்பாற்ற, 411

வேடன் உருவில் வந்தவர்தான்
　　விந்தைக் குரிய நம்பாபா.
தேடக் கிடைக்கா தெய்வத்தைத்
　　தெரிந்து கொள்ள இயலாத
மூட னாக நானிருந்தேன்
　　முன்பே அங்கு நடந்தவற்றை
நாடி இங்கு வந்தபின்தான்
　　நானும் அறிந்தேன் எனப்புகன்றார். 412

அங்கி ருந்த பக்தரெல்லாம்
　　அதிச யித்தே அவ்வமயம்
இங்கி ருந்தே சொல்லியது
　　எங்க ளுக்குப் புரியவில்லை.
எங்கி ருந்த போதிலும்தாம்
　　எதையும் அறியும் வல்லமையால்
தங்க ளுக்கு நேர்ந்ததையும்
　　தாமே அறிந்து அறிவித்தார். 413

47. 'பத்மாலயா' காட்டில் பாபாவின் அருட்சக்தி

'பத்மா லயா'ஓர் அடர்காடு.
பரந்து செழிந்த அவ்வனத்தில்
அத்தன் அரனின் மகனான
ஐந்து கரத்தோன் கணபதியின்
சித்தம் கவரும் ஆலயத்தைச்
சென்று காணும் ஆவலினால்
மொத்தம் பத்து கல்தொலைவு
முதிர்ந்த காட்டுப் பாதையிலே, 414

செல்ல முன்னேற் பாட்டுடனே
சேரும் காலம் கணக்கிட்டுத்
தொல்லை யற்ற புகைவண்டி.
துணைக்கு ஆட்கள் பலரோடும்
எல்லை வந்தார் நானாவும்.
எதிர்பா ராத விதமாக
மெல்ல முன்னி ரவுதொடங்க
மேலும் ஆர்வம் காரணமாய்ப் 415

பயமே இன்றி பணியாட்கள்
பலரும் முன்பின் னாய்த்தொடர,
தயக்க மின்றி விரைவாகத்
தரிச னத்தைக் காண்பதற்கே
அயர்வே இன்றிச் சென்றிடினும்
அவருள் மனத்தில் ஐயமெழ
உயர்த்தி கையில் மணிபார்க்க
ஒன்ப தாகி விட்டமையால், 416

பாதி தூரம் தான்வந்தோம்
பயத்தில் சொன்னார். 'கோயிலுக்கு'
மீதி தூரம் கடந்தேக
மேலும் காலம் நள்ளிரவாம்.
ஏதோ நமது ஆர்வத்தால்
இங்கே வந்தோம். இப்போதே
ஓதித் துதிக்கும் அர்ச்சகரும்
உறுதி யாகச் சென்றிருப்பார். 417

ஆல யத்தின் நடைசாத்தி
அர்ச்ச கர்தான் சென்றிருந்தால்
மீள வியலா நேரமிது,
மிகவும் களைத்தும் இருக்கின்றோம்.
கால நேரம் பாராமல்
கடவுள் அன்று காத்ததுபோல்
சாலப் பரிந்தே அருள்செய்ய
சாயி அன்றி வேறுண்டோ? 418

பாபா வைத்தன் மனத்திடையே
பக்திப் பெருக்கில் நனைவித்து,
பாபா! கோயில் திறந்திருந்து
பக்தி செய்ய தரிசனமும்
தீபா ராத னையும்யான்
சிந்தை குளிரக் காண்பதற்கும்
பாபா! தங்கள் அருளாலே
பசிக்குத் தேநீர் கிடைப்பதற்கும் 419

வழியைக் காட்ட வேண்டும்நீர்.
வகையாய் வந்து நடுக்காட்டில்
பழியாய்க் கிடந்து தவிக்கின்றோம்
பரிவாய் எமக்கும் அருள்செய்வீர்!
வழிந்த கண்ணீர் வற்றாமல்
வழுத்திக் கொண்டே சென்றடைந்தார்
கழிந்து விட்ட நேரத்தின்
கணக்கைப் பார்த்தார் பதினொன்று. 420

மணியும் பதினொன் றாயிற்று
மண்ணில் இதுவும் அதிசயமே.
கனிவாய், நீங்கள் நானாவா?
காத்தி ருந்த அர்ச்சகரும்,
பணிவாய் வருக என்றழைத்தார்.
பலம ணிநேரம் காத்திருந்தேன்.
இனிமேல் தான்யான் அர்ச்சனையை.
இன்று செய்ய உத்தரவு, 421

என்று கூறி, பாபாதான்
"இன்று நானா வருகின்றான்.
சென்று அனைத்தும் நிறைவேற்றிச்
சேர்ந்த களைப்பு நீங்கிடவே,
நன்றாம் தேநீர் நல்கிடுக!"
நவின்றாற் போன்ற உள்ளுணர்வு
இன்று என்னுள் எழுந்ததனால்
இங்கே இருந்தேன் என்றுரைத்தார். 422

தொடர்ந்து நடந்த தரிசனமும்
துவண்ட மனதில் பேரொளியும்
அடர்ந்த காட்டில் அவ்வமயம்
அங்கு நடந்த செயற்பாடும்
படர்ந்த களைப்பு நீக்கிடவே
பருகத் தந்த தேநீரும்
கடவுள் பாபா அருளாலே!
கண்ணீர் மல்கக் கைதொழுதார். 423

எல்லாம் அறிந்த பாபாவை
இத்த னைநாள் அறியாமல்
குல்லாய் போட்ட பக்கீரின்
கூற்றை யானும் மதிப்பேனா?
தொல்லைப் படுதல் எதற்காக?
தொடர்பும் உண்டோ? என்றிருந்தேன்
அல்லா, சிவனோ டரியுமென
அனைத்தும் பாபா என்றுணர்ந்தேன். 424

48. 'அரிதாஸ்' என்னும் கதைப்பாடகரும், நானாவும்:-

'அரிதாஸ்' கதைப்பா டகராக
        அவ்வப் போது நடக்கின்ற
பெரிய சபையில் இசைநிகழ்த்திப்
        பெற்ற பணத்தால் வாழ்பவராம்.
அரிதாய் வருவார் சீரடிக்கே.
        அங்கே காண்பார் பாபாவை.
உரிமை யோடு நானாவும்
        உள்ளம் கவர்ந்த பாபாவைப், 425

பார்க்க வருதல் தொடர்நிகழ்வு.
        பக்தர் என்ற உணர்வுடனே
ஈர்த்த உள்ளம் இருவரையும்
        இணைத்தே அறிமு கமாக்கியதால்
சேர்ந்தே அகமத் நகர்செல்லச்
        சேராப் பணிகள் வேறெனினும்
சேர்ந்து சென்றால் வழித்துணையாம்.
        பாபா விடத்தில் விடைகேட்க, 426

உணவை உண்டு பின்செல்க!
        உரைத்த பாபா சொல்கேட்டு,
மனதில் உறுதி யுடன்தங்கி
        மகிழ்வாய் நானா உணவுண்டார்.
கனவாய்த் தனது இசைநிகழ்ச்சி
        காலம் கடந்தால் பொய்த்திடுமே!
மனதில் ஐயம் கொண்டதனால்,
        மாற்று ரையாய் அரிதாசும் 427

பார்க்க வேண்டும் ஒருநபரை
        பாபா விடத்தில் பொய்யுரைத்துச்
சேர்ந்தி ருந்தார் நிலையத்தை.
        சிறிது நேரம் நானாவும்
பார்த்துப் பேசி பாபாவைப்
        பணிந்தே ஆசி பெற்றவுடன்
பார்த்தார் ஹரியை நிலையத்தில்
        பசியால் களைத்தே அமர்ந்திருந்தார். 428

அன்று வந்த புகைவண்டி
அதிச யமாகத் தாமதிக்கச்
சென்றே அமர்ந்து இருவருமாய்ச்
செல்லும் பயணம் தொடர்ந்தார்கள்.
"நன்று என்று எதைநினைத்தீர்?"
நானா கேட்டார் அரிதாசை.
"வென்று விட்ட தாய்எண்ணி
வேண்டு மென்றே பொய்யுரைத்தீர்! " 429

ஊருக் கெல்லாம் உபதேசம்
உரைப்பீர் சபையில் இசைநிகழ்வில்
பேருக் குத்தான் உமக்கல்ல.
பெரிதும் போற்றும் பாபாவே
பாருக் கெல்லாம் படியளக்கும்
பரமன் வடிவம் அறிவீரா?
யாருக் கெங்கே எதுநடக்கும்,
என்றே அறியும் தேவனவர். 430

உதவும் பாபா பக்தர்தம்
உள்ளத் திருப்பார் சத்தியமே
அதைநீர் அறிந்தால் என்றென்றும்
அனைத்து நலனும் உண்டாகும்
இதனைக் கேட்ட அரிதாசும்
இதயம் தெளிந்து தவறுணர்ந்தே
எதையும் கூற இயலாமல்
என்னை மன்னிப் பீரென்றார். 431

49. பாபா நானாவை விபத்திலிருந்து காத்தல்;:-

ஒருநாள் நானா சீரடியில்
ஒன்றாய் பாபா வுடனிருந்தார்.
வருக! உடனே எனும்செய்தி
வழங்கி விட்டார் அதிகாரி.
மறுத்துக் கூற வியலாமல்,
மாற்ற மின்றிப் புறப்படுங்கால்,
அருகில் பாபா வையணுகி
அன்று செல்ல விடைகேட்டார். 432

'இன்று வேண்டாம். விட்டுவிடு.
இன்று தங்கி நாளைபோ!'
என்று பாபா சொன்னவுடன்,
ஏற்றுக் கொண்ட நானாவும்
நன்றே சொன்னார் என்றெண்ணி
நாளை என்ற மறுநாளில்
சென்ற டைந்தார் கோபர்காம்.
செய்தி தன்னை அலுவலகம். 433

சென்று கேட்டார். பணியாளர்
செய்தி கூற அதிர்வுற்றார்.
அன்று வராமல் அதிகாரி
அடுத்த நாளில் வருவதாக
அன்றே தந்தி வந்ததென்றார்.
அங்கு வந்த தந்தியினை
அன்றே பாபா அறிந்தாரா?
ஆற்றுப் பெருக்காய் கண்களில்நீர். 434

எண்ணி யெண்ணி மெய்சிலிர்த்தார்.
எங்கும் நிறைந்த தெய்வம்நீர்!
என்பால் இருந்த கருணைதனை
என்ன வென்று புகல்வேன்யான்?
என்னை நீவிர் ஆட்கொள்ள
என்ன தவம்யான் செய்துள்ளேன்?
கண்கள் பெருக்கும் கண்ணீரில்
கரைந்து போனார் சாந்தோர்க்கர். 435

பக்தர் பலரும் சூழ்ந்திருக்கப்
பாபா அங்கே உரையாட
அக்க ணத்தில் அவருடைய
அதிர்ந்த குரலைக் கேட்டவர்கள்
எக்கா ரணமென் றுணருமுன்னே
என்றன் நானா ஆபத்தில்
சிக்கி யுள்ளான் விடுவேனா?
சீற்றத் துடனே கூறியபின் 436

ஆத்தி ரத்தில் அதிர்வடைந்தே
அவரி ருக்க அவ்விடத்தில்
காத்தி ருந்தோர் கலக்கமுற்றார்.
கணத்தில் அமைதி ஆட்கொள்ள
ஆத்தி ரம்தான் அடங்கியதும்
அனைவ ரோடும் இயல்பானார்.
ஆத்தி ரமாக அவர்சொன்ன
அர்த்தம் யார்க்கும் புரியவில்லை. 437

சிலநாள் கழித்து சாந்தோர்க்கர்
சீர டிக்கு வந்துற்றார்.
பலரும் வந்தே அவரிடத்தில்
பயங்க ரமாக அன்றொருநாள்
அலறும் அளவில் உம்வாழ்வில்
அமைந்த நிகழ்வு யாதென்றார்.
பலரும் அறிய பாபாதாம்,
பகர்ந்த சொல்லால் பயம்கொண்டோம். 438

என்று சொல்ல சாந்தோர்க்கர்
ஏற்ற வியப்பிற் களவில்லை,
அன்று பாபா அலறியநாள்.
அங்கே நானும் சாஸ்திரியும்
சென்றோம் 'டோங்கா' வண்டியிலே
சென்று பின்னர் அங்கிருந்து
அன்றே 'பூனா' புறப்படவும்
ஆயத் தங்கள் செய்திருந்தோம். 439

பூட்டப் பட்ட குதிரையுமே
போகப் போக மிரட்சியுற்றே
ஆட்டம் காட்டிப் பின்னோக்கி
அழைத்துச் சென்ற காரணத்தால்
சேட்டைக் குதிரை செயலாலே
சேணம் அறுந்து வண்டியுமே
ஓட்டம் நின்று குடைசாய
உருண்டு பள்ளத் தில்வீழ்ந்தோம். 440

இவ்வா றான நிகழ்வதனை
இங்கி ருந்தே அறிந்ததனால்,
ஒவ்வா நிகழ்வை அறிவிக்க
ஒருதாய் நிலையில் துடிதுடித்தே.
எவ்வா றேனும் காப்பாற்ற
எங்கள் துன்பம் அவரேற்றார்.
எவ்வா றறிந்தார்? யாரறிவார்?
இடுக்கண் நீக்கும் தெய்வமவர். 441

கேட்ட வர்க்குப் பதிலளித்துச்
கேளா யிருந்த பாபாமுன்
வாட்ட முற்றுப் போய்நின்றார்.
வந்த தறிந்தும் பேசவில்லை
கேட்டார் நானா பாபாவை.
கேடு நேரா மல்காத்தீர்!
நாட்டம் கொண்டு வந்துள்ளேன்
நவிலா மௌனி யானீர்ஏன்? 442

என்சொல் கேளா பக்தனிடம்
எனக்குப் பேச ஏதுமில்லை.
என்று பாபா சொன்னவுடன்
எப்போ தென்ன தவறிழைத்தேன்?
'ஒன்றும் எனக்குப் புரியவில்லை.
உண்மை சொல்ல மனமின்றி,
ஒன்றை மறைக்கப் பொய்யுரைத்து
ஊரைச் சுற்றி உடல்நொந்தாய். 443

அன்று தத்தர் கோயிலிலே
அணுகி வந்து சாதுகேட்க,
முன்னூ றுரூபாய் தருவதற்கு
முன்பே அளித்தாய் வாக்குறுதி
அன்று இல்லை உன்னிடத்தில்.
அடுத்து வருங்கால் தருவதாக
உண்மை உரைக்க வெட்கித்து
ஊரைச் சுற்றித் துன்புற்றாய். 444

உனது செயலுக் குறுதுணையாய்
உதவ நண்பன் தனைச்சேர்த்தும்
எனது சொல்லை ஏன்மறந்தாய்?
எவ்வா றுன்பால் பேசுவது?
தனது தவறை உணர்ந்தவராய்த்
தாளில் வீழ்ந்தே இனிமேல்யான்
கனவில் கூட தவறிழையேன்
கருணை புரிய வேண்டுமென்றார். 445

அதிதி உண்ண அன்னமிட்டே
அதன்பின் உண்ணும் ஐதீகப்
பதிவில் வளர்ந்த நானாவும்
பலநாள் அதிதி வராமையால்
அதிகக் கவலை கொண்டிருந்தார்
அதனால் நானா பாபாவைப்
புதிய கேள்வி தனைக்கேட்க
புரிய வைத்தார் பாபாவும், 446

காக்கை, குருவி, நாய்பூனை
கணக்கே இல்லா ஈயெறும்பு
யாக்கை வாழ உணவுண்ணல்
யாவும் வேதம் உரைப்பனவே
ஏக்கம் ஏதும் இல்லாமல்
எங்கும் சூழ்ந்த அதிதிகள்பார்!
தாக்கும் குறைகள் மனத்தகத்தில்
தங்கா தென்றே உரைத்திட்டார். 447

50. நானாவுக்கு ஞானம் தருதல்

'பதினெட் டாண்டாய் என்னுடனே
பழகிக் கொண்டே இருக்கின்றாய்!
பதிந்த உடல்தான் பாபாவா?
பரந்த உலகில் உயிரினங்கள்
எதிலும் நான்தான் இருக்கின்றேன்
இதைநீ ஏனோ அறிந்தில்லை'.
பதித்தார் கையைத் தலைமீதில்.
பரிவாய் ஞானம் தனைத்தந்தார். 448

ஒருநாள் பாபா நானாவை,
"ஒன்றாய் எட்டு போளிகளைத்
தருதல் வேண்டும் எனக்காக
தன்முன் வைப்பாய் எனப்பணித்தார்";
பெருமை யோடு கொணர்ந்தளித்துப்
பீடுற் றமர்ந்தார் பக்கத்தில்
கருத்தாய் எதையும் உண்ணாமல்
காத்துக் கிடக்க ஈஎறும்பு, 449

அவற்றின் மீது மொய்த்திருக்க
அதனைக் கண்ட சாந்தோர்க்கர்
இவர்ஏன் அவற்றை உண்ணவில்லை?
இதற்கும் என்ன காரணமோ?
கவலை யோடு அமர்ந்திருக்க
கண்டும் காணா ததுபோல,
அவற்றை முன்பே உண்டேன்யான்.
அங்கே பார்நான் இருப்பதனை. 450

நேற்று வரைநீ இவ்வுண்மை
நினைத்துக் கூட பார்த்ததில்லை
வேற்று உயிர்கள் என்றெண்ணி
வெறுத்தே ஒதுக்கி வாழ்ந்துள்ளாய்!
போற்றும் பாபா உரைக்கின்றேன்
பொதுமை வேண்டும் ஆழ்மனதில்
ஏற்று நடப்பாய் இனியேனும்
என்றே உரைத்தார் பாபாவும். 451

மீதாத் தாய்தன் மகப்பேற்றில்
        மீளாத் துயரம் வாட்டியதால்
தீதாய் ஏதும் நேராமல்
        தெரிந்த ஆளைத் தெர்ந்தெடுத்து
மீதாத் தாய்க்கு உதிகொடுத்து
        மேன்மை செய்தே துயர்துடைத்தீர்!
ஆதா யத்தின் பின்நிகழ்வாய்
        அவல நிலையை ஏன்தந்தீர்! 452

என்றும் உமது அருட்கவசம்
        எம்மைக் காக்கும் என்றிருந்தேன்
என்னு டைய மகள்பிழைத்தாள்
        இரண்டு உயிர்கள் மருமகனை
அன்புப் பேர னையிழந்தோம்
        அழுத நானா வைநோக்கி
மன்னும் வேதம் கற்றுள்ளாய்!
        மறைவும் பிறப்பும் மாறாது. 453

முந்தை கர்மா விதிப்படியே
        முடிவும் நேரும் என்றுரைத்தே,
சிந்திப் பதற்கு வாய்ப்பளித்துச்
        சிறிது நேரம் மௌனித்தார்.
அந்தப் போதில் நானாவும்
        அவரைக் கேட்டார் ஒருகேள்வி.
எந்த உதவி கேட்டாலும்
        எதையும் கேளா திருந்தாலும் 454

முந்திச் சென்று காக்கின்றீர்!
        முடிவு கர்மா செயலென்றால்
இந்தச் செயல்கள் அனைத்தையுமே
        இறைவா! தாங்கள் ஏன்செய்தீர்!
விந்தை பாபா விளக்குகின்றார்.
        விதியை மாற்ற நானறியேன்.
சிந்தை தன்னில் ஞானவொளி
        சேய்மை அண்மை முக்கால, 455

நிகழ்வைக் காணும் திறன்தரலால்
நினைக்கும் பக்தர் தமைக்காக்க
இகத்தில் வாழ்ந்து வருகின்றேன்.
இறப்பும் பிறப்பும் அறிவேன்யான்.
புகல்வேன் விதியும் மாறாது.
புவியில் பிறந்தால் பந்தபாசம்
அகலா தென்ப துதான்உண்மை
அந்த பந்தம் தான்மாயை. 456

மாயைக் குள்ளே புகுந்திருந்தால்
மனது துறவை ஏற்காது.
சேயைக் காக்கும் தாயைப்போல்
சேர்ந்த பக்தர் தமைக்காக்க
மாயைக் குள்ளே வீற்றிருந்து
மனித தர்மம் காக்கின்றேன்.
ஓயா மல்யான் உழைப்பதெல்லாம்
ஒற்று மையைக் காப்பதற்கே. 457

இவ்வா றாகப் போதனைகள்,
எண்ணம் தெளிய கருத்துரைகள்,
ஒவ்வா தாரைத் தண்டிக்க
உரிய வழிகள் பற்பலவும்,
தெவ்வர் தம்மைத் திருத்திடவும்
தீர்க்க மான பணியனைத்தும்,
எவ்வா றென்ற அறிவுரைகள்,
எல்லாம் நானா கேட்டுணர்ந்தார். 458

51. இசை மேதை 'கண்பத்ராவ்' என்னும் 'தாஸ்கணு'

காவல் துறையில் 'காவலராய்
கண்பத் ராவ்தத் தாத்ரேயர் '
மேவும், பணியில் சாந்தோர்க்கர்
மேன்மை கருதிப் பாதுகாக்கும்
காவ லராக அவருடனே
கடமை ஏற்றுச் சென்றிடுவார்.
ஆவ லோடு சாந்தோர்க்கர்
அழைத்துச் செல்வார் சீரடிக்கும் . 459

அதனால் 'கண்பத்'; பாபாவை
அங்கே சென்று கண்டதுண்டு.
அதற்கு மேலும் அவரிடத்தில்
அதிக பக்தி நம்பிக்கை
உதய மாகா உளத்தினராய்
ஒப்புக் காகக் கும்பிடுவார்.
அதற்குப் பின்னர் அதிகாரி
அழைத்துச் சென்றால் உடன்செல்வார். 460

தன்னை அவர்தம் அதிகாரி
தவறாய் நினைத்தால் என்னாகும்?
என்ப தாலே வணங்கிடுவார்
இவர்தம் கல்வி மிகக்குறைவு.
மன்னும் மராத்தி மொழியினிலே
மாறா இலாவ ணிமெட்டினிலே
மின்னும் தனது குரல்வளத்தால்
மிகையாய்ப் போற்றப் பாடுவதும். 461

பெண்வே டமிட்டுக் கிராமத்தில்
பெருமை யுறவே நடிப்பதுவும்
கண்பத் ராவாம் தாஸ்கணுவின்
கருத்தை யீர்த்த செயற்றிறனாம்
என்றும் மக்கள் விரும்பியதால்
ஏற்றார் ஆர்வத் தோடவற்றை
பண்பட் டவராய்ப் பலவாறு
பலநாள் நடித்து மகிழ்வுற்றார். 462

ஒருநாள் இவரும், பாபாவை
உணரா தவறாய் வணங்குங்கால்,
“மறுக்கா மல்நீ அரசாங்கம்
வழங்கி யுள்ள பணிவிடுவாய்!
பெருகும் உனது புகழ்மேலும்
பீடுற் றுயரும்” எனப்பகர்ந்தார்.
“நிறைவாய்ப் பதவி உயர்வடைந்தால்
நீண்ட பணியை விட்டகல்வேன்”;. 463

ஒப்புக் காகக் கூறியதை
உடனே உணர்ந்த பாபாவும்,
எப்போ தும்நீ உயர்பதவி
ஏற்றுக் கொள்ள இயலாது
தப்பா தென்றும் நான்சொன்ன
தகவல் உண்மை. மாறாது.
செப்பக் கேட்ட தாஸ்கணுவும்
செவியில் ஏலா நிலைபெற்றார். 464

அக்கால் காவல் துறைவிடுத்த
அதிர்ச்சி யூட்டும் உத்தரவு
"எக்கா ரணமா யிருந்தாலும்
எல்லை தாண்டிக் காவலர்கள்
தக்க அனும தியில்லாமல்
தனித்துச் செல்லல் ஆகாது.
இக்கட் டளையை ஏற்காதோர்
ஏற்பர் உடனே பணிநீக்கம்." 465

என்ற செய்தி அறிந்திருந்தும்
எங்கும் கோயில் குளமென்று
சென்று வரவே விரும்பியதால்
செல்லத் துணிந்து தாஸ்கணுவும்
அன்று 'நிஜாம்' பகுதிக்கே
ஆர்வத் தோடு சென்றிருந்தார்.
தன்னைப் பிடிக்க வந்திருக்கும்
தகவல் அறிந்த தாஸ்கணுவும்;. 466

வேண்டு மென்றே வேண்டாதோர்
விரும்பிச் செய்த சூழ்ச்சியிது.
நான், இவ் விடத்தில் பிடிபட்டால்
நடப்ப துறுதி பணிநீக்கம்.
ஏன்தான் இந்தத் துன்பத்தை
ஏற்கத் துணிந்தேன்? அறிவிலியான்.
நான்செய் கின்றேன் சத்தியத்தை
நதிநீர் கோதா வரிமீதில். 467

இந்த முறைநீர் எனைக்காத்தே
இக்கட் டான சூழ்நிலையை
எந்த விதமோ மாற்றிவிடின்
இனியென் பணியை விட்டகல்வேன்
உந்தும் பயத்தால் பாபாவை
உறுதி யாக நினைத்ததனால்
வந்து நின்றார் கரையோரம்
வாய்த்த மணியக் காரருமே! 468

நல்ல வேளை இங்குள்ளீர்!
நானே ஒருவன் என்செய்வேன்?
தொல்லை தந்த கொள்ளையர்கள்
துணிந்து திருட்டு நகையெல்லாம்
கள்ளத் தனமாய்ப் புதர்மறைவில்
கணக்குப் பார்த்துப் பிரித்தபடி
உள்ளார். தாங்கள் உடனிருந்தால்
உடனே பிடித்து விடமுடியும். 469

என்று சொல்ல தாஸ்கணுவும்
ஏற்று மணியக் காரருடன்
சென்று பலரை உடனழைத்துச்
சேர்த்துப் பிடித்துக் கொள்ளையரை
அன்று காவல் நிலையத்தில்
அழைத்துச் சென்று ஒப்படைத்து
வென்று விட்ட பாராட்டும்
வியக்கும் மகிழ்வும் கொண்டிருந்தார். 470

என்றும் போல ஓராவல்
இதனால் பதவி உயர்வடைவேன்
அன்று பணியை விட்டகல்வேன்.
அதற்குள் எதற்கு வீணாக?
என்றே எண்ணி, துன்புறுங்கால்
ஏற்றுச் செய்த சத்தியமும்
நன்கு நினைவில் நின்றாலும்
நாட்கள் கடத்திக் கொண்டிருந்தார். 471

பலநாள் சென்ற பின்னொருநாள்
பாபா இருந்த சீரடியை,
விலக்கி வெளியூர் விரைவுற்றார்.
விரும்பி பாபா வைக்கண்டால்,
நலமா? பணியை விட்டாயா?
நம்மைக் கேள்வி யால்துளைப்பார்.
விலகிச் சென்றால் வினையில்லை.
விரைவாய்ச் செல்ல முற்படுங்கால், 472

நன்றி மறந்த தாஸ்கணுவை
நன்றாய் அறிந்த பாபாவும்,
என்றும் இயல்பாய் வருவதுபோல்
எதிர்பா ராமல் எதிர்வந்தார்.
என்ன நலமா? நதிநீரை
எடுத்துச் செய்த சத்தியத்தை
கண்ணில் மறைத்த கயவன்யார்?
கலங்கி, நான்தான் என்றுரைத்துப் 473

பதவி உயர்வு கிடைத்தவுடன்
பார்க்கும் பணியை விடுவேன்யான்.
இதமாய்ச் சொன்ன தாஸ்கணுவின்
இந்தச் சொல்லை நம்பாமல்
இதற்கும் மேலே தொல்லைகளை
ஏற்கச் செய்தால் தான்உணர்வான்.
பதமாய் அவனைப் போகவிட
பயணம் தொடர்ந்தான் குதிரையிலே. 474

52. கொள்ளைக்காரன் 'கானாபீல்'

கொள்ளைக் காரன் 'கானாபீல்'
கொடுமைச் செயலில் வல்லவனாம்
கள்ளன் அவனைப் பிடிப்பதற்குக்
காவல் துறையும் பின்வாங்கும்
எல்லை யில்லா அவன்கொடுமை.
எதிர்த்துக் கேட்க ஆளில்லை.
சொல்லும் செயலும் நடுக்கமுறத்
துணிவை யிழந்த கிராமத்தார். 475

காவல் துறையின் அறிவிப்பு
"கானா பீலைப் பிடிப்பார்க்குக்
காவல் துறையில் பணியுயர்வும்
கனத்த பரிசும் அளிக்கின்றோம்"
ஆவ லோடும் அதைக்கேட்டே
அந்தப் பணியைத் தான்முடித்தால்
தேவை யான பணியுயர்வு
தேடித் தன்னை வந்தடையும். 476

என்றே எண்ணி தாஸ்கணுவும்
 எல்லை யில்லா கற்பனையில்
கண்டு களிப்புற் றிருக்குங்கால்
 கள்வன் 'லோனீ வாரிணி'க்கு,(கிராமம்)
என்றும் வந்து போவதாக
 எழுந்த செய்தி கேட்டவுடன்
தன்னோ டிணைந்த காவலர்கள்
 தகுதி வாய்ந்த மூவருடன், 477

இராம தாசர் போல்தோற்றம்
 ஏற்றாற் போன்ற உடையணிந்தே
இராமர் கோயில் அருகிருந்தே
 இடர்ப்பா டேதும் ஏற்படாமல்
வராமல் அங்கே யிருந்தபடி
 வளைத்துப் பிடிக்கும் ஏற்பாட்டை
மறைவாய் அதிகா ரிக்குணர்த்தி
 மகிழ்வாய்க் கோயில் உட்புகுந்தார் 478

அந்த இரவில் தாஸ்கணுவின்
 அருகில் வந்தான் 'கானாபீல்'
எந்த தைரி யத்தில்நீ
 என்னைக் காட்டிக் கொடுத்துள்ளாய்?
வந்த மூன்று காவலர்கள்
 வழியில் சுட்டு வீழ்த்திவிட்டேன்.
இந்தக் கணமே உன்னுயிரை
 எடுக்க வந்தேன் சுடுவேன்பார்? 479

என்றே உறும, தாஸ்கணுவும்
 எடுத்த நடுக்கம் மிகையாகி,
நன்கு வசமாய்ச் சிக்கியுள்ளேன்
 நன்றி மறந்தேன். பாபாநீர்
என்னைக் காத்தே அருள்செய்வீர்!
 என்று நினைத்தார். அவ்வமயம்,
தன்கை சிறிது நெகிழ்த்ததனால்
 தயக்க மின்றி தாஸ்கணுவும். 480

இராமர் பாதம் தனில்வீழ்ந்தே
இராமா! உனது பக்தன்யான்.
நிராத ரவாக நிற்கின்றேன்.
நீயே என்னைக் கைவிட்டால்
இராம பக்தன் எனைக்காக்க
யார்தான் வருவார்? எனப்புலம்ப
இராம பக்தன் 'கானாபீல்'
இரக்கம் கொண்டு விட்டுவிட்டான். 481

"இந்த முறைநீ தப்பிவிட்டாய்
இனியென் வழியில் குறுக்கிட்டால்
சொந்த மில்லை உயிருனக்கே
சொல்லா மல்நீ ஓடிப்போ!
எந்தை இராமன் பேர்சொல்லி
இரக்கம் தேடிக் கொண்டாய்நீ!
விந்தை மாற்றம், இராமதாசர்
வேடத் தாலே உயிர்பிழைத்தாய்";. 482

மீண்டும் மீண்டும் முருங்கையிலே.
வேதா ளம்சென் றேறினாற்போல்
தோண்டித் துரவி'கானாபீல்'
தொடர்ந்து தங்கி யிருக்கின்ற
காண்டற் கரிய இடந்தன்னைக்
கண்டு பிடிக்க உளவறிந்தார்
மீண்டும் செய்தி அனுப்பியதால்
மேல திகாரி படைகளுடன் 483

அவனி ருந்த குன்றதனை
அடைந்து வளைத்துப் போரிட்டும்
அவனும் முடிவில் தப்பிவிட
அதிர்ச்சி யடைந்தார் தாஸ்கணுவும்.
அவனால் அடையும் ஆபத்தை
அவச ரமாகத் தீர்த்திடவே
அவர்தம் மருத்து வசான்றிதழை
அலுவ லகத்தில் அளித்திட்டார். 484

துப்பு துலக்கும் பணிநீக்கம்
துரித மாகப் பெற்றதனால்
அப்போ தவரும் தப்பித்தார்
ஆனால் தொடர்ந்து பணிசெய்தார்.
இப்போ தும்தன் பணியுயர்வை
எதிர்பார்த் திருந்தார் ஆவலுடன்.
தப்பா தென்றும். தான்செய்த
தடைக்கல் தனது சத்தியமே. 485

எப்போ தும்தான் தப்பியதை
எதிர்பா ராத நிகழ்வென்றே
ஒப்புக் காகக் கூறியவர்
உதவி செய்த பாபாவை
இப்போ தும்தான் நினைக்காமல்
இதுவும் தனது தந்திரத்தால்
தப்பி வந்த நிகழ்வென்றே
தவறாய்க் கூறும் தாஸ்கணுவின் 486

எல்லை மீறும் செயலுக்கு
ஏற்ற வாறு தண்டனையைத்
தொல்லை தந்தே திருத்திவிட
துணிந்த பாபா சோதித்தார்.
எல்லை தாண்டி வெளியூரில்
ஏதோ வேலை இருந்ததனால்
நில்லா தியங்கத் தன்பணியை
நிறைவாய்த் தந்தார் ஆய்வாளர் 487

விடுமு றையில் சென்றிருக்க.
விரும்பும் பணியும் தற்போது
விடுப்பு முடியும் நாள்வரையில்
வீற்றி ருக்கும் பெருமிதத்தில்
அடுத்தே அமர்ந்த தாஸ்கணுவும்
அழகாய்ப் பணியை மேற்கொள்ள
அடுத்துக் கெடுக்கும் காவலருள்
அங்கும் ஒருவன் இருப்பதனை, 488

அறியா தவராய் இவரிருந்தார்.
அப்போ தங்கே கிராமத்தில்
கருதிக்; கணித்த அபராதம்
காவல் துறையில் செலுத்திவிட
அறுதி யிட்ட பணம்தன்னை
அந்த நபரும் கொடுத்ததனால்
உறுதி ஒப்பம் பெற்றதனை
உடனே கிராமத் தலைவருமே, 489

தோட்டி யிடத்தில் கொடுத்தனுப்ப,
துணிந்தே அந்தப் பணம்தன்னைத்
தேட்டை போட்ட காவலனும்
திட்டம் போட்டுப் பழிவாங்கப்
போட்டி போட்டுப் பொய்சொன்னான்
பொருந்து மாறு "தாஸ்கணுதான்,
தோட்டி தந்த பணம்தன்னைச்
சூழ்ச்சி செய்து மறைத்திட்டார்." 490

காவல் நிலைய பணம்தன்னைக்
களவு செய்த குற்றத்தால்
காவல் துறையில் பணிநீக்கம்,
கருத்தில் பதிய தாஸ்கணுவும்
ஆவ லுடனே எதிர்பார்த்த
அந்தப் பதவி கிடைக்காமல்,
காவல் துறையில் களங்கமெனக்
கருது மாறும் அமைந்துவிட, 491

அந்தச் சமயம் பாபாவை
அணுகும் முறையும் வேறாகி,
விந்தை செயலைச் செய்தவரே
வியப்புக் குரிய பாபாதான்.
எந்தை பாபா இதற்குரிய
இயன்ற வழியைக் காண்பித்தால்
நிந்தை கூறா விதத்தோடு
நிரந்த ரமாகப் பணிவிடுவேன். 492

என்று தொழுது வேண்டியதால்
　　எந்த பாதிப் பும்இன்றி
தன்னு டைய பணிவிடுத்தார்.
　　தனக்கே அமைந்த திருப்புமுனை.
அன்று அவரே பாபாவை
　　அடைய ஓடி வந்துற்றார்.
என்றும் உமது ஆணையினை
　　ஏற்கா திருந்த காரணத்தை, 493

இன்று கூற வந்துள்ளேன்.
　　எனக்குச் சொத்து ஏதுமில்லை.
என்னை ஏற்ற இப்பணிதான்
　　எனது குடும்ப வாழ்விற்கு
நன்றாம் வழியென் றிருந்துள்ளேன்;
　　நானே அதனை விட்டுவிட்டால்
என்ன செய்வேன்? அதையெண்ணி
　　ஏற்க வில்லை. 'மன்னிப்பீர்'! 494

கண்ணீர் விட்ட தாஸ்கணுவைக்
　　கவலை வேண்டாம். நான்தருவேன்
என்னை நம்பி வந்தவரை
　　என்றும் நான்கை விட்டதில்லை
உன்னு டைய குலநியதி
　　உரைத்த வாறு நடந்திடுவாய்!
'என்றும் நீயும் இறையருளால்
　　இனிமை யான குரல்வளத்தைப் 495

பெற்றுள் ளாய்!நீ பெருஞ்செல்வன்.
　　பெருமை யுறவே கீர்த்தனைகள்
கற்றுத் தேர்ந்து பாடிடுவாய்
　　காண்பாய் விரைவில் உயர்நிலையை.
அற்றைப் போது பாபாவின்
　　அன்பு கனிந்த வார்த்தைகளால்
பெற்றார் அமைதி தாஸ்கணுவும்.
　　பேணிக் காத்தார் அவர்சொல்லை. 496

அதுநாள் தொடங்கி கடைசிவரை
அவரும் அவரைச் சார்ந்தவரும்
பொதுவாய்த் துன்புற் றிருக்கவில்லை.
போற்ற வாழ்ந்த தாஸ்கணுவும்
இதுநாள் வரையில் இசைமேதை
என்ற புகழைச் சூடியவர்.
இதுபோல் அமைந்த எண்ணற்ற
இயக்கச் செயல்கள் நிகழ்ந்திடவும், 497

அந்த ணராக இருந்துடன்
அமைந்த குரலின் வளத்தாலே
விந்தை கீர்த்த னைபடைத்து
வெற்றி கண்டார் வாழ்நாளில் .
எந்தத் துறையாய் இருந்தாலும்,
இயல்பாய் மேதை அனைவரையும்
சொந்தப் பெயரை உடனிணைத்துச்
சூட்டும் பெயரே இராஜாதான். 498

53. பாபாவின் சீடர் தாஸ்கணு மஹாராஜ்

இசையில் மேதை தாஸ்கணுவின்
இணைந்த பேர்தான் மகாராஜா
நசையில் வாழ்வில் பாபாவை
நம்பி வாழ்ந்து புகழ்பெற்றார்
இசையின் மூலம் கதையமைத்து,
இயல்பாய்ப் பாடி சீரடிக்குத்
திசைகள் நான்கில் வாழ்பவரும்
தேடி வரவே செய்திருந்தார். 499

இசையின் மூலம் பாபாவின்
இனிய வாழ்க்கை வரலாற்றைத்
திசைகள் எங்கும் பரப்பியவர்
தெய்வ அம்ச பாபாவின்
இசைவில் வாழ்ந்த தாஸ்கணுவும்
ஏனோ பிரயா கைசெல்லும்
அசைக்க வியலா ஆசையினால்
அங்கே குளிக்க விழைகின்றேன். 500

என்று சொல்ல பாபாவும்
　　“ஏன்நீ அங்குச் செல்கின்றாய்?
இன்றே இங்கே இப்போதே
　　இரண்டு நதிகள் இணைந்துவர
என்கால் பெருவி ரல்களிலே
　　ஏற்பாட் டைநான் செய்கின்றேன்
உன்னு டைய ஆசையினை
　　உடனே தீர்த்துக்கொள் என்றார். 501

கமலப் பாதம் தலைவைக்க,
　　கங்கை யமுனை நதியிணைந்து
விமலன் பாதப் பெருவிரலில்
　　விரைவாய்ப் பொங்கி நீராட்ட
அமைதி யாக அதில்குளித்தே
　　ஆசை தீர்ந்து புனிதமுற்றார்.
கமழ்நீர் காலில் வந்ததனால்
　　கருதி அருந்தும் துணிவில்லை. 502

இழப்பு எதுவென் றறியாதான்
　　எனினும் அவன்என் குழந்தைதான்
பழக்கம் மாறும் சிலநாளில்
　　பாதிப் பின்றி திருந்திடுவான்.
குழந்தை செய்த தவறென்று
　　கோபம் கொள்ளா பாபாவும்,
மழலை யொத்த தாஸ்கணுவை
　　மனதால் மன்னித் தருள்செய்தார். 503

அனைத்து உபநி டதங்களிலும்
　　அமைந்த கருத்து அத்தனையும்
இணைத்து சுருக்கி நிஷாவில்
　　இருக்க, அதனுள் ளடக்கத்தை
முனைந்து வட்டா ரமொழிக்குள்
　　மொத்த மாகக் கொண்டுவர
நினைத்து மராட்டி மொழியினிலே
　　நிறைவாய்ச் செய்யுள் செய்யுளாக, 504

முயற்சி செய்து தாஸ்கணுவும்
மொழிபெ யர்த்தார் என்றாலும்
அயர்ச்சி யுறவே புரியாமல்
அதிர்ந்து மனதில் நிறைவின்றி
தயக்கத் துடனே அறிஞரிடம்
தானே விளக்கம் கேட்குங்கால்
பயனே யின்றி குழம்பிடவே
பதிலும் நிறைவாய் அமையவில்லை. 505

அனைத்தும் அறிந்த பாபாதான்
அதற்கு விளக்கம் தரவியலும்
நினைத்து வந்தார் சீரடிக்கு
நிழலாய் நின்ற தாஸ்கணுவின்
அனைத்து ஐயங் களும்கேட்டே
ஆசி கூறி, அமைதியுடன்
நினைத்த வண்ணம் விடைகிடைக்கும்
நீயும் திரும்பிச் செல்லுங்கால், 506

வழியில் 'காகா சாஹேப்'தான்
வாழும் வீட்டில் தங்கிப்பார்!
அழிவில் லாத பதில்கிடைக்கும்
அந்த வீட்டுப் பணிப்பெண்ணால்.
இழிவாய் எண்ணிச் சிலர்சிரிக்க
எதையும் பெரிதாய் எண்ணாமல்
மொழிந்த பாபா அருளுரையை
முடிவாய் ஏற்றார் தாஸ்கணுவும், 507

மும்பை தன்னில் புறநகரின்
முடிவில் 'வில்லே பார்லே'வின்
செம்மை வாழ்வில் வாழ்ந்திருந்த
சிறந்த காகா சாஹேப்பும்
தம்இல் லத்தில் தாஸ்கணுவைத்
தங்க வைத்தார். மறுநாளில்
தம்மு டைய பூசைமுடித்துத்
தனித்தி ருந்த போதினிலே, 508

செம்மை யான இளங்காற்றில்
சேர்ந்து வந்த இசையமுது
தம்மை யீர்க்க இசைகேட்டுத்
தாமே சென்றார் அத்திசையில்
தம்முன் அமர்ந்து பாடியவள்
தங்கி யிருந்த வீட்டிலுள்ள
செம்மை பணிப்பெண் ரம்யாவின்
சிறிய தங்கை ரஞ்சித்தாம். 509

அழகாய் அமைந்த புடவைதனை
அந்தச் சிறுமி வர்ணித்தாள்
வழவ ழப்பாய் கருஞ்சிவப்பு
வண்ணச் சேலை தனில்வரைந்த
அழகுப் பூக்கள் அதிசயமே.
அதிலே அமைந்த கரையழகில்
பழகும் கண்கள் பதிந்திடவே
பார்வை அங்கே நிலைத்திடுமே. 510

பாடிக் கொண்டு பரவசமாய்
பாத்தி ரத்தைக் கழுவியவள்
தேடிப் பிடித்த வறுமையிலே
தீர்வில் லாத கந்தலுடை
வாடிக் கிடந்த உடற்கூறு.
வளமை குன்றா குரலினிமை
நாடிக் கொடுத்தார் சிற்றாடை
நன்றி என்றாள், பரவசத்தில் 511

அடுத்த நாளில் பழையஉடை
அந்த மகிழ்வோ டானந்தம்
விடுத்த கேள்வி உளம்தோன்ற
விடையும் உடனே கிடைத்ததனால்
எடுத்துக் கொள்ளும் விதத்தில்தான்
இன்பம் துன்பம் எல்லாமே
அடுத்த டுத்தும் அதேநினைவு.
அதிர்ந்து தெளிந்தார் புறப்பட்டார். 512

54. பாபா தாஸ்கணுவை பஜனை செய்யப் பயிற்றுவித்தல்

ஆடிப் பாடும் பஜனைகளில்
        ஆர்வம் மிக்க பாபாவும்
தேடிக் கொணர்ந்த பக்தரையும்
        தினமும் அங்கே அமர்வித்து
நாடி இறைவன் புகழ்பாடும்
        நாம சப்தம் தொடர்ந்திடவே
வாடிக் கையாய் நாள்கணக்கில்
        வாய்ப்பும் நல்கிப் பயிற்றுவித்தார். 513

ஒருநாள் பக்தர் அனைவரையும்
        ஒன்றாய் பாபா வரவழைத்துத்
திருநாள் போன்றே நாளேழும்
        திரும்பத் திரும்ப இறைபுகழை
வருகை தந்தோர் தாம்பாட
        வரிசை யாக அமர்வித்துக்
குருவாய் அவரும் உடன்சேர்ந்து
        கோலா கலமாய் நிகழ்வித்தார். 514

புனித துவார காமாயி
        புகல வொண்ணா பெருமையுற
இனிதே மற்றோர் நாளியக்கம்
        ஏற்க வேண்டி தாஸ்கணுவைக்
கனிவாய் பாபா அழைத்ததுடன்
        கணக்காய் ஏழு நாட்களிலும்
இனிய நாம சத்தத்தை
        இதயம் கனிய இசைக்குமாறு, 515

சொல்ல, பாபா! தினமும்யான்
        சோர்வே இன்றி என்றென்றும்
அல்லும் பகலும் தங்களையும்,
        அவதா ரநாய கர்களையும்
உள்ளம் நிறைந்த இறைவனையும்
        உருக்க மாகப் பாடுகிறேன்.
வெல்ல வியலா உமதன்பில்
        வேண்டும் அளவு திளைக்கின்றேன். 516

ஆனால் ஒன்று கேட்கின்றேன்.
அதைநான் கேட்டல் தவறென்றால்
போனால் போகட் டும்என்றே
புறத்தே தள்ளி மன்னிப்பீர்!
கானா மிர்தத் துடன்பாடி
கணக்காய் ஏழு நாட்களிலே
காணா திருக்கும் கடவுளையான்
கண்டு மகிழக் காட்டிடுவீர்! 517

என்று சொல்ல, பாபாவும்
"ஏற்றுக் கொண்டேன் உன்ஆசை.
எண்ணி ஏழு நாட்களிலும்
இறைவ னிடத்தில் ஒருங்கிணைந்தே
எண்ணச் சிதறல் இல்லாமல்
ஏற்ற பாவம் இழையோடக்
கண்ணில் தோன்றும் காட்சிகளில்
கடவுள் தவிர வேறின்றி, 518

அறுதி யிட்ட நாள்வரையில்
அமர்ந்தி ருந்தால் நிச்சயமாய்
கருதும் கடவுள் காட்சிதனைக்
காண்பாய் உறுதி" எனப்பகர்ந்தார்.
மறுநாள் தொடங்கி ஒருவாரம்
மனதை யீர்க்கும் கானமழை
பொறுமை யோடு பொழிந்தவுடன்
பூட்டி வைத்த ஆசையினால்;, 519

எங்கே கடவுள்? காணவில்லை
எனக்குக் காட்ட ஏன்தயக்கம்?
பொங்கும் கோபம் தனையடக்கிப்
புகன்றார் பாபா கணுவிடத்தில்
"தங்கும் மனதில் அலைபாய்ந்து
தனித்தி யங்க விட்டுவிட்டாய்.
எங்கும் சிதறும் எண்ணத்தில்
எவ்வா றிறைவன் தோன்றிடுவான். 520

ஒருமைப் பாட்டு உணர்வில்லை.
உனக்கேன் அந்தப் பேராசை"
'விரும்பிக் கேட்ட காட்சிதனை
வேண்டு மென்றே மறுத்தாரோ?
தருவ தாகச் சொல்லியவர்
தக்க சக்தி இன்மையினால்
மறுப்பு சொல்லி விடுத்தாரோ?'
மனதில் ஐயம் தொற்றியது. 521

1912-ஆம் ஆண்டு ஐப்பசித் திங்கள் சீரடி வந்த நானா தாஸ்கணுவைச் சீரடியில் தங்கிக் கதைப்பாட்டைத் தொடர்ந்து நடத்த வேண்டும் என்று கேட்டுக்கொண்டார்.

இத்த கைய மனநிலையில்
இருந்த அந்த தாஸ்கணுவை
மொத்த மாகச் சீரடியில்
முடிந்த வரையில் தங்கியங்கே
சித்தம் ஒன்றி கதைப்பாட்டைச்
சிறந்த முறையில் தொடர்ந்திடவே
உத்த மரான நானாவும்
உருகிக் கேட்டும் ஏற்காமல், 522

பண்ட ரிபுரம் செல்கின்ற
பயணம் தன்னை எண்ணியதால்
ஒன்றும் கேளா செவிடனைப்போல்
உடனே செல்ல முடிவெடுத்தார்.
என்றும் போற்றும் பாபாதான்
எங்கும் நிறைந்த கடவுளென
என்றோ அறிந்த உண்மையிது
எதற்கிப் பயணம் மேற்கொண்டாய்? 523

என்று கேட்ட நானாவை,
இவரும் தவறாய் எண்ணவில்லை
என்னைப் போகா மல்தடுக்க
எடுத்த முயற்சி பாபாதான்
என்று தவறாய் எண்ணியவர்,
ஏற்ற பயணம் மாறாமல்
சென்று கண்டார் விட்டலையும்
சேவித் தார்பண் டரிபுரத்தில் 524

தரிச னத்தை முடித்தவுடன்
　　தனித்து வந்தார் சீரடிக்கு.
பெரிய குழந்தை தாஸ்கணுவும்
　　பின்பும் கேட்டார் பாபாவை
அரிய கடவுள் காட்சியினை
　　அன்றே காட்ட அடம்பிடித்தார்.
பரிவாய் பாபா, தாஸ்கணுநீ!
　　பக்தி யுடனே என்னைப்பார்!. 525

நானே கடவுள்! உணர்ந்திடுக!
　　நாதன் பாபா சொல்லியுமே
ஏனோ உணரா திருந்ததுடன்
　　எவரும் போற்றும் மகான்என்றே
தானே ஏற்ற கற்பனையில்
　　தனக்குத் தானே உருவகித்தார்.
ஏனோ ஏற்க மனமில்லை
　　இவர்தான் கடவுள் என்பதனை 526

சொந்த ஊராம் நந்தத்தில்
　　தொண்டு செய்யச் சிலகாலம்
வந்தி ருந்த சமயத்தில்
　　வாய்த்த வாய்ப்பாய்ப் பெரியமகான்;
அந்தப் பக்கக் குன்றின்மேல்
　　அமர்ந்தி ருக்க அனைவருமே
சிந்தை குளிரத் தரிசிக்கச்
　　சென்ற வண்ணம் இருந்தார்கள். 527

அந்த மகானைத் தரிசிக்க
　　அங்கி ருந்த தாஸ்கணுவும்
சிந்தை யீர்க்க மும்முறைகள்
　　சென்றும் காண வியலாமல்
இந்த முறைதான், விடாப்பிடியாய்
　　இருந்து கண்டார். அவரிடத்தில்
எந்த வெறுப்பில் எனைக்காண
　　இயலா தென்று மறுத்துள்ளீர்? 528

என்ன குற்றம் செய்தேன்யான்?
என்று கேட்க, எதிர்நோக்கி,
ஒன்றா இரண்டா உன்னிடத்தில்
ஓய்வே இன்றி வாழ்நாளில்
எண்ண வியலா சத்தியங்கள்,
ஏற்க வியலா பொய்யுரைகள்,
உண்மை எதுவென் றறியாத
உறுதி யற்ற கற்பனைகள் , 529

உன்னு டைய பக்தியுடன்
உடனு றையும் கர்வமுமாய்,
மன்னும் கடவுள் பாட்டிசைத்தால்
மாறா கர்வம் வந்திடுமோ?
தன்னுள் இருக்கும் அகங்காரம்
தவிர்த்தல் உன்னால் இயலாதோ?
உன்னுள் இருத்தல் கூடாது.
ஓதும் உனக்கும் ஒவ்வாது. 530

கங்கை நீரின் சத்தியத்தைக்
காற்றில் பறக்க விட்டவன்நீ!
கங்கை யமுனை பிரயாகை
காலில் தோன்றி வந்ததனால்
எங்கோ நெருடல் உனைத்தாக்க
ஏற்றாய் குளித்தாய் அருந்தவில்லை
அங்கை நெல்லிக் கனிபோல
அருகில் கடவுள் இருந்தும்நீ! 531

எங்கே காட்டு எனக்கேட்டும்
ஏற்க மறுத்தாய். இதுஉண்மை.
எங்கெல் லாம்நீ சென்றாலும்
ஏற்கும் நீதி, கதைப்பாட்டால்
பொங்கிப் புரளும் புனிதத்தைப்
புகுத்த முனைவாய் அனைவருக்கும்.
எங்கே? உன்றன் குற்றங்கள்
ஏற்க மறுப்போ? சொல்என்றார். 532

அத்த னையும் மன்னித்தே
அன்புத் தாயாய் அரவணைத்து
நிந்தை யில்லா மகனாக்கி
நிறைவைத் தந்து புகழ்சூட்டி
விந்தை மனித ராய்த்திகழ்ந்து
வீற்றி ருக்கும் பாபாவைச்
சிந்தை தன்னில் கடவுளாகச்
சிறிதும் ஏற்க வில்லை.ஏன்? 533

பாட்டுப் பாடி ஒருவாரம்
பக்திச் சிகரம் எட்டியதால்
காட்டிக் கொள்ளும் அகங்காரம்
காண வியலா தெய்வத்தை
வாட்டி எடுத்த விந்தையினை
வரலா றாகக் கூறுவதோ?
நீட்டி முழக்கி உன்பெருமை
நிலைக்கச் செய்து கொள்ளற்க! 534

ஆறு இருக்கக் குளிக்காமல்
அழுக்காய்த்; திரியும் கதைபோல
தாறு மாறாய்ச் சென்றவனைத்
தடுத்தே அணைத்த தெய்வத்தைக்
கூறு போட்டு இனம்பார்க்கும்
குற்றம் புரிந்தோன் நீதானே?
நீறு பூத்த நெருப்பான
நிமலன் தன்மை உணர்ந்திடுக. 535

'உடலுள் இருந்து துடிக்கின்ற
உயிரைக் காக்கும் இதயத்தைக்
கடமைக் காக நினைக்கின்ற
கயவன் என்னை மன்னிப்பீர்!'
உடனே அகன்று பாபாமுன்
உட்கார்ந் தழுது புலம்பியவர்
உடலின் உணர்வே பாபாவாய்
உருகி யுருகிப் புகழ்பாடிப், 536

போற்றிப் போற்றிப் புகழ்நிலைக்க
புனித சாயி சரிதத்தை
ஊற்றுப் பெருக்காய் உலகிற்கும்
உணர்த்து வித்த தாஸ்கணுவை
ஏற்றுக் கொண்ட பாபாவின்
இனிய மகனாய் என்றென்றும்
போற்றிப் புகழ அவருடைய
பொற்பா தத்தில் வாழ்கின்றார். 537

சரணா லயமாம் சீரடிக்குச்.
சகல வண்ண இனகுணத்தில்
பறவை யாவும் வருதல்போல்
பல்லாற் றானும் வேறானோர்
கரவா உள்ளத் துடன்வந்து
கண்டு பாபா அருள்பெற்று
நிறைவாய் வாழும் பெருமிதத்தில்
நிலைப்பர் பாபா பக்தரென. 538

55. பாபாவின் சீடர் ஹரி சீதாராம் தீக்ஷித்

கந்த்வா என்ற நகரத்தில்
கனத்த செல்வர் மகனாக
அந்த ணர்தம் குடும்பத்தில்
'அரிசீத் தாராம் தீட்சித்'தும்
வந்து தித்து வளர்ந்தபின்
வகித்த பதவி வழக்கறிஞர்,
வந்து சேர்ந்தார் மும்பையிலே
வாழ்ந்தார் வழக்கில் சிறப்புற்றே. 539

அடிமைப் பட்ட பாரதத்தின்
அவலம் நீக்க வந்தவரை
அடிமைப் படுத்திச் சிறையினிலே
அடைத்து வைத்தார் ஆங்கிலேயர்.
படித்த மேதை தீக்ஷித்தும்
பரிந்து வாதத் திறமையினால்
விடிவெள் ளியான திலகரையே
விடுவித் துயர்ந்து புகழ்சேர்த்தார். 540

எதிர்பா ராத ஒருதிருப்பம்
இங்கி லாந்தில் ஒருவிபத்தில்
பதிந்து நடக்க வியலாமல்
பாதிப் பாலே கால்முடமாய்
அதிர்ந்து போனார் தீட்சித்தும்
அந்த சமயம் நானாவை
வதியும் இடத்தில் சந்தித்தார்.
வழியைச் சொல்லி சீரடிக்குச் 541

சென்று பாபா வைக்கண்டால்
செயலி ழந்த கால்ஊனம்
நன்றாய்ப் போகும் என்றுரைக்க
நானா சொன்ன வாறங்கே
சென்றார், கண்டார், பாபாவை
சேர்ந்தே ஐக்கி யமானதனால்
அன்று முதலே, அவருடைய
அனைத்து நண்பர் களுமவரை, 542

நீங்கிச் சென்ற தோடன்றி
நிலையாய்ப் பித்தன் எனப்புகன்றார்.
ஆங்கே அவரைத் தன்னிடத்தில்
அழைத்த பாபா கவலைஏன்?
தீங்கு நேரா வண்ணம்யான்
தீர்த்து வைப்பேன் அஞ்சற்க!
தாங்கி இவ்வா றுரைத்திடவும்,
தனது குடும்பம் தனிலங்கே, 543

56. பாபா தீட்சித் குழந்தையைக் காத்தல்

மும்பை 'வில்லே பார்லே'வில்
        முகிழ்த்த செய்தி பரவியது.
நம்ப வியலா செயலெல்லாம்
        நம்பிக் கையால் மலர்வதுதான்.
தம்பெண் குழந்தை வயதெட்டு
        தனியே அலமா ரிமேல்ஏறி
பொம்மை எடுக்க முயன்றுள்ளாள்
        பொம்மை களோடும் அலமாரி 544

முழுதும் கீழே சாய்ந்துவிட
        முற்றும் சேதம் ஆகாமல்,
அழுத குழந்தை அடிபடாமல்
        அங்கி ருந்த பொம்மையுடன்
எழுந்து வந்த அதிசயத்தை,
        எல்லா பொம்மை களுமங்கே
பழுதே யின்றிப் பயன்கொள்ள
        பாபா அருளால் பார்த்தார்கள். 545

தம்மை அடைந்தோர் குடும்பத்தைத்
        தாமே சென்று வழிநடத்தி
இம்மை மறுமை பயன்தந்தே
        இன்னல் தீர்க்கும் பாபாவை
நம்பிக் கையும் பக்தியுமாய்
        நாளும் போற்ற எம்பெருமான்
நம்மோ டென்றும் துணைநின்று
        நம்மைக் காத்தல் சத்தியமே. 546

57. தீட்சித் சீரடியில் தவவாழ்க்கை மேற்கொள்ளல்

சரண டைந்த தீட்சித்தும்
        தவவாழ்க் கையைச் சீரடியில்
நிரந்த ரமாக ஏற்றிடவே
        நிமலன் பாபா விடம்கேட்க,
பரந்த மனதில் பக்தியுடன்
        பற்றை நீக்கும் தவநிலையும்
விரைவில் பெறவே வாடாவில்
        விரும்பும் வரைநீ தங்கிடலாம். 547

என்று சொன்ன பின்'தீக்ஷித்'
ஏற்றே அந்தக் கட்டிடத்தில்
சென்று மாடிப் பகுதியிலே
சிறந்த ஞான நூல்களையும்
அன்று முதலே படித்துணர
ஆர்வம் காட்டி வாழுங்கால்,
மன்னும் பாபா ஆர்த்திக்கு
மறவா தங்கே வந்திடுவார். 548

மாதம் ஒன்ப தாகிவிட
மாற்றம் அறியா அவர்மனைவி
வேத னையால் சீரடிக்கே
விளக்கம் அறிய வந்துற்றாள்.
“சாத னையா ளர்தீட்சித்
சலனப் படுதல் கூடாது.
ஆத லாலே அவரோடு
அங்கே தங்கக் கூடாது.” 549

என்றே அவர்தம் மனைவியிடம்
ஏற்ற வகையில் இயம்பிடவே,
அன்று சாமா வைபாபா
அனுப்பி வைத்தார். அதைக்கேட்ட
பின்னர் அந்தப் பெண்ணவளும்
பெரிதும் உணர்ந்து மும்பைக்கும்
அன்றே செல்ல முடிவெடுத்தே
ஆசி பெறவே வந்துற்றாள், 550

“மகளே! எதற்கும் அஞ்சற்க!
மகிழ்வாய்ச் செல்க! காகாவை (தீக்ஷித்)
சுகமாய்ப் பார்த்துக் கொள்கின்றேன்
சோர்வு வேண்டாம்” எனக்கூறி
அகமும் முகமும் மலர்ந்தவராய்
அனுப்பி வைத்தார் மும்பைக்கே.
அகத்தில் நிலைத்த உறுதியுடன்
அமைதி கண்டார் தீட்சித்தும். 551

அனைத்தும் உணர்ந்த பாபாவை
        ஆனந் தத்தில் ஆழ்த்துதற்கு,
நினைத்த தீக்ஷித், அன்றொருநாள்
        நிறைவாய் ரூபாய் ஆயிரத்தை
அனைவ ரோடும் அமர்ந்திருந்த
        அன்புத் தெய்வம் முன்சென்றே
அனைத்தும் காணிக் கையென்றே
        அதிகப் பெருமை யுடன்தந்தார். 552

அந்தக் காணிக் கைதன்னை
        அள்ளி அள்ளி அனைத்தையுமே
அந்தக் கூட்டத் தில்வீசி
        அமைதி யாகக் கூறுகின்றார்.
'சொந்தப் பணமோ? "ஆம்பாபா!'
        'சூக்கு மத்தை அறியாயோ?'
எந்தப் பொருளும் நமதல்ல
        ஏற்போர் கையில் சென்றுவிட்டால்? 553

உணர்ந்து கொண்டார் தீட்சித்தும்.
        உண்மை யான பக்திக்கு
மனதைத் திருப்பும் மார்க்கமிது
        மண்ணும் பொன்னும் ஒன்றேதான்.
எனக்குச் சொல்ல விரும்பியதால்
        ஏற்ற பாடம் கற்பித்தார்.
மனதில் பாரம் குறைவுறவே
        மாற்றம் கண்டு நிறைவுற்றார். 554

தனக்கே, ஒருநாள் சீரடியில்
        தங்கி யிருக்கும் காலத்தில்
அனலாய்க் தகிக்கும் குளிர்காய்ச்சல்
        அசைய வியலா தடுமாற்றம்.
புனலாய்ப் பெருகும் கண்ணீரில்
        புதைத்து விட்டாற் போல்தோற்றம்
நினைவு குறைந்த போதினிலும்
        நினைந்தார் பாபா உருவத்தை. 555

அன்று பாபா விடம்வந்தார்
அனலாய்க் கொதிக்கும் நிலைசொன்னார்.
கண்ட பாபா காகாவை,
கலக்கம் கொள்ள வேண்டாம்நீ!
இன்றே மும்பை புறப்பட்டுன்
இல்லம் தன்னில் தங்கிடுவாய்!
என்றும் போலக் காய்ச்சலுடன்
இருப்பாய் நான்கு நாட்களுக்கு. 556

வழக்கம் போல சீராவில்
வார்த்த நெய்யைச் சாப்பிடலாம்.
உழல வைத்த காய்ச்சலுமே
உறுதி யாகக் குறைந்துவிடும்.
நிழலாய் பாபா உடனிருக்க
நிறைவாய்ச் சென்றார் தீட்சித்தும்.
உழலும் வாழ்வில் நம்பிக்கை
உறுதி மிக்க பொறுமையுமே 557

பக்தி யோடு கலந்திடுதல்
பாபா விரும்பும் கோட்பாடு.
மிக்க பொறுமை யுடனிருந்து
மேலும் பாபா கருணையினால்
தக்க மருந்து வமில்லாமல்
தானா கத்தான் நலம்பெற்றார்.
பக்தர் தம்மைக் காப்பாற்ற
பக்கத் திருந்தார் பாபாவும். 558

ஒருநாள் 'தீட்சித்' மசூதிக்கே
உண்மை யான பக்தியுடன்
தருவ தற்குக் காணிக்கை
தாமே சூட்ட மலர்மாலை
விருப்பத் துடனே அணிவிக்க
விரைந்து சென்று சூட்டியபின்
அருகில் அமர்ந்தே உரையாடி
அந்த மகிழ்வில் காணிக்கை, 559

தருவ தற்கு மறந்ததனால்,
சாயி பகவான் 'தீட்சித்'நீ
இருவி தமாகக் காணிக்கை
எடுத்து வந்தாய். ஒன்றளித்தாய்!
இருபத் தைந்து ரூபாயை
எதற்கு மறந்தாய்? கொடுத்துச்செல்.
அருகில் அழைத்துச் சொன்னவுடன்
அதிர்ச்சி யோடு மெய்சிலிர்த்தார். 560

58. 'தீட்சித்' தம்பியின் நோயை பாபா தீர்த்தல்

தீட்சித் தம்பி நாக்பூரில்
தீர்க்க வியலா நோயுறவே
வீட்டி லுள்ளோர் மடல்எழுத
வேத னையால் தீட்சித்தும்
வாட்டத் தோடு பாபாவை
வந்தே அணுகி நிலைகூறி
ஈட்டத் தக்க பயனொன்றும்
என்னால் இல்லை தம்பிக்கு. 561

என்று சொல்ல பாபாவும்
'என்னால் உண்டு' என்றுரைத்தார்
சொன்ன சொல்லின் அர்த்தத்தைச்
சுயமாய் அறியும் திறனின்றி
என்ன சொன்னார்? ஏன்சொன்னார்?
எதையும் கேட்கும் துணிவில்லை
பின்பு சிலநாள் சென்றவுடன்
பெரிதும் காணும் ஆவலுடன். 562

தீட்சித் நாக்பூர் சென்றிருந்தார்.
திடமாய்த் தம்பி இருந்ததையும்,
வீட்டில் வந்த பாபாதான்
வினையைத் தீர்த்தார் என்பதையும்
காட்டும் அன்பில் அரவணைப்பில்
கருணை மிளிரக் கண்டதையும்
'தீட்சித்' தம்பி சொன்னவுடன்
திகைத்துப் போனார் தீட்சித்தும். 563

அன்று சொன்ன அருள்வாக்கை
அடியேன் புரிந்து கொள்ளாமல்
இன்று உணர்ந்தேன் அதன்பொருளை
'என்னால் பயனுண் டென்றுணர்த்தி'
அன்றே இங்கு வந்துள்ளார்
அவரே என்றன் தம்பிக்கு
நன்மை செய்து சென்றுள்ளார்.
நானே இன்று தானறிந்தேன். 564

ஆடு ஒன்று மசூதிக்குள்
அசைந்து மெல்ல உள்நுழைய,
ஆடு நெடுநாள் உணவின்றி
அதற்கு மரணம் நெருங்குவதை
ஈடும் இணையும் இல்லாத
இறைவன் பாபா உணர்ந்ததனால்
வாடும் ஆட்டை ஒரேநொடியில்,
வதையா வாறு கொன்றுவிடு! 565

என்று 'டோபா' வைஅழைத்து
எய்தும் கணைபோல் கூறியதும்,
சென்று விட்டார் 'டோபா'வும்
செயலில் சிறிதும் மனமின்றி.
நின்றி ருந்த சாமாவை,
நேரே ஆயி யிடம்சென்று,
கொன்று ஆட்டை வீழ்த்திடவே
கொண்டு வருக கத்தியினை. 566

பணித்தார் பாபா அறிந்தவுடன்,
பதறி ஆயி தரமறுத்தாள்.
பணிவாய்ப் பாபா விடம்சென்று,
பக்கம் உள்ள தன்வீட்டில்
இனிசென் றெடுத்து வருகின்றேன்
என்று சொல்லிச் சென்றவர்தான்.
தனியாய் அங்கே அமர்ந்திருந்த
தனது பக்தர் தீட்சித்தை, 567

நிவர்த்தி செய்யும் நோக்கத்தில்
நியமித் திடவே, பணியேற்றார்.
கவலை சிறிதும் இல்லாமல்
கட்ட ளைபோல் கூறிடவும்,
தவறாய்க் கூறி அந்தணரைத்
தவிக்க விடுதல் பாபமன்றோ?
இவர்ஏன் இவ்வா றுரைக்கின்றார்
எண்ணி குழப்ப முற்றவர்கள். 568

அந்த ணரான தீட்சித்தை
அதிலும் ஞானி, வழக்கறிஞர்,
விந்தை யான அறிவாளி,
வேதம் அறிந்த வித்தகர்தாம்.
அந்த ஆட்டை வெட்டுதற்கு
அதுவும் பாபா சொல்கின்றார்.
நிந்தை யான செயல்தன்னை
நினைத்துப் பார்க்க வியலாமல், 569

அங்கி ருந்தோர் அதிர்ச்சியுற
அதனை யேதும் உணராமல்
அங்கே பாபா சொல்லியதை
அருள்வாக் காகக் கொண்டமையால்
எங்கும் எதிலும் நாட்டமின்றி
எல்லாம் குருவின் கட்டளையாய்,
அங்கி ருந்த ஆயிதனை
அழைத்துக் கத்தி தனைப்பெற்றே, 570

கண்கள் மூடி பாபாவைக்
கடவு ளாகத் தியானித்தே
தன்னு டைய கரங்களிலே
தாங்கிப் பிடித்த கத்தியினால்
தன்னை அவர்க்கே அர்ப்பணித்துத்
தானே ஆட்டை வெட்டுதற்குத்
தன்கை யோங்க, பாபாவும்
தடுத்து நிறுத்திக் கூறுகின்றார். 571

இந்த ஆடு உறுதியாக
இன்னும் சற்று நேரத்தில்
சொந்தம் கொண்ட உடல்நீக்கி
சுவர்க்கம் செல்லப் போகிறது
அந்த நிலையை அறிந்ததனால்.
அதற்குள் எனது சொல்கேட்கும்
பந்தம் நிறைந்த பக்தியினைப்
பணிசெய் வித்துச் சோதித்தேன் . 572

உறுதி மிக்க தீட்சித்தின்
உயர்ந்த உள்ளம் மகிழ்விக்க,
அருகில் இருந்த ஆடதனை
அழைத்துச் சென்றார். மசூதிக்கு
மருங்கில் சற்றுத் தூரத்தில்
மயங்கி வீழ்ந்து இறந்துவிட,
வருத்த முறவே கொலைப்பேரும்
வழங்கா வண்ணம் ஆட்கொண்டார். 573

மற்றும் ஒருநாள், தாம்பூலம்
வைக்க மறந்து பூசித்தார்.
அற்றை நாளில் தீட்சித்தை
ஆவ லோடு எதிர்பார்த்து
பற்று கொண்ட பாபாவும்,
படைக்கும் போது தாம்பூலம்
உற்ற எனக்குத் தரவில்லை,
உடனே கொடுத்து விடுஎன்றார். 574

நம்மு டைய அசைவெல்லாம்
நாளும் உணரும் பாபாவை
நம்பி நம்மை ஒப்படைத்தால்
நம்மோ டுறைவார் என்றென்றும்
இம்மை தன்னில் கண்கண்ட
இறைவன் தன்னை மறவாமல்
செம்மை வாழ்வுக் குறுதுணையாய்ச்
சென்று காண்போம் சீரடியில். 575

இந்த ஆண்டுத் தேர்வுக்கு
இன்னும் இரண்டு மாதங்கள்
உந்தப் பட்ட நோயாலே
உடலும் மிகவும் மெலிவடைந்தே
இந்த நோயால் நான்பாடம்
எப்ப டித்தான் படிப்பதென
சிந்தை நொந்த மகன்நிலையைச்
சென்று பாபா விடம்சொல்ல. 576

அவனைத் தேர்வுக் குரித்தான்
அனைத்து நூல்க ளுடனிங்கே
தவறா தழைத்து வந்திடுக!
தன்னி டத்தில் சொன்னவுடன்
அவர்தம் வாக்கை மெய்ப்பிக்க
அழைத்து வந்தார் அவர்முன்னே,
அவரும் ஆசி வழங்கிப்பின்
அஞ்சேல்! உடலும் நலமாகும். 577

தந்தை தங்கும் வாடாவில்
தங்கி நீயும் படித்திடுக.
எந்தை பாபா! உரைதன்னை
ஏற்றுத் தந்தை யுடன்சென்றான்
இந்த வாழ்வின் எளிமைக்குள்
ஏற்ப வாழும் திறனுண்டோ?
சொந்த பந்தம் நினைத்தாலும்,
சோர்வே இன்றிப் படித்திருந்தான். 578

தேர்வு எழுதும் நாள்குறித்துத்
'தீட்சத்' தம்பி மடல்எழுத
தேர்வு எழுதப் புறப்பட்ட
தீட்சித் மகனும் பாபாவைப்
பார்த்தே ஆசி பெறவந்தான்.
பயணம் தன்னைத் தடைசெய்தார்.
தேர்வு எழுத மறுத்தமையைத்
தீட்சித் உறுதி யுடனேற்றார். 579

மகனின் கவலை அறிந்தாலும்
மாற்றம் ஏதோ உண்டென்றே,
அகத்தில் தோன்ற நிறைவுற்றார்.
ஆனால் மகனும் மற்றவரும்
புகல வொண்ணா வெறுப்போடு,
பூமி தன்னில் இப்படியும்,
மகனின் படிப்பைக் கெடுப்பதுபோல்
மறுப்பார் உண்டோ? இவர்போல்வார்;, 580

இருப்பார் உண்டோ? என்றுரைக்க,
இதற்கு மாறாய்த் தேர்விடத்தில்
இருந்த பிளேக்நோய் எலிகண்டே,
இயங்க விருந்த தேர்வுதனைத்
திரும்ப நவம்பர் ஆறாம்நாள்
தேர்வுக் குரித்தாய் அறிவிக்க,
மறுப்பைச் சொன்ன அனைவருமே
மலைத்து நின்றார் அதுகேட்டு. 581

மீண்டும் ஆறாம் தேதியிலே
வீணாய்ச் செல்லல் எதற்காக?
வேண்டாம் என்று தடுத்துவிட,
விருப்ப மற்ற மனநிலையில்
தான்சென் றந்த வாடாவில்
தங்கி மகனும் இருக்குங்கால்,
மீண்டும் பிளேக்நோய் எலியிருக்க,
வேறு தேதி பதின்மூன்றில், 582

தேர்வு நாளும் குறிப்பிடவே,
தீட்சித் அறிந்து வியப்புற்றார்.
ஆர்வத் தோடு மகன்றன்னை
அந்தத் தேதி தனில்அனுப்ப
ஓர்ந்து பாபா ஆசியுடன்
உடனே அனுப்பி எழுதுவித்தார்
தேர்வில் நல்ல மதிப்பெண்கள்
தீட்சித் மகனும் பெற்றுயர்ந்தான். 583

மற்றோர் சமயம் தீட்சித்தாம்
மார்வா டிக்குத் தரவேண்டி,
உற்ற கால கெடுவிற்குள்
உரிய முப்ப தாயிரத்தை
உற்ற நண்பர் உறவினர்கள்
ஒருவர் விடாமல் கடன்கேட்டும்
பெற்ற பதிலால் மனம்நொந்து
பெரிதும் கவலை கொண்டிருந்தார். 584

முடிவில் பாபா வைநினைந்து
முழுபா ரத்தை ஒப்படைத்தார்.
விடியற் போதில் அவர்கனவில்
விந்தை பாபா வந்திருந்து
கடிதில் உனது கடன்தீரும்
கவலை வேண்டாம் எனக்கூறி
நொடியில் மறைந்து விட்டவுடன்
நுட்பம் உணர்ந்து கைதொழுதார். 585

தவணை நாளும் நெருங்கிடவே
தளர்ச்சி யுற்ற தீட்சித்தை
அவர்தம் நண்பர் மகனொருவன்
அன்று காண வந்திருந்தான்.
அவர்தான் தீட்சித் என்றறிந்தே,
அன்புத் தந்தை திடீரென்று
தவறி விடவே சொத்தனைத்தும்
தனக்கே உரிமை யானதனால், 586

அவற்றை நல்ல வழிமுறையில்
ஆற்றும் செயலில் முதலீடாய்த்
தவறு நேரா வண்ணம்நீர்
தருவ தற்கே உடனிருந்தே
அவதூ றேதும் நேராமல்
ஆலோ சனையைத் தந்திடுவீர்!
அவசி யமான தேவைக்கும்
அளித்தேன் முப்ப தாயிரத்தை. 587

என்று கூறிப் பணம்தந்தே,
ஏற்றுக் கொள்வீர்! அடிக்கடியான்
எண்ணும் போதில் இவண்வந்தே
ஏற்ற ஆலோ சனைபெறுவேன்.
என்று கூறிப் புறப்படவும்,
எனக்கே இந்தப் பணம்தேவை
என்றன் சொத்தும் இருந்திடினும்
இப்போ ததுஎன் தேவைக்கே, 588

ஏற்ற அமைவு இன்மையினால்,
இதையும் திருப்ப நாளாகும்.
மாற்றம் உரைத்த தீட்சித்தை,
மனதில் துயரம் கொள்ளற்க!
ஏற்ற வாறே தந்திடலாம்,
இதுவும் எனக்கு நற்செயல்தான்.
போற்றிச் சென்றார் வந்தவரும்.
புனித பாபா மனம்நிறைந்தார். 589

சமாதி நிலையை எய்திடினும்
சார்ந்தோர் தம்மைக் கைவிடாமல்
அமைதி யான வாழ்வுதர
அன்பில் மலர்ந்த பாபாவும்
இமைக்கும் நொடியில் காக்கின்ற
இறைவ னாக ஒளிர்கின்றார்.
சுமையைத் தாங்கும் தாயாகத்
தூய அன்பைப் பொழிகின்றார். 590

நானா, தீட்சித், கணுவென்பார்
நவிலும் பிறப்பில் அந்தணர்கள்.
வாணாள் முழுதும் பாபாவின்
வழியில் சென்ற உத்தமர்கள்.
ஏனோ இருவர் சார்ந்திருக்க,
இயல்பாய் ஒருவர் சரணடைந்தார்.
வீணாய்க் குலத்தின் உறுத்தலினால்
விகற்பம் கொண்ட தாஸ்கணுவும். 591

சந்தோர்க் கரும்தான் சார்ந்தவர்கள்,
சரணா கதியென் றிருந்தவரோ
விந்தை தீட்சித் மட்டும்தான்
வேறு பாடே அறியாதார்,
'எந்தை பாபா வின்பக்தர்
இஸ்லா மியர்தான் படேபாபா'.
அந்த அன்ப ருடன்தீட்சித்
அமர பாபா உணவுண்டார். 592

காவி உடையைத் தரிப்பதற்குக்
கண்டிப் பான மறுப்புண்டு.
ஆவி யோடும் ஒருமித்த
அந்த தீட்சித் மட்டும்தான்
மேவி அந்த உடைதரிக்க
மிக்க உரிமை பெற்றிருந்தார்.
பூவின் மணம்போல் பாபாவின்
புகழைப் போற்றி மகிழ்ந்தவராம். 593

சாயி பகவான் 1918-ஆம் ஆண்டு அவர்தம் சமாதி 'பூடிவாடா'வில் அமையவும் பூஜை பராமரிப்பை இந்துக்களே கவனிக்கவும் இஸ்லாமியர் வந்து போக முழு உரிமை உண்டென்றும் 'மாமல்தாரை'க்கொண்டு சட்ட பூர்வமாக்கியது தீட்சித்தான்.

சாயி பகவான் இயக்கத்தைச்
சமயப் பற்றே இல்லாமல்
'சாயி லீலா மாணிக்கில்'
சாயி யிடத்தில் தாம்பெற்ற
சாயா அனுப வமதனையும்
சங்க மமாக்கிப் புகழ்பரவத்
தாயின் மொழியாம் மராத்தியிலே
தகவல் தந்த அருளாளர். 594

அன்று 'வில்லே பார்லேவில்
அமைந்த தமது வீட்டினின்றும்,
சென்று தனது நோயுற்ற
செல்வன் இராம கிருஷ்ணனையே
கண்டு வரவே மும்பைதனில்
காணத் தக்க உயர்'தேஷ்முக்'
என்னும் மருத்து வமனைக்கே
ஏக தீட்சித் புறப்பட்டார். 595

59. பாபாவின் சரிதம் எழுதிய பக்தர் அன்னாசாஹேப் தபோல்கர்

அந்த நேரம் தபோல்கரெனும்
'அன்னா சாகேப்' அவண்வந்தார்.
விந்தை பாபா சரிதத்தை
வியக்கு மளவில் எழுதியவர்
சிந்தை மகிழ பாபாவின்
சிறப்பைப் புகழ்ந்தே உரையாட,
வந்து சேர்ந்தார் டெண்டுல்கர்
வாய்த்த மற்றோர் நண்பரவர். 596

மூன்று பேரும் ஒருங்கிணைந்து
மும்பை போகும் புகைவண்டி
நீண்ட நேரம் நிலையத்தில்
நிற்கா தென்ற காரணத்தால்
வேண்டும் வேகத் துடன்நடந்து
வேளை யோடு வந்ததனால்,
காண்பீர்!'அன்னா சாகேப்'நாம்
கடவுள் அருளால் இவண்வந்தோம் 597

நேரம் கூட்டி வந்திருந்தும்
நிலையம் வந்த வண்டியிலே
ஏற முடிந்த செயல்தன்னை
என்ன வென்றே இயம்புவது?
நேரத் தோடு நம்பயணம்
நிறைவாய் அமைந்த தெனக்கூறி
சேர அமர்ந்தார் மூவருமே
சிந்தித் திருந்த தீட்சித்தும், 598

கண்கள் மூடி பாபாவின்
கருணை தன்னை மனம்பதித்தே
எண்ணி மகிழும் நிலைகண்டு
ஏதோ உறக்கம் கொண்டுள்ளார்
என்றே நினைத்தார் உடன்வந்தோர்
எவ்வா றழைத்தும் அசைவின்றிக்
கண்கள் திறவா திருந்திடவே
கலக்க முற்ற தபோல்கர்தாம் 599

60. தீட்சித்தின் மறைவு

படுக்க வசதி செய்ததுடன்
பக்கத் தமர்ந்து பார்த்திருந்தார்.
அடுத்த நிலையம் தனில்நிறுத்தி
அவச ரமாக ஓய்வறையில்
படுக்க வைத்து மருத்துவரின்
பயனை யெண்ணி அழைத்துவர
அடுத்து வந்த மருத்துவரும்
அவர்தம் வாழ்வு முடிந்ததென்றார். 600

அதிர்ச்சி யுற்ற நண்பர்கள்
அவல நிலைக்கே ஆட்பட்டார்.
நதியின் வேகம் கடல்தன்னை
நாடிச் சென்றே கலந்ததுபோல்
எதிலும் என்றும் எப்போதும்
இயங்கும் பாபா நினைவுடனே
கதியாய்ப் பாபா பதம்நாடிக்
கலந்தார் ஏகா தசிதிதியில். 601

தாயின் அணைப்பில் இணைவதுபோல்
சாயி பகவான் தனையடையப்
போயி ருக்கும் தீட்சித்தின்
புனித ஆன்மா புறப்பட்டு
சாயி, மகல்சா, இவர்கள்போல்
சர்வ ஏகா தசிநாளில்
சாயி பகவான் திருவடியைச்
சார்ந்த பெருமை யார்க்கமையும்? 602

அலகில் சோதி சுடர்விளக்காய்
அமைந்த தீட்சித் சிறிதளவும்
கலக்கம் துன்பம் ஏதுமின்றிக்
கண்கள் மூடி, தியானத்தில்
இலங்கும் போதே உயிர்நீத்தே
எண்ணம் போலே வாய்ப்பமைந்து
உலக வாழ்வை நீத்ததுதான்
உண்மை யான பேரின்பம். 603

பாபா வோடு பழகியது
பத்தே ஆண்டு கள்ளனினும்
பாபா அருளால் சிறப்புற்ற
பக்தி கொண்ட சீராளர்.
பாபா உளத்தோ டுறைந்ததுடன்
பரிவோ டவரை வேண்டியது
பாபா! ஏகா தசியன்று
பாதம் சேர விழைகின்றேன்!. 604

என்று கேட்ட தீட்சித்தின்
எண்ணம் செயலாய் பாபாவும்
என்றும் தன்னோ டிணைந்திடவே
ஏகா தசியில் தன்னோடு
பொன்றும் துணையும் புகழ்விளங்கப்
பூந்தாள் சேர்த்தே அரவணைத்தார்.
என்றும் ஒளிரும் அவர்நிழலில்
இருக்கும் பேறும் பெற்றுயர்ந்தார். 605

அறிஞர் தீட்சித், தபோல்கருடன்
அப்தே என்ற மற்றொருவர்
அறிமு கமானார் நண்பரென
அவர்கள் மூவர் ஒருசமயம்
பரிவாய்க் கூடிப் பேசுங்கால்
பாரில் சிறந்த குருகிடைத்தால்
அறிவித் திடுதல் வேண்டுமென
அவர்க ளுக்குள் ஒருசபதம். 606

தங்க ளுக்குள் முன்பொருநாள்
சபதம் செய்த நினைவழுத்த,
இங்கே தீட்சித் பாபாவை
ஏற்ற குருவாய் வரித்ததனால்
தங்கள் சபதம் தனைக்காக்க
தபோல்கர், ஆப்தே இருவரிடம்
தங்கி யுள்ள சீரடியின்
தகவல் தன்னை வெளியி;ட்டார். 607

சொந்த மகளை இழந்ததனால்
சோர்வுற் றிருந்த அப்தேவும்,
விந்தை உலகின் விளைவிற்கு
வீண்தான் குருவின் போதனைகள்.
அந்த நினைவின் உந்துதலால்
ஆர்வம் காட்டா 'தபோல்கரு'மாய்
அந்தச் சமயம் அதில்நாட்டம்
அவ்வி ருவருக் குமேஇல்லை. 608

வந்து பாபா வைக்காணும்
        வாய்ப்பை மறந்து வாழுங்கால்,
முந்தும் விதியின் பயன்சேர
        முயன்று நானா(சாந்தோர்க்கர்) வற்புறுத்த
சிந்தை மாறி சீரடிக்குச்
        சென்று வருவோம் என்றெண்ணி
அந்த நேரம் தபோல்கர்தாம்
        அரைம னதாகப் புறப்பட்டார். 609

நிலையம் வந்து நின்றவரை
        நெருங்கி இஸ்லா மியரொருவர்
நிலையத் தில்இப் புகைவண்டி
        நில்லா தென்று சொன்னதுடன்
சிலைபோல் நிற்கா மல்மும்பை
        சென்றால், இந்தப் புகைவண்டி
நிலையாய்க் கிடைக்கும் சென்றிடலாம்
        நேரம் கடத்தா தீரென்றார். 610

அவர்தம் வழியைப் பின்பற்றி
        அடைந்தார் தபோல்கர் சீரடியை.
அவரின் நண்பர் பாலாவை
        அவச ரமாகச் சந்தித்தார்.
அவரோ டங்கே வீற்றிருந்தார்
        அரும்பண் டிதராம் 'ஹேமபந்த்'
அவர்தான் மகாராட் டிரத்தின்கண்
        அவத ரித்த பெருமகனார். 611

அவரி டத்தில் தபோல்கர்தாம்
        அதிக நேரம் வாதிட்டார்.
எவருக் கும்தான் குருஒருவர்
        இருக்கத் தேவை இல்லையென்றார்.
கவலை யோடு வந்துற்றோம்
        கண்டு செல்வோம் பாபாவை.
அவரும் நண்பர் பாலாவும்
        அங்கே வந்து மசூதிக்குள் 612

சென்று பாபா வைக்கண்டு
சிரங்கள் தாழ வணங்கிப்பின்
அன்னார் அருகில் சென்றமர,
அவரும் 'இந்த ஹேமபந்த்'
என்னைப் பற்றி விடுதியிலே
என்ன சொன்னார்? எனக்கேட்டார்.
கண்ட திர்ந்த தபோல்கர்தாம்
காணா மலேயே கண்டதைப்போல், 613

கேட்ட பாபா வையெண்ணி
கிளர்ச்சி யுற்றே ஓரளவு
நாட்ட முற்றுப் பற்றுற்றார்.
நமது விவாதம் தனையறிந்து
கேட்ட தைப்போல் கூறுகின்றார்.
கிடைத்தற் கரிய குருஇவர்தான்
நாட்டம் உலகப் பற்றினிலே
நன்கு பதிந்த காரணத்தால். 614

தொடர்ந்தே ஏழு ஆண்டுவரை
தொடர்பு இருந்தும், பாபாவைத்
தொடர வியலா ஆன்மீகத்
துறையில் பற்றும் அற்றவராய்க்
கடவுள் பாபா அருகமர்ந்து
காலை வருடி விட்டபடி
அடர்ந்த அகம்பா வத்துக்கே
ஆட்பட் டிருந்தார் தபோல்கர்தாம். 615

அங்கே 'சாதே' எனும்பக்தர்
அருகில் வந்து தொழுதெழுந்தே
எங்கும் நிறைந்த பெருமானே!
எனக்குத் தாங்கள் கூறினாற்போல்
தங்கி ஏழு நாட்களிலும்
தவறா மல்யான் குருசரிதம்
எங்கும் மனதைப் பதிக்காமல்
இயம்பி பாரா யணம்செய்தேன். 616

'ஏழாம் நாளின் இறுதியிலே
எடுத்து வந்தீர் குருசரிதம்
ஏழை எனக்கும் அருளாசி
இயம்பி வைத்தீர் கனவினிலே'
ஊழை வென்ற பெருமிதத்தில்
உவகை கொண்டேன் எனப்பகர்ந்தார்.
'கோழை யுலகின் துயர்துடைக்கும்
கோமான் பாபா புன்னகைத்தார்'. 617

புன்ன கையின் உட்பொருளைப்
புரிந்து கொண்ட சாதேவும்
இன்னும் ஏழு நாட்களுக்கும்
இந்த குருவின் சரிதத்தை
நன்கு பாரா யணம்செய்து
நலம் பெற்றுய்யப் பணிக்கின்றீர்!
என்று கூற பாபாவும்
ஏற்றேன். உண்மை என்றுரைத்தார். 618

இவ்வா றிதனைச் செய்தாலே
எளிதில் தூய்மை பெறுகின்றான்.
ஒவ்வா துன்பம் தனைநீக்கி
உடலும் நலம்பெற் றொளிர்கின்றான்.
கவ்வித் துரத்தும் சம்சாரக்
கடலில் மூழ்கா திருக்கின்றான்
இவ்வா றாகத் தன்னைத்தான்
இயல்பாய்க் காக்கும் திறன்கொள்வான். 619

என்று பாபா உரைக்குங்கால்
இருந்த தபோல்கர் கேட்டவுடன்
எண்ணி ஏழு ஆண்டுகளில்
இதுபோல் ஏதும் பயனில்லை
என்று வருந்தும் தபோல்கரையே
எழுந்து சென்று சாமாவைக்
கண்டு ரூபாய் பதினைந்தைக்
கடிதில் நானே கேட்டதாகக் 620

கூறிப் பெற்று வரச் சொன்னார்.
குறிக்கோள் இன்றி அவ்வாறே
கூறிச் சாமா வைக்கேட்க,
கொடுக்க என்பால் பணமேது?
வாரி வழங்கும் வணக்கங்கள்
வழங்கி விட்டேன் பதினைந்தை.
கூறி விடுங்கள் அவரிடத்தில்
குறைவில் லாமல் எனச்சொன்னார். 621

சொன்ன பின்னர் பாபாவின்
சூக்கு மத்தின் நோக்கத்தை
நன்கு அறிந்த சாமாவும்
நாளும் போற்றும் பாபவின்
அன்பைத் தபோல்கர் உணர்ந்திடவே
அவர்தம் மகிமை தனைச்சொன்னார்.
"அன்றும் ஒருநாள் இராதாபாய்
அங்கே பாபா விடம்வந்தாள். 622

61. பாபா இராதாபாய்க்குத் தன் குரு கதை கூறல்

உபதே சத்தைப் பெற்றிடவே
உரிமை யோடு கேட்டதுடன்
உபதே சத்தைப் பெற்றிடாமல்
உயிரை இழக்க நேர்ந்தாலும்
சபதம் செய்தேன். போகமாட்டேன்.
சண்டி செய்த பெண்ணிற்கும்
உபதே சத்தை வழங்காத
உயர்ந்த தனது குருகதையை, 623

மடமை நீக்கும் கருத்துடனே
மகிழ்வாய்ச் சொல்ல முற்பட்டார்.
"கடமை தவறா சீடனெனச்
கருத்தாய் இருந்தேன் குருவிடத்தில்
இடர்ப்பா டெதுவும் இல்லாமல்
என்னை அன்பாய் வைத்திருந்தார்.
உடனே மொட்டை அடித்துக்கொள்
உபதே சமேதான் அதுஎன்றார். 624

மொட்டை யடித்து முன்நின்றேன்
முதலில் இரண்டு பைசாக்கள்
தட்ச ணையாய்க் கொடுஎன்றார்.
தன்னைக் கேட்ட பொருளுணர்ந்தேன்.
இட்ட முடன்யான் குருவுடனே
இணைந்து ஐக்கி யமானதொன்று.
பட்ட றிவினால் பயன்கொள்ளா
பதிந்த சேவை மற்றொன்று. 625

இவைகள் இரண்டும் குருவிடத்தில்
ஏற்ற பாடம் என்றுணர்ந்தேன்.
தவமாய்க் கொண்ட மனஉறுதி,
தனக்குள் ஒருமைப் பாட்டுணர்வு,
தவறா தென்றும் கடைபிடித்தால்
தாமே குருவாய் அமைந்திடுவர்.
எவரும் அறியும் உபதேசம்
ஏற்றுச் செல்க எனப்புகன்றார். 626

இவ்வா றாகத் தன்கதையை
இயம்பி அந்தப் பெண்மணியை
ஒவ்வும் வகையில் தெளிவித்த
உயர்ந்த கருத்தைத் தபோல்கருக்கும்
அவ்வ மயம் உணர்விக்க
அன்று பாபா சொல்லியதை
கவ்வும் மனதில் பதிந்திடவே
கண்டேன் யானும் அந்நிகழ்வை. 627

என்று சாமா தபோல்கரிடம்
எடுத்துச் சொல்லி அனுப்பிவிட
வென்று விட்ட தெளிவோடு
வேக மாகத் தபோல்கர்தாம்,
தன்னி டத்தில் சொல்லியதைத்
தயங்கி பாபா விடம்கூறி,
என்னை உணரச் செய்தீர்கள்
என்னுள் உறைந்தீர்! எனப்பகர்ந்தார். 628

தன்ன லமற்ற ஐக்கியமும்
        தவறா ஒருமைப் பாட்டுணர்வும்
என்றும் உரைக்கும் உபதேசம்
        ஏற்றுக் கொண்டார் உறுதியுடன்.
அன்றே பாபா குருவானார்.
        அவர்தம் வாழ்க்கை வரலாற்றைப்
பொன்போல் புகன்ற தபோல்கர்தாம்
        புவியில் பெருமை பெற்றுயர்ந்தார். 629

சாமா மூலம் பாபாவைச்
        சரிதம் எழுதும் அருள்வேண்டி,
ஆமை போல ஐந்தடக்கி
        அருகில் நின்ற தபோல்கரையே,
ஆமாம் உனக்குள் ஏன்தயக்கம்?
        அமைவேன் உதவும் கருவியென
இமைபோல் காத்தே இயக்கிடுவேன்
        எழுதத் தொடங்கு எனப்புகன்றார். 630

அருகில் அழைத்தார் அன்புடனே
        அவர்தம் கையில் உதிகொடுத்தார்.
குருவாய்த் தலையில் கைவைத்தே
        கொடுத்தார் நிறைவாய் அருளாசி.
பெருமை சேர்க்கும் உபதேசம்
        பேணிக் காக்கும் நற்பண்பு.
கருப்பொ ருளாக உணர்வித்துக்
        கருத்தைத் தெளிவாய் எழுதென்றார். 631

தேர்ந்த ஞான சாத்திரமும்
        தெளிந்த மராத்தி மொழிப்புலனும்
நேர்ந்த பாபா அருளாசி
        நினைவில் நின்ற ஆர்வமுமாய்க்
கார்போல் சாயி சரிதத்தைக்
        கவின்சேர் சாயி லீலைகளை
வார்த்தெ டுத்து நூலாக்கி
        வழங்கி விட்டார் நிறைவாக. 632

தெளிந்த மராத்தி மொழியினிலே
தெள்ளத் தெளிவாய் எழுதுங்கால்
துளியும் புனைவு இல்லாமல்
தூய சாயி சரித்திரத்தில்
களிக்கும் அவர்தம் லீலைகளைக்
காண்போர் வியந்து பாராட்டிச்
சிலிர்க்கும் அளவில் எழுதியதைச்
சிறப்பாய் பலவாம் மொழிகளிலும். 633

மொழிபெ யர்க்கப் பட்டுள்ளது.
முயற்சி யாலே முன்னேறி
பழியில் லாத நீதிபதி
பதவி வகித்தே ஓய்வுற்றார்
இழிந்த நிலையில் இயங்காமல்
இருக்க அந்தப் பெருங்குடும்பம்
பழியே யின்றி வாழ்ந்திடவே
பாபா காத்துச் செழிப்பித்தார். 634

சாயி சமாதி அடையும்முன்
சரித நிகழ்வு முடிவுறாமல்
சாயி லீலை எனுமிதழில்
சரிதத் தொடராய் வெளிவரவே
சாயி பக்தர் பலரந்த
சரித நூலை எதிர்நோக்கி,
சாயி சரித நூலாக்கம்
தயக்க மின்றி நிறைவெய்த, 635

தனக்குச் சேவை செய்துழன்ற
தபோல்கர் தன்னை என்றென்றும்
மணக்க வைத்த பாபாவே
தனது சரிதம் உள்ளவரை
உனக்கும் பெருமை என்பதுபோல்
உண்மை விளம்பும் சரிதத்தைத்
தனக்கா கவேதான் எழுதுவித்துத்
தன்னோ டென்றும் வாழ்வித்தார். 636

62. பாபாவின் சீடர் காசிநாத் உபாசினி

அன்றி ருந்த 'சாதனா'ஓர்
　　அழகு கிராமம். அவ்விடத்தில்
என்றும் ஆற்றும் புரோகிதத்தை
　　ஏற்ற வைதீ கக்குடும்பம்.
தன்னைச் சேர்த்து ஐவரென
　　தனது சகோத ரர்களையும்
அன்னை போலப் பாட்டனார்தான்
　　அரவ ணைத்தே வளர்த்துவந்தார். 637

கடைசி யாகப் பிறந்தவர்தான்
　　காசி நாதர் என்பவராம்.
இடையில் ஏற்ற மாற்றம்தான்
　　எங்கோ அவரை நிறுத்தியது.
கிடைத்தற் கரிய பாபாவால்
　　கீர்த்தி பெற்றே உயர்வுற்றார்,
அடைய வியலா பேரொளியை
　　அகிலம் காணச் செயல்பட்டார். 638

தந்தை பணியோ 'தூலியா'வில்.
　　தாங்கும் அந்த புரோகிதத்தில்
அந்தக் குடும்பம் இயங்கியது
　　அங்கே இருந்த பள்ளியிலே
முந்தும் கல்வி முனைவின்றி,
　　முயன்று கற்க இசைவின்றி,
வந்த காசி நாதனையே
　　வாய்த்த ஆசான் அடித்ததனை, 639

அவ்வூர்த் தலைவ ரிடம்சொல்லி
　　ஆற்றா மையை வெளிப்படுத்தி
ஒவ்வா பள்ளி வாழ்க்கையினை
　　ஒதுக்கி விட்ட காரணத்தால்
எவ்வா றேனும் வாழ்ந்திடலாம்
　　என்றே எண்ணி புரோகிதத்தைச்
செவ்வ னேதான் செய்வதற்கும்
　　செயலில் இல்லை மந்திரங்கள். 640

ஒவ்வா மனத்தால் ஊர்சுற்றி
ஒன்றிற் கும்தான் உதவாமல்
அவ்வூர் மக்கள் இகழ்ந்துரைக்க
அமைதி யின்றி வாழ்ந்திருந்தார்.
எவ்வா றண்ணன் இருக்கின்றான்
ஏனோ மந்த புத்தியினால்
இவ்வா றாக அமைந்துள்ளான்
என்றே கூற மனம்நொந்தான். 641

அண்ணன் பால கிருட்டினனோ
அதிகம் கற்ற மேதையென
எண்ணிப் பெருமைப் படும்அளவில்
ஏற்றார் 'பூனா பெர்கூசன்'
என்ற ழைக்கும் கல்லூரி,
இயங்கும் மும்பை பல்கலையில்
பன்னூல் வடமொ ழிகண்காணிப்
பாளர் என்னும் பணிதன்னை, 642

அகவை இருபான் நான்கினிலே
அந்த காசி நாதருக்கும்
இகத்தில் திரும ணபந்தம்தான்
இனிய வாழ்வின் திருப்புமுனை.
நிகழ்வை மறுத்த போதினிலும்
நிகழ்த்தி விடவே எண்ணியதால்
அகவை எட்டில் ஒருபெண்ணை
அவருக் கென்று மணம்முடித்தார். 643

அந்தப் பெண்ணும் அதற்கடுத்த
ஆண்டி லேயே இறந்துவிட
அந்த ஆண்டே மறுமணத்தை
அங்கு நடத்த அப்பெண்ணும்
அந்த ஆண்டே இறந்ததனால்
அவல நிலைக்கே ஆளாகிச்
சிந்தை நொந்த காசிநாதர்
சிறிதும் தயங்கா தோடிவிட்டார். 644

வீட்டைத் துறந்தார் சிலமாதம்
விரைந்தே வந்தார் மறுபடியும்.
வீட்டை விட்டே ஓடுவதும்
விரும்பி மீண்டும் வருவதுமாய்
போட்ட கணக்கும் பிழையாகிப்
புரியாப் புதிராய்க் காசிநாதர்
வேட்கை பிரணா யாமத்தில்
விருப்பம் யோக மார்க்கம்தான். 645

தேடித் திரிந்தார் தனிமைக்கு
தினமும் பலமைல் கல்நடந்தார்.
நாடிச் சென்ற மலை'பூர்காட்'
நமது காசி நாதருக்கும்
வாடி நின்றோர் தமையீர்க்கும்
வள்ளல் போன்று தோன்றியதால்
ஓடிப் பார்த்தார். ஒருகுகைபோல்
ஓங்கி உயர்ந்த மலையழகில், 646

உள்ளம் பதிய அருகிருந்த
உயர்ந்த மரத்தின் மீதேறி
உள்ளே குகைக்குள் சென்ற மர்ந்தார்
உடனே தியானம் மேற்கொண்டார்.
கள்ளத் தனமாய் உட்புகுந்த
கடுமை யான பசிவருத்த
மெல்ல மெல்ல சோர்வடைந்தார்
மெலிந்தும் உறுதி யுடனிருந்தார். 647

எண்ணத் தரியில் இழையோட
எழுந்த நினைவில் அலையொலிகள்.
'உண்ணா திருந்தே உயிர்துறப்பேன்
உள்ளே வருவான் காலனுமே
கண்ணால் காண்பேன் அவன்றன்னை'
கருதும் போதே, பகவானை
எண்ணி நாமம் உச்சரித்தார்,
எங்கும் இருளே கவிந்ததைப்போல், 648

கண்கள் மங்கி நினைவிழந்து
காய்ந்த சருகாய் நிலம்கிடந்தார்.
உண்ண உணவோ தண்ணீரோ
உடலில் சேரா திருந்ததனால்
கண்கள் மூடி உடல்மெலிந்து
கட்டை போல உணர்வற்றார்
எண்ணிச் சிலநாள் சென்றவுடன்
எழுந்த உணர்வில் நீர்த்தாகம். 649

தீர்க்க முயன்றார் நீரில்லை.
தீனர் தம்மைக் காக்கின்ற
மார்க்க மாக மழைப்பொழிவை
மகிழ்ந்து தந்தார் பகவானும்
சேர்ந்த கூரைத் தண்ணீரைச்
சேர்த்தே அள்ளிக் குடித்ததனால்
சோர்வும் சிறிதே நீங்கியது,
சுற்றிச் சூழ்ந்த கனவொன்று. 650

இந்து முஸ்லீம் இருவருமே
இவர்முன் தோன்றிச் சொன்னார்கள்.
இந்த நல்ல உள்ளத்தில்
என்றும் தெய்வ ஒளியிருக்க
வந்த உயிரைப் போக்குவதேன்?
வழியை நடத்தித் தருவோம்நாம்.
சொந்த மாக எமையெண்ணிச்
சுயமாய் நம்பிக் கைவைப்பாய்!" 651

என்று சொல்லி மறைந்தார்கள்.
எழுந்தார் காசி நாதர்தான்
சென்ற வழியே மேலேறச்
சிறிதே நழுவி இருபதடி
நின்ற மலைமீ திருந்தபடி
நிலத்தில் வீழ்ந்தார். உடனெழுந்தார்.
என்ன வியப்பு! உடலதனில்
எந்த பாதிப் பும்இல்லை. 652

கனவில் கண்ட காட்சிக்குக்
காணும் விளக்கம் இதுதானோ?
மனதில் நம்பிக் கைபிறக்க
மாற்றம் காண மெதுவாக,
உணவுக் காகப் பக்கத்தில்
உள்ள கிராமம் தனையடைந்தார்.
உணவும் பாலும் பெற்றங்கே
உண்டார். சிலநாள் வாழ்ந்திருந்தார். 653

மீண்டும் வீட்டிற் குச்சென்றார்
வீட்டில் தாத்தா இறந்துவிட
யாண்டும் வாழும் வழிதன்னை
இனிநாம் வகுக்க வேண்டுமெனத்
தோன்ற அதற்கும் ஏற்றாற்போல்
துணிந்து சென்றார் 'சாங்கிலி'க்கே
ஆன்ற பெருமை அவ்வூரில்
அமைய. ஏற்ற மருத்துவராய். 654

வெங்கட் ரமணாச் சார்என்பார்
வியக்கும் வண்ணம் மருத்துவத்தில்
எங்கும் புகழும் சிறப்புடையார்.
என்றே அறிந்து சாங்கிலியில்
தங்கிப் பணிவாய் அவரிடத்தில்
தாமும் பயின்றார் மருத்துவத்தை
அங்கு மூன்றே ஆண்டுகளில்
ஆயுர் வேதம் கற்றதுடன், 655

வடமொ ழியையும் கற்றுணர்ந்தார்.
வாழ்க்கை நடத்தத் தொழில்செய்யத்
தொடர்ந்து பத்து ஆண்டுகளாய்த்
தூய 'அமரா வதி'ஊரில்
இடர்ப்பா டின்றி மருத்துவராய்
இன்னல் நீங்கி வாழ்ந்திருந்தார்.
கடமை தவறா தொழிலாலே
கண்டார் அதிக வருமானம். 656

மருத்து வத்தில் புகழ்பெற்றார்.
மற்றும் பாபா, பக்தருள்ளே
ஒருவர் 'கபர்தே' மாமேதை
உடனே வந்து இவரிடத்தில்
மருத்து வத்தால் குணம்பெற்றார்.
மக்கள் போற்றும் திலகருக்குப்
பெருமை சேர்த்த வழக்கறிஞர்
பெரிதும் போற்ற வாழ்ந்தவராம். 657

பின்னர் காசி நாதர்தான்
'பேஷஜரத்ன மலா'என்ற
உன்ன தமான மருத்துவநூல்
ஒன்றைப் பெருமைக் குரித்தாக
எண்ணத் தக்க விளம்பரங்கள்
எங்கும் செய்து வருமானம்
எண்ணிப் பெருமைப் படும்அளவில்
ஏற்றம் பெற்றே உயர்வடைய, 658

சேத மின்றி முதலீடு
செய்ய விரும்பி காசிநாதர்
பாத கமாக எண்ணாமல்
பதித்த தவணை முறையினிலே,
மாதா மாதம் கட்டிவிட
மனதில் எண்ணம் தோன்றிடவே,
சாத னையாய் எண்ணியதால்
சற்றும் முன்பின் அறியாமல், 659

குவாலி யரெனும் மாநிலத்தில்
குடியி ருப்பு 'மல்குசாரிப்'
சவாலாய் ஈரா யிரம்ஏக்கர்
தனது பண்ணை நிலமாக்கும்
அவாவில் ஆறா யிரம்ரூபாய்
அளித்து விட்டார் முன்பணமாய்,
சவாலாய் ஏற்ற பண்ணையிலே
சல்லிக் காசும் வாடகையாய் 660

என்ன முயன்றும் கிடைக்காமல்
ஏற்ற முறையில் நிர்வாகம்
சொன்ன சொல்லும் சூதென்று
சொத்தின் மீதும் வாரண்டாய்,
என்ன செய்வ தென்றறியா
ஏமாற் றத்தில் முதலீடாய்
எண்ணிச் சேர்த்த சொத்தனைத்தும்
எதற்கும் உதவா நிலைகண்டார். 661

எண்ணிப் பார்க்க வியலாத
ஏக்கத் தோடும் ஓராண்டாய்க்
கண்ணில் நிலைத்த போராட்டம்
கருத்தில் பதிந்த காலங்கள்
பின்னிப் பிணைக்கப் பித்தன்போல்
பீடுற் றிருக்கும் நிலைமாறி
மன்னும் உடலின் நலங்கெட்டு
மாற்றம் தேடி வீடடைந்தார். 662

தனித்து வாழ இயலாத
தம்பி நிலையை அறிந்ததனால்
இனியும் விட்டு வைப்பதனால்
எந்த பயனும் இலையென்று
மனிதம் போற்றும் அண்ணன்கள்
மாற்ற, மூன்றாம் திருமணத்தைக்
கணித்து முடித்து வைத்தார்கள்.
காசி நாதர் புறப்பட்டார். 663

நர்ம தைக்கும் காவிரிக்கும்
நடுவில் அமைந்த ஓங்காரேஸ்
வர்தான் லிங்க வடிவத்தில்
வழங்கும் அழைப்பு சோமநாதர்.
கர்மா நீங்கக் கௌரிசங்கர்
கால டிக்கீழ் மனைவியையும்
சற்றே அமர்க! எனப்பணித்துத்
தானும் பிராணா யாமத்தில், 664

அமர்ந்து விட்டார். பயின்றபோதே
அவ்வி டத்தில் மயக்கமுற்றார்.
அமர்ந்தி ருந்த அவர்மனைவி
அதிர்ச்சி யுற்றார். ஆற்றுநீரைத்
தமது கணவர் முகம்தெளிக்கச்
சற்று நேரத் தில்தெளிந்தார்.
தமது சுவாசம் தடைப்படல்போல்
தடுமாற் றத்தில் திணறியதால். 665

சிக்கல் தீரச் செயற்கையாகத்
தெரிந்த சுவாசம் பயின்றாலும்
எக்கால் மூச்சு நின்றிடுமோ?
என்னும் பயத்தால் உறங்காமல்;.
சிக்கல் தீர வழியின்றிச்
செய்த யோகப் பயிற்சியினால்
தக்க வைத்தத் துன்பத்தைக்
தகர்த்தல் யோகி யால்முடியும். 666

என்றே அறிந்த காசிநாதர்
ஏற்ற யோகி யைத்தேடிச்
சென்று "ரஹூரி' கிராமத்தில்
சிறந்த யோகி 'குல்கர்னி'
தன்னை யடைந்து நிலைசொல்ல,
"தவறாய்ச் செய்யும் பயிற்சியினால்
என்றும் இதுபோல் நிகழ்வதுண்டு
ஏதும் உடலில் நோயில்லை. 667

'இதற்குத் தீர்வே ஒருவழிதான்
இன்றே செல்க சீரடிக்கு.
நிதர்ச னமான பாபாவால்
நிச்ச யமாகத் துயர்தீரும்'.
எதற்கும் சென்று பார்த்திடுக'.
எல்லாம் வல்ல இறையவரே!
கதையும் அல்ல உண்மையிது,
காலம் சிறிதும்; கடத்தாதீர்"! 668

அதனைக் கேட்ட காசிநாதர்
அவரோ இஸ்லா மியர்அவர்முன்
எதற்குச் செல்வான் அந்தணனும்.
என்ற எண்ணம் முன்வரவே.
பதமாய்த் தவிர்த்த பின்ஒருநாள்
பாதை வழியே செல்லுங்கால்,
இதமாய் இஸ்லா மியரொருவர்
ஏற்ற முதிர்ந்த வயதுடையார். 669

அருகில் வந்தார் ஆதரவாய்
அவர்கள்; துன்பம் தனைக்கேட்டுப்
பருகும் நீரை வெந்நீராய்ப்
பழகிக் கொள்க நோய்தீரும்.
இருக்கும் இந்நோய் வாதத்தால்
ஏற்பட் டுள்ள தென்றுரைத்தார்.
உருகும் வண்ணம் உபசரித்த
உயர்ந்த நோக்கம் உணராமல், 670

அடுத்த டுத்தும் குளிர்நீரை
அதிகம் பருகத் தலைப்பட்டார்.
படுத்தும் துன்பம் அதிகரிக்கப்
பக்கம் உள்ள கிராமத்தில்
அடுத்த யோகி தனைப்பார்க்க
அவச ரமாகச் செல்லுங்கால்
நடுவில் இருந்த அடர்வினிலே
நமது காசி பயிற்சித்தார். 671

கடுமை யான தாகத்தால்
கடந்தே ஓடை தனில்சென்றும்
எடுத்தார் நீரைக் கைகளிலே
எங்கி ருந்தோ அவர்வந்தார்
எடுத்துச் சொன்னேன் கேட்கவில்லை
என்று சொன்னார் அதேமுஸ்லீம்.
மடுக்க வியலா மல்நீரை
வடித்து விட்டார் ஓடையிலே. 672

என்ன மகனே! உன்னுயிரை
எதற்கு மாய்க்க விழைகின்றாய்?
சொன்னேன் முன்பே!' 'ரஹூரி'யிலே
சோதித் துப்பார்! மதிக்காமல்
என்னே மடமை! என்றுரைக்க,
ஏற்றுச் சென்ற காசிநாதர்!
பின்னர் கிராமத் தில்வெந்நீர்
பெற்றுப் பருகிப் பயன்கண்டார். 673

அங்கி ருந்து காசிநாதன்
அகன்று யோகி 'குல்கர்னி'
தங்கி யிருந்த 'ரஹூரி'க்குத்
தானே மீண்டும் வந்தடைந்தார்.
அங்கே அவர்தம் தாள்பணிந்தார்.
அந்த யோகி 'காசிநாதா!
அங்கு மிங்கும் திரிந்தலைந்தே
அல்லல் பட்டுப் பயனில்லை. 674

உனக்கே உரிய சிறப்பிடமே
உண்மை யாகச் சீரடிதான்.
மனத்தில் நிறைவைப் பெற்றிடவே
மயங்கா தங்கே சென்றிடுவாய்!
தினமும் யோகி களைத்தேடித்
தேவை யின்றி உழலாதே!
கணமும் காலம் கடத்தாமல்
கடிதில் செல்க" எனப்பகர்ந்தார். 675

இந்தத் தடவை 'குல்கர்னி'
எடுத்துச் சொன்ன விளக்கங்கள்
சிந்த னையைத் தூண்டியதால்,
சித்தன் போல ஆங்காங்கே
வந்த வர்தான் பாபாவோ?
வயது முதிர்ந்த தோற்றத்தில்,
சிந்தை தெளிய முஸ்லீமாய்த்
தேடி வந்த தெதற்காக? 676

வெவ்வே றிடத்தில் அவரேதான்
விரும்பி வருதல் எவ்வாறு?
எவ்வா றேனும் ஒருமுறைநாம்
இங்குச் செல்வோம் எனத்துணிந்தே,
ஒவ்வா மைதான் என்றாலும்
உடனே வந்தார் சீரடிக்கும்.
இவ்வா றாகப் பாபாவின்
ஈர்ப்பில் சிக்குற் றிருந்தாலும் 677

மறுநாள் தம்மூர் சென்றிடவே
மனதில் உறுதி யுடன்கேட்டுச்
சிறுவ னைப்போல் அடம்பிடித்துச்
செல்ல வேண்டி துடித்தாலும்,
மறுத்து விட்ட பாபாவும்,
மகனே! இங்கே தங்கிவிடு!
இருக்கும் இடமே இதுவென்றார்.
எதையும் பெரிதாய் எண்ணாமல் 678

இருந்த காசி நாதரிடம்,
ஏற்கா மல்நீ சென்றாலும்
வருவாய் மீண்டும் எட்டாம்நாள்,
வகுத்துக் காலம் குறிப்பிடவே,
இருக்கும் எண்ணம் எனக்கில்லை,
இனியும் இங்கு வரமாட்டேன்
சுருக்க மாகச் சொல்லியவர்
சுறுசு றுப்பாய்ப் புறப்பட்டார். 679

காலம் பலவும் திரிந்தலைந்த
காசி நாதர் மனைவியுடன்
கால மெல்லாம் பிரியாமல்
கவலை யின்றிக் குடும்பத்தைச்
சாலப் பரிந்து நடத்திடவே
சமயம் வந்த தென்றெண்ணி
காலம் கடத்தா மல்நடந்து,
கடக்க முயன்றார் பலமைல்கல். 680

வழியில் கோதா வரியாற்றில்
மயக்கம் தீரக் குளித்தெழுந்து
வழிப்ப யணத்தை மேற்கொண்டார்.
வழியில் ஏதோ தடுமாற்றம்
விழியால் கண்ட தடங்கல்கள்
வியந்தார். ஏழு நாட்களுமே
வழிப்ப யணத்தை தொடர்ந்திருந்தும்
வந்த தொலைவே பதினொருகல். 681

பயணிக் காமல் இடர்ப்பட்டுப்
பைய கோதா வரிக்கரையின்
அயலில் இருந்த தத்தர்தம்
ஆல யத்தின் உட்சென்றார்.
வியக்கு மாறே அங்கிருந்த
விந்தை பிரம்மச் சாரிதன்னைத்
தயக்க மின்றி வணங்குங்கால்
தானே சொன்னார்."காசிநாதா! 682

மீண்டும் செல்வாய்! சீரடிக்கு
வேறு மார்க்கம் உனதல்ல,
ஏன்நீர் இவ்வா றுரைக்கின்றீர்?
எனக்குத் துளியும் விருப்பமில்லை.
தோன்றும் உள்ளத் துணர்வதனைத்
துணிந்தே சொல்ல, அவ்வமயம்
காண்ப தற்கே வந்ததுபோல்
கணக்காய்க் குதிரை வண்டியொன்று, 683

அருகில் வந்து நின்றவுடன்
அதனுள் இருந்தோர் தமைநோக்கி,
பெருமை யுடன்நீர் செல்வதெங்கே?
பிரம்மச் சாரி கேட்டவுடன்
வருகை புரிந்தோம் சீரடிக்கு,
வந்த வர்கள் சொன்னார்கள்.
இருந்தா லும்யாம் முதல்முறையாய்
இந்தப் பயணம் மேற்கொண்டோம். 684

என்றே அவர்கள் சொன்னவுடன்,
இவரும் அங்கே வருகின்றார்!
என்று காசி நாதரையும்
ஏற்றிச் செல்லக் குறிப்பிட்டார்.
சென்று வந்தேன் அங்கிருந்து
சிறிதும் விருப்பம் இனியில்லை.
என்று சொல்லி நகர்ந்தவரை
ஏனோ அவர்கள் விடவில்லை. 685

63. காசிநாதர் பாபாவை அடைதல்

வழியை அறியா எங்களுக்கு
வழித்து ணையாய் வரவேண்டும்.
விழியில் ஆர்வத் தோடவர்கள்
விரும்பி அழைக்கக் காசிநாதர்
வழிச்செ லவுக்குப் பணமில்லை.
வண்டிக் குரிய தொகையில்லை.
பழியைக் கழிக்கப் பலவாறு
பதித்தும், துணையாய் வாருங்கள். 686

துளியும் செலவே உமக்கில்லை.
துணிவாய் அழைத்துச் சென்றார்கள்.
அளித்த பாபா சொல்லுறுதி
அமைந்து விட்ட காரணத்தால்
பலித மான நிகழ்வுக்குப்
பாபா பூத்த புன்னகையை,
எளிதில் புரிந்து பாபாவின்
எதிரில் வந்து வணங்குங்கால், 687

"என்னை விட்டு நாளெட்டில்
இங்கு வரவே இயலாது.
என்று சொல்லிச் சென்றவன்நீ!
இப்போ திங்கே வந்துற்றாய்.
என்ன வென்றே அறிவாயா?"
'இதற்கு நீர்தான் காரணமோ?
என்னை இந்தச் சோதனையில்
ஈர்த்துச் சிக்க வைத்ததும்ஏன்?' 688

உன்னு டன்யான் ஒருவாரம்
உடனி ருந்தே அழைப்பித்தேன்
உன்னை யானே வழிநடத்தும்
உரிமை யோடு வரச்செய்தேன்
உன்னுள் இருக்கும் ஒளிவெள்ளம்
உலகில் பரவிப் பயன்தரவே
உன்னை யானும் தொடர்கின்றேன்"
உள்ளம் தோய உரைத்திட்டார். 689

பாபா ஞானக் கனலென்றால்,
பக்கம் அணுகா மின்மினியான்.
பாபா சொன்ன கட்டளையைப்
பகைத்து மீற வியலாது,
பாபா என்ற நிறைசக்தி
பலரும் வாழத் துணைநிற்கும்.
பாபா சொல்லில் கட்டுண்டு
பணிவாய் வாழ்ந்தார் காசிநாதர். 690

அன்று சாமா பாபாவை
அடைந்து கேட்டார்."காசிநாதர்
என்றன் கடமை, பணியாது?
இயம்பக் கேட்டார் என்னிடத்தில்.
என்ன சொல்ல வேண்டும்நான்".
என்று கேட்கப் பாபாவும்
'ஒன்றும் செய்யா மல்சும்மா
இருக்கச் சொல்வாய். எனப்பகர்ந்தார். 691

ஒன்றும் செய்யா மல்யானும்
ஒதுங்கி யிருத்தல் எதற்காக?
என்றும் சும்மா இருஎன்ற
எளிய சொல்லின் உட்பொருளை
அன்று வரையில் அறியாமல்
அல்லல் பட்ட காசிநாதர்
என்ன என்று கேட்பதற்கே,
ஏற்ற துணிவும் இல்லாமல் 692

செல்லல் எங்கே? செய்வதென்ன?
சேர்ந்த மனைவி குடும்பமென
எல்லை யில்லா வட்டத்தில்
எங்கும் மனது அலைபாய்ந்தும்
அல்லல் பட்டு நிலையின்றி
அமைதி யிழந்த காசிநாதர்
மெல்ல மெல்ல ஒருவழியாய்
மிகைப்பா டின்றி அமைதியுற, 693

வென்று விட்ட பக்தனுக்கு
வெறுமை என்றால் அர்ப்பணிப்பு.
அன்று தொடங்கி அதைச்செய்ய
அவரும் அறியா திருந்ததனால்
என்றும் ஒன்றாய் அங்கிருந்தால்
எதையும் செய்யான் என்றெண்ணிக்
கன்றைக் கட்டுத் தறியினிலே
கட்டி வைக்க முற்பட்டார். 694

தனிமை மிகுந்த வாழ்க்கையிலே
தகுந்த பழக்கம் இருந்ததனால்
தனிமை யாக ஊர்க்கோடி
தன்னில் கண்டோ பாகோயில்
இனிமை நிறைந்த தாயிருக்கும்
எனவே, அங்கே தங்கிடவும்
இனிமேல் என்றும் யாரிடமும்
எதுவும் பேசா திருந்திடவும். 695

பணித்தே பாபா அருள்செய்தார்.
பரிவாய்ச் சொன்ன அருளுரையை
இனிதாய் ஏற்ற காசிநாதர்
இருந்த கோயில் தனில்மீண்டும்,
தனிமை அமைய மேன்மேலும்
சாத்தி ரநூல்கள் கற்றுணர்ந்தார்.
எனினும் முற்றும் சரணடைய
ஏலாத் தன்மை இருந்ததனால். 696

கற்ற நூல்கள் சாத்திரங்கள்,
கர்வ மாக வெளிப்படவே
உற்ற பாபா அற்புதங்கள்
உடனே அறிய இயலாமல்,
பெற்ற அறிவே பெரிதென்று
பெரிதும் எண்ணி ஒருசிலர்க்குக்
கற்ற வற்றைக் கூறுவதில்
காலம் கடத்தி மகிழ்ந்திருந்தார் 697

காசி நாதர் பாபாவால்
காணும் உயர்வைப் பெற்றவுடன்
மாசில் மனைவி தன்னோடு
மகிழ்வாய்க் குடும்பம் நடத்திடவே
யோசித் திருந்த காரணத்தால்
யோகம் சற்றே விட்டகல
பாசி பிடித்த நீர்நிலையைப்
பக்கு வமாக்க முயல்வதுபோல், 698

தூய்மைப் படுத்த வேண்டுமெனில்
துயரம் தந்தே ஆட்கொள்ளும்
வாய்ப்பை வழங்கி அவர்தம்மை
வடித்தெ டுக்க எண்ணியதால்
தேய்பி றைபோல் கையிருப்பாம்
செல்வம் தன்னைத் தட்சணையாய்
மாய்த்த பின்னர், பசியாலே
மடியும் நிலைக்கு உட்படுத்தக் 699

கண்ட தீட்சித் 'வாடாவில';
காசி நாதர் உணவுண்ண,
அன்று செய்த ஏற்பாட்டால்
அவர்தம் பசிநோய் நீங்கிடவே,
சென்றார் தினமும் உணவுண்டார்.
செயல்பட் டவர்கள், பாபாஏன்
மன்னும் அன்பை இவரிடத்தில்
மட்டும் மிகையாய்த் தருகின்றார்? 700

என்றே எண்ணிப் பொறாமையினால்
        ஏனோ அன்று வாடாவில்
சென்ற போது அவரிடத்தில்
        சிறிது கூடப் பரிவின்றி,
இன்று மட்டும் தானுணவு
        இனிமேல் இல்லை என்றுரைக்க,
இன்று மட்டும் எதற்காக?
        என்று கூறிப் பசியோடும். 701

எழுந்து வந்த காசிநாதர்
        ஏற்கும் உணவின் நிலைமாற்றி
அழுத பசிக்கு ஆதரவாய்
        அன்று முதலே ஒருவேளை
தொழுது அளிப்போர் தம்மிடத்தில்
        தோன்றும் பசிக்கே உணவேற்றார்.
பழுத்த உறுதி பெற்றிடவே
        பலநாள் உபவா சம்இருந்தார். 702

இதனால் அவரை உபாசினியாய்
        எண்ணி ஏற்றும் அழைத்தார்கள்.
எதனால் இங்கே வந்துற்றோம்?
        ஏனோ இந்தத் துன்பங்கள்,
பதமாய் விலகிச் சென்றிடவே
        பாபா நம்மை விடவில்லை,
எதனால் என்று சிந்தித்தே
        ஏற்ற பதிலும் கிடைக்காமல், 703

ஒருநாள் பாபா விடம்சென்றார்.
        ஒவ்வாத் துன்பம் ஏனென்றார்.
பெருமை சேர்க்க உடனிருந்து
        பெரிதும் உன்பால் அன்போடு
பொறுமை கொள்ளக் காரணமே
        போற்றும் நமது முன்னோர்கள்,
அருமை உனக்குத் தெரியாது,
        அதனால் உன்னைத் தேர்ந்தெடுத்தேன். 704

புடம்போட் டெடுத்த தங்கமெனப்
புவியோர் உன்னைப் பாராட்ட
அடர்ந்த துன்பம் சோதனைகள்.
அளவில் லாமல் தொடர்புடையோய்?
நடந்த நிகழ்வை நினைத்துப்பார்!
நானே உன்னைத் தேடிவந்தேன்
கிடந்தாய்! குகையில் சந்தித்தேன்
கேளாய் 'ரஹூரி, ஜேஜூரி. 705

கிராமங் களிலே முதியோனாய்;
கிளர்ச்சி யூட்ட வந்தவன்யான்.
நிராத ரவாக நின்றிருந்தாய்.
நினைத்துப் பார்த்தால் புரிந்திருக்கும்.
வராம லிருந்த உன்னையான்
வலுவில் அழைத்த காரணமேன்?
பெறாமல் பெற்ற மகன்உன்னைப்
பேணிக் காத்தல் என்கடமை. 706

என்றன் கணக்கைத் தீர்த்திடவே
ஏற்ற தருணம் இனிமேல்தான்
உன்றன் பணியே ஒரேநிலையில்
ஒன்றும் செய்யா திருப்பதுதான்.
என்று பலவா றுரைத்திடினும்
எதையும் அறியா திருக்கின்ற
தன்மை மாற மிகத்தெளிவாய்த்
தங்கும் இடத்தைக் கூறலுற்றார். 707

காலம் நான்கே ஆண்டுகள்நீ
கடத்த வேண்டும் 'கந்தோபா'
ஆல யத்தில். அதன்பின்னர்
அனைவ ருக்கும் உன்பெருமை,
மீள வியலா தெய்வாம்சம்
மிகுதிப் படவே தெரியவரும்.
கால மெல்லாம் போற்றுகின்ற
கடவுள் அருளும் கிடைத்துவிடும். 708

என்று சொன்ன சாயியிடம்
        எனக்குத் தெய்வாம் சம்வேண்டாம்.
நன்றென் றளிக்கும் நான்காண்டு
        நகர்த்தும் சிறைபோல் தண்டனையும்
என்றன் உள்ளம் ஏலாது.
        என்னைச் செல்ல அனுமதித்தால்
நன்றாம் என்று நவின்றவரை
        நமது பாபா விடுவாரா? 709

காசி நாத ரிடம்பாபா
        காட்டும் அன்பைப் பொறுக்காமல்
நேசித் தவர்கள் பாபாவை
        நேரில் சென்று கேட்டார்கள்.
நேசித் தவர்கள் நாங்கள்தான்,
        நினைத்துப் பார்க்க வில்லைநீர்.
யாசிப் பதுபோல் காசியையே
        யாண்டும் ஈர்த்துப் பிடிப்பதுஏன்? 710

மும்பை பிரபு பாபாவை
        முறையாய் வந்து கேட்டதற்கும்,
அம்பை விட்டால் தான்தெரியும்.
        அதனு டைய வெளிப்பாடு.
அம்பின் கூர்மை நானறிவேன்.
        அனைவர் விதியும் ஒன்றல்ல.
செம்மை வாழ்வின் சித்திகளைச்
        சீக்கி ரத்தில் அவன்பெறுவான். 711

தொழுதல் என்ப தொருவகையே
        தொழப்ப டுதல்தான் சிறப்புடைத்து.
தொழுவோன் பக்தன் ஆகின்றான்.
        தொழப்ப டுபவன் பரமனாவான்.
வழுவில் லாத சொல்லதனை
        வாழும் மசூதி தனிலமர்ந்தே
பழுதில் லாமல் பகர்கின்றேன்
        பார்த்துத் தெளிவீர்! என்றுரைத்தார். 712

செம்பால் செய்த பட்டயமா?
செப்பும் தங்கப் பட்டயமா?
நம்பிக் கையாய்க் கூறிடுவாய்!
நாதன் பாபா கேட்டதனை
இம்மி யளவும் ஏற்காமல்
எதையோ சிந்தித் திருந்தவராய்த்
தம்மை உணரா காசிநாதர்
தனக்குத் தெரியா தெனப்பகர்ந்தார். 713

“செம்பு பாசி பிடித்துவிடும்
சிறப்பைப் பெறுதல் தங்கம்தான்
நம்பிச் சொன்னேன் உன்னைத்தான்
நாளும் உயர்ந்து சிறப்பவன்நீ,
நம்பிக் கைதான் வாழ்க்கைக்கு
நல்ல உரமாம் உணர்ந்திடுவாய்!”
இம்மி யளவும் ஏற்காமல்
எதையும் கேளா காசிநாதர், 714

நல்ல இதயம் கொண்டவர்கள்
நாளும் தந்த உணவுதனை
தொல்லை என்று விரக்தியுடன்
துணிந்து நாய்க்கும் பூனைக்கும்
உள்ள பறவை, பன்றிக்கும்
உதவு தல்போல் அளித்திருந்தார்.
மெல்ல பாபா வையணுகி
மிகையாம் துன்பம் தனைச்சொன்னார். 715

உன்னு டன்யான் உறைகின்றேன்
ஒன்றை யும்நீ நினைக்காதே!
உன்னு டைய துன்பங்கள்
உடனே நீங்கா தென்றாலும்
மன்னும் உயர்வை எதிர்காலம்
மாற்றித் தருதல் உறுதியென்பேன்.
உன்னைத் தராசுத் தட்டினிலே
ஒருபக் கத்தில் அமர்வித்தே, 716

உலகை மற்ற தட்டினிலே
        உயர்த்த நினைத்து வைத்தாலும்
நிலைத்து நிற்பாய் சமமாக
        நிலையும் மாறி, தெய்வத்தின்
பலரும் போற்றும் தூதுவனாய்ப்
        பார்ப்போர் மதிக்கும் புகழ்பெறுவாய்!
பலவும் சொன்ன பாபாவைப்
        பகையாய் எண்ணா காசிநாதர், 717

அன்றோர் நாளில் அவண்வந்த
        ' ஆப்தே' என்னும் நண்பரிடம்
பின்னும் நெடுநாள் உயர்வாழ
        பெரிதும் விருப்பம் இன்மையினால்
என்னு டைய உறவினரை
        ஏனோ காண விழைகின்றேன்.
என்று சொல்ல 'ஆப்தே'வும்
        எழுதி யனுப்பி வரவழைத்தார். 718

அண்ணன் பால கிருஷ்ணருடன்
        அன்னை யாரும் உடன்வந்தார்.
அன்று குருபௌர் ணமித்திருநாள்
        அங்கே பாபா, சந்திராபாய்
என்னும் பக்தை தனையழைத்தார்.
        "எனக்கு இன்று செய்வதுபோல்
பண்ணும் பூஜைப் பொருட்களுடன்
        பக்தி யோடும் 'கண்டோபா' 719

கோயில் சென்று காசிநாதர்
        குருவுக் கும்நீர் செய்திடுவீர்!"
போயிவ் வாறு செய்யுங்கால்
        புனிதர் மறுப்பார் விடவேண்டாம்.
சாயி சொல்ல அவ்வாறே
        சார்ந்த வர்கள் செய்தார்கள்.
போயி ருந்தோர் தமைவிரட்டி
        புனித பாலை வெறுப்போடும் 720

வீசி யெறிந்த நிலைகண்டு
விரைவாய்ப் பெண்கள் பூக்களையே
வீசித் தூவி விட்டகன்றார்.
வீணாய் இதுஏன்? எனநினைத்த
காசி நாதர், தொடர்நாளில்
கண்டார் காட்சி, ஒளிப்பிழம்பு
ஆசி கூறும் அளவிற்கும்
ஆடிச் சுழன்று மறைந்துவிட, 721

வானம், பரிதி, நிலப்பரப்பு
வாய்த்த மூன்றும் ஒருங்கிணைந்து
காணத் தோன்றும் அதிசயமாய்க்
கண்கள் முன்னே சுழற்சியுடன்
வான வெளியில் புள்ளியாகி
வந்து தன்னுள் ஐக்கியமாய்
ஆன பின்னர், தனித்திருக்க,
ஆத்ம ஞானம் தோன்றியது. 722

பகவான் அருளால் காசிநாதர்
பக்தர் பலரும் போற்றுகின்ற
இகத்தில் உயர்ந்த நிலைபெற்றார்.
என்றென் றும்தாம் வாழ்கின்றார்.
மகராஜ் உபாச னிபாபாவாய்
மக்கள் ஆயி ரமாயிரவர்,
புகல வொண்ணா புகழோடும்
போற்றித் துதிக்கும் பேறுற்றார். 723

உலகில் ஆன்ம நெறிதழைக்க
உருக்கி உருவாக் கப்பட்ட
அலகில் உபாச னிபாபாவும்
அங்கே 'சகோரி' கிராமத்தில்
நிலவச் செய்தார் 'கன்யாஸ்தன்'.
நிறுவி, தவறா கன்னியர்கள்
பலரும் வாழ்ந்து வேதாந்த
பாதை காண வழிவகுத்தார். 724

63. 'பாபாவின் சீடர் மேகச்யாம் பகவந்த் ராவ்தேகே':

கருவில் 'ரேகே' திருவுடையார் ;
காணும் கல்விச் சிறப்புடையார் ;
உருகும் பக்தி துர்க்கையிடம்;
ஒப்பில் லாத உறுதியுடன்
பெருகும் ஆன்ம பலமுடையார் ;
பெரிதும் ஒழுக்க நெறியுடையார் ;
துருவ னைப்போல் நாரணனின்
தோற்றம் கண்டு சிறப்புற்றார். 725

செல்லப் பிள்ளை யாய்அவரைச்
சேர்த்துக் கொண்டார் பாபாவும்
அள்ள அள்ளக் குறையாத
அவர்தம் அன்பில் ரேகேவும்
பிள்ளைக் கல்வி, உயர்கல்வி
பெரிதும் போற்றும் பட்டங்கள்
நில்லா தியற்றும் தியானமுமாய்
நிறைந்த பயனும் பெற்றிருந்தார். 726

ஒருநாள் இரவு ரேகேயும்
ஒப்பற் றமைந்த காட்சிதனைப்
பெருமை சேரக் கனவினிலே
பெரிதும் மகிழக் காண்கின்றார்.
"அருமை உடலை விட்டெழுந்த
ஆன்மா விலகி தனித்திருந்தே
அருகில் கிடந்த தன்னுடலை
அங்கே காணும் நிலைபெற்றார். 727

அப்போ தவர்தம் அருகினிலே
அந்த நாரா யணன்தோன்ற
செப்பும் நொடியில் அவரருகில்
சேர்ந்தே நின்றார் வேறொருவர்.
அப்போ தங்கே நின்றவர்தான்
அனைத்தும் அறிந்த பாபாவாம்.
எப்போ தும்நீ இவரைத்தான்
ஏற்றுத் தொடர வேண்டுமென, 728

சொல்லி நார ணன்மறைய,
சிறிது சிறிதாய் மேலெழும்பி
மெல்லப் பறந்து வான்வழியே
மேவி யடைந்தார் சீரடியை.
உள்ளம் மகிழ கால்நீட்டி
உட்கார்ந் திருந்த பாபாவை
மெல்ல வந்து பணிந்தெழுந்து
மேவும் வாழ்த்தைப் பெறுகின்றார். 729

இத்த கைய கனவதனை
இதயம் பதித்த ரேகேவும்
எத்த கைய உயர்கனவு
எதற்கும் உண்மை அறிந்திடுவோம்.
ஒத்து வந்த நாளொன்றில்
உண்மை அறியச் சீரடிக்கு
நித்தம் நினைத்த பாபாவை
நேரில் காண வந்துற்றார். 730

பலரும் சூழ மசூதிக்குள்
பாபா அமர்ந்தே இருக்குங்கால்
பலபேர் முன்னே ரேகேவும்
பாதம் வீழ்ந்தே பணிந்திட்டார்.
அலகில் ஜோதி பாபாவும்
அந்த ரேகே உள்ளத்தில்
நிலவும் கேள்வி தனையுணர்ந்து
நேரே கேள்விக் கணைதொடுத்தார். 731

மனிதன் காலில் மனிதன்தன்
மதிப்பை இழந்து விழலாமா?
இனிதே கேட்ட அக்கேள்வி
இதயம் தன்னில் உறுத்தியதால்
பணிந்த ரேகே அவர்கூற்றின்
பயத்தால் மசூதி விட்டகன்று,
தனித்த இடத்தில் சென்றமர்ந்தும்
தகர்க்கும் துன்பம் தாக்கியது. 732

கனவில் குருவாய் இயங்கியவர்,
கனலாய்க் கேட்ட கேள்விக்கு
வினவி விளக்கம் அறிந்திடவே
விரைந்து மசூதி சென்றடைந்தார்.
அனைவ ரும்தாம் அங்கிருந்தே
அகன்று சென்ற பின்பாபா
கனவில் கண்டாற் போல்தனித்துக்
காலை நீட்டி அமர்ந்திருந்தார். 733

எவரும் அவரைப் பிற்பகலில்
எதற்கும் காண வியலாது.
அவரைக் காண இவர்மட்டும்
அஞ்சிச் சென்றார் தயக்கமுடன்
அவரும் பார்த்தார். ரேகேவும்
அவர்தாள் பணிந்தார் சிரம்தாழ்த்தி
உவகை யுடனே ரேகேவை
உரிமை யோடும் அழைத்தமர்த்தி, 734

தழுவி நீதான் என்குழந்தை
தவறாய்க் கோபம் கொள்வேனா?
வழுவில் லாத புன்னகையால்
வாய்த்த குருவாய் வாழ்த்தியவர்,
குழுவில் 'வாடா' தனில்தங்கக்
கூடா திவரைத் தனித்திருக்கும்
பழுதில் இராதா கிருஷ்ணமாயி
பார்வை யின்கீழ் தங்கவைப்பீர்!. 735

என்று ரைத்த பாபாவை
எண்ணிப் பெருமை யுடன்ரேகே
அன்றே என்றன் கனவினிலே
அந்த விஷ்ணு பகவானும்
என்றும் இந்தப் பாபாதான்
ஏற்ற குருவாய் என்றுரைத்தார்.
அன்று கனவில் கண்டவைகள்
அனைத்தும் உண்மை என்றுணர்ந்தார். 736

மனதில் மகிழ்வு பூத்திடவே
மாறா அன்பில் ரேகேவும்,
உணவும் உடையும் உறைவிடமும்
உவந்தே அளிக்க ரேகேவை
இணக்க மாக வந்தழைத்த
இராதா கிருஷ்ண மாயிதனை
வணங்கிச் சென்றே அவரோடு
வதியும் இடத்தைச் சென்றடைந்தார். 737

இராதா கிருஷ்ண மாயிக்கும்
எல்லாம் பாபா மட்டும்தான்.
இராம நாமம் அனுமனிடம்,
இவர்தம் நாமம் பாபாதான்.
இறைவன் பாபா வுடன்தன்னை
என்றும் ஐக்கி யமாக்கியவர்.
உறையும் மனத்தில் பாபாவை
உறுதி யோடு பிணித்தவராம். 738

அந்தத் தாயும் ரேகேவை
அவரோ டிணைத்து செபம்செய்ய,
வந்த மர்ந்து சாயிநாமம்
வழக்கம் போலத் தம்முடனே
அந்த இடத்தில் சொல்வித்தார்.
அவரும் தொடர்ந்து செபம்செய்தார்,
அந்தத் தாயின் அரவணைப்பில்
அங்கே இருந்த ரேகேவும், 739

அன்று மாலை பாபாவை
ஆவ லோடு சந்திக்கச்
சென்று பார்த்த வுடனேயே
தெளிவாய்க் கேட்ட முதற்கேள்வி.
இன்று காலை என்செய்தாய்?
'இயன்ற வரையில் செபம்செய்தேன்'.
என்ன சொல்லி செபம்செய்தாய்?
'என்றன் தெய்வ நாமத்தை'. 740

உன்றன் தெய்வம் யார்சொல்வாய்?
'உமக்கே தெரியும் யாரென்றே'.
என்று ரேகே உரைத்தவுடன்
யாவும் அறிந்த பாபாவும்
புன்ன கையால் மௌனிக்க,
பூரிப் படைந்த ரேகேவும்
சென்றார் தனது ஊருக்கு
சிலமா தங்கள் உருண்டோட 741

வந்தார் மீண்டும் சீரடிக்கு
வாய்ப்பை நழுவ விடாமல்தாம்
அந்த பாபா திருவுருவை
அழகாய்ப் பலவாம் கோணத்தில்
சொந்த மாகத் தன்வீட்டில்
சோர்வே இன்றிப் பார்த்திடவே,
அந்த நேரம் புகைப்படங்கள்
அவரே பன்னி ரண்டெடுத்தார். 742

இதனை அறியா தவர்போன்றே
இருந்த பாபா ரேகேவை,
இதமாய் அழைத்தே என்செய்தாய்?
என்று கேட்டுப் புன்னகைத்தே,
இதயம் தன்னில் பதித்தாலே
என்றும் துணையாய் யானிருப்பேன்.
இதனை விட்டுப் பெட்டிக்குள்
என்னை அடைத்தல் இயன்றிடுமோ? 743

என்று பாபா சொன்னவுடன்
இதயம் தன்னில் பதிப்பித்தே
என்றும் உணர்வில் கலந்திருக்க
இயம்பு கின்றார் என்றறிந்தும்,
தன்பால் இருக்கும் படச்சுருளில்
தனது விருப்பம் போல்படங்கள்
என்றும் இருக்கும் எனமகிழ்ந்தே
எடுத்துச் சென்று கழுவுங்கால், 744

சுற்றி யிருந்தோர் அனைவருமே
தோன்றும் படத்தில் பாபாவை
வெற்றி டமாகக் கண்டதுமே
வெளிறிப் போனார் ரேகேவும்.
அற்றைப் போதில் அவர்சொன்ன
அந்தச் சொல்லின் அர்த்தத்தை
இற்றைப் போதில் உணர்கின்றார்.
இவற்றில் ஒன்றில் அவர்பாதம் 745

இருக்கக் கண்டு மெய்சிலிர்த்தார்
என்றும் எவரும் சரணடையும்
மறுக்க வியலா மலர்ப்பாதம்
மக்கட் குணர்த்தப் பதித்தாரோ?
இருக்கை தன்னில் அமர்ந்திருக்க
ஏனோ பதிவில் விழவில்லை
உருக்கி வார்த்த சிலைபோல
உள்ளம் பதித்தார் பாபாவை. 746

அற்றைத் திருநாள் பௌர்ணமியில் (1912)
அளவில் லாத பக்தர்கள்
கற்றா காணும் கன்றைப்போல்
காணும் ஆர்வத் துடன்செல்ல,
மற்றை பக்த ருடன்ரேகே,
மகிழ்வாய் பாபா வைக்காண,
அற்றை நாளில் சீரடியின்
அருகில் வருங்கால் அவ்விடத்தே, 747

பக்தர் கையில் பூமாலை
பலவி தமாக எடுத்துவர
எக்கா லுமெனைச் சேயாக
ஏற்ற பகவான் அணிந்திடவே
தக்க மாலை தனையானும்
தாங்கிச் செல்லா மல்வீணாய்
அக்க ரையே இல்லாமல்
அணுகிச் செல்லல் முறையாமோ? 748

என்றே உள்ளம் மிகவருந்தி
எல்லா ரோடும் உடன்சென்றார்
சென்று மசூதி அடைந்தவுடன்
சென்ற பக்தர் அடுத்தடுத்துச்
சென்னி மறைக்கும் அளவிற்குச்
சிறந்த மாலை பலசூட்டி
அன்ற வர்தம் ஆசிபெற்றார்
ஆனால் ரேகே கண்ணீரால், 749

மலர்ப்பா தங்கள் நனைந்திடவே
வணங்கி நிற்கும் நிலைகண்டு
மலர்மா லைக்கு வருந்தற்க
வழங்கி யவைகள் உனதே'உன்
மலர்மா லைகள் தான்இவைகள்.
மார்பில் புரண்ட மாலைகளை
மலர்க்க ரத்தால் காண்பிக்க
மகிழ்வில் நெகிழ்ந்தார் ரேகேவும். 750

மற்றும் ஒருநாள் பாபாவின்
மருங்கில் ரேகே அமர்ந்திருந்தார்
அற்றைப் போதில் ஒருபக்தர்
அங்கே வந்தார் தரிசிக்க.
முற்றிக் கனிந்த செவ்வாழை
முழுசீப் பிரண்டை சாயிக்குப்
பற்றோ டளித்துப் பணிந்திட்டார்.
பாபா, எதையார் அளித்தாலும்; 751

சுற்றி யிருப்போர் அனைவர்க்கும்
சொந்த மாக்கிப் பகிர்ந்தளிக்கும்
நற்பண் புடையார் என்பதனை
நன்றாய் உணர்ந்த ரேகேவும்,
இற்றைப் போதில் இக்கனியை
எல்லோ ருக்கும் அளிப்பாரோ?
பற்று கொண்ட செவ்வாழைப்
பழத்தில் ஒன்று கிடைக்காதா? 752

என்று சிந்தித் திருக்குங்கால்,
எடுத்து வந்த பழச்சீப்பில்
ஒன்றைப் பாபா எடுத்துத்தோல்
உரித்துப் பழத்தை ஒருபக்தர்
உண்ணக் கொடுத்துத் தோலதனை
உரிமை யோடு ரேகேவை
உண்ணப் பணித்தார். மறுப்பின்றி
உண்டார் துவர்க்கும் தோல்தன்னை. 753

முன்போல் மீண்டும் இருகனிகள்
முன்ன மர்ந்த பக்தரிடம்
அன்பாய் உரித்துக் கனிதந்தார்
அவற்றின் தோல்கள் ரேகேவின்
முன்பு நீட்ட அவைகளையும்
முன்னர் உண்டாற் போலுண்டார்.
பின்னர் நிகழ்ந்த செயலாலே
பெரிதும் மகிழ்ந்தார் ரேகேவும். 754

அடுத்துக் கனியொன் றெடுத்ததனை
அவரே உரித்துக் கனிச்சுளையை
எடுத்துப் பாதி கடித்துண்டார்
எஞ்சி யுள்ள மறுபாதி
அடுத்தி ருந்த ரேகேவின்
அங்கை தன்னில் தந்ததனை
எடுத்தே உண்ணச் சொல்லியதும்
என்றும் இல்லா பேரின்பம். 755

தெய்வம் கடித்த பழம்கிடைத்தல்
தேடி வந்த அருளன்றோ?
பெய்யும் மழையால் நிலம்குளிர்ந்து
பெரிதும் பயனை யடைதல்போல்
உய்யும் வாழ்வில் உயர்நிதியம்
உடைமை யானாற் போல்பெருமை
எய்தி ரேகே நிறைவுற்றே
ஏற்ற கனியின் சுவைகண்டார். 756

வாட வைக்கும் துன்பங்கள்
வருத்தி இடரைத் தந்தாலும்,
தேட வொண்ணா பெருநன்மை
சிறப்போ டமைந்து புகழ்சேர்க்கும்.
பாடம் புகட்டி அறிவுறுத்த
பாபா முதலில் துவர்ப்பளித்து
நாட கத்தின் இறுதியிலே
நல்ல இனிப்புக் கனியளித்தார். 757

கருவைச் சுமந்த மனைவியுடன்
காண வந்த ரேகேவும்,
குருவாம் பாபா வைப்பணிந்தே
கும்பிட் டெழுந்தார் அவர்களிடம்,
அருமை யான பரிசொன்றை
அளித்துள் ளேன்யான் என்றுரைக்க
பெருமை சேர்க்கும் குழந்தையினைப்
பெருமான் அவ்வா றுரைக்கின்றார். 758

என்றே எண்ணி மகிழ்வுடனே
ஏற்ற ஆசி யுடன்சென்றார்.
பின்னர் குழந்தை பிறந்தவுடன்
பெரிதும் நிறைவாய்ச் சீரடியில்
அன்று வந்து பாபாவை
அவர்கள் பணிய, குழந்தையினைத்
தன்னு டைய கைகளிலே
தாங்கிக் கொஞ்சி மகிழ்வுற்றார். 759

இந்த ரேகே என்குழந்தை
இதுயார் குழந்தை? எனக்கேட்க,
இந்தக் குழந்தை யும்உமதே
என்றே சொன்னார் ரேகேவும்.
சொந்தம் எனக்கு உண்டென்றால்
துணிந்துன் பொறுப்பில் வளர்த்திடுக!
எந்தக் கருத்தில் உரைக்கின்றார்
எவர்க்கும் உணரும் திறனில்லை. 760

வியப்ப டைந்த ரேகேதன்
வியன்சேர் குழந்தை மனைவியுடன்,
இயல்பாய் பாபா ஆசிபெற்றே,
இந்தூர் சென்று சேர்ந்தார்கள்.
துயர மின்றி மகிழ்வுடனே
துரித மாய்ஒன் றரையாண்டு
தயக்க மின்றிச் சென்றிடவும்
தாங்க வியலா உடல்நலிவால். 761

குழந்தை வருந்த, மருத்துவத்தால்
குணமும் ஆகா திருந்ததனால்,
பழகும் அந்தப் பாலகனைப்
பார்க்க வொண்ண வேதனையில்
அழலாய்த் தகிக்கும் குழந்தையினை
அணைத்துத் தூக்கி மனங்கசிந்து
வழக்க மாகப் பூசித்து
வணங்கும் பாபா படத்தின்முன், 762

குழந்தை தன்னைக் கிடத்தியவர்,
குமுறி யழுது, பாபா!இக்
குழந்தை உமது பரிசென்றீர்!
கோரிக் கையாய்க் கேட்கின்றேன்.
மழலை தனக்கு ஏதேனும்
வருத்தும் கர்மா உண்டென்றால்
வழங்கி என்னைத் தண்டித்து
வாழ வைப்பீர்! குழந்தைதனை. 763

குற்றம் குறைகள் இல்லையெனில்
குழந்தை உமதே என்றுரைத்தீர்!
இற்றைப் போதில் உம்முடனே
ஏற்று சாந்தி தாருங்கள்!
உற்றுப் பார்த்தே அக்குழந்தை
உச்சந் தலையில் கைவைத்தார்.
சற்றே குழந்தை புன்னகைத்துச்
சாந்த மாக உயிர்விடவும், 764

கதறி யழுத பெற்றோரின்
காலம் கவலை யால்கரைய,
இதற்குள் இரண்டு மாதங்கள்
இயல்பாய் ஓட ரேகேவும்
அதற்கு மேலும் அங்கிருந்தால்
அந்த நினைவே அச்சுறுத்தும் .
உதவும் பாபா தனைநாடி
உடனே வந்தார் சீரடிக்கு. 765

சுற்றி பக்தர் சூழ்ந்திருக்கும்
சூழல் நடுவில் ரேகேவும்,
பற்றால் தவித்து நிலைபிறழ்ந்து
பாபா தன்னைப் பணிந்தமர்ந்தார்.
சுற்றி யிருந்த பக்தரிடம்
சுட்டிக் காட்டி ரேகேவை,
இற்றைப் போதில் இங்கமர்ந்த
இவன்யார்? எங்கே வாழ்கின்றான்?. 766

என்று பாபா கேட்டவுடன்
எதுவும் புரியா பக்தரெலாம்
நன்கு தெரிந்தும் ஏன்கேட்டார்?
நமது கடமை பதிலுரைத்தல்.
என்றே எண்ணி இவர்ரேகே.
இந்தூ ரில்தான் வாழ்கின்றார்.
என்று ரைக்க, இல்லையில்லை.
என்றும் என்னோ டிருக்கின்றான் . 767

அவனு டன்யான் இருக்கின்றேன்.
அவன்றன் குழந்தை எங்குளது?
அவருக் கிருந்த ஒரேகுழந்தை,
அதுவும் இருமா தங்கள்முன்
தவறி விட்ட தென்றார்கள்.
"தவறாய்க் கூறு கின்றீர்கள்!
இவனி டத்தில் கொடுத்திருந்தேன்.
ஏற்றுக் கொள்ளச் சொல்லியதால் 768.

ஏற்றுக் கொண்டேன். அக்குழந்தை
என்னி டத்தில் இருக்கின்றது.
ஏற்று இதயம் தனில்வைத்தேன்.
"என்று மார்பைக் காட்டியதும்,
மாற்றம் அன்றே அறிந்ததனால்
மறைமு கமாக "என்குழந்தை
ஏற்று வளர்ப்பாய்" என்றியம்பி
இவர்க்குத் தெளிவைத் தந்துள்ளார். 769

இவ்வா றாக அனைவருமே
எண்ணிப் பெரிதும் வியப்படைய
கவ்வும் துன்பம் தாக்காமல்
கவலை குறைய வழிவகுத்தார்
எவ்வாற் றானும் விதிவெல்ல
இயலா தென்ற பாடத்தைச்
செவ்வாய் மலர்ந்து சூக்குமமாய்ச்
செப்பி யுள்ளார் முன்கூட்டி. 770

ஒவ்வோ ராண்டும் சீரடியில்
உவகை யுடனே ஊர்கூடி
இவ்வி டத்தில் ஒருங்கிணைந்தே
இராம நவமித் திருநாளை
ஒவ்வும் வகையில் கொண்டாடி
உற்சா கத்தில் மகிழ்வதுடன்
செவ்வான் நிலவாம் பாபாவைச்
சென்று காண மசூதியின்கண். 771

வரிசை யாகச் செல்பவர்கள்
வளமைக் கேற்ப பொன்னாடை
தரிக்கச் செய்து பணிந்தெழுங்கால்,
தம்மால் அளிக்கப் பட்டவைகள்
அரிய நிதியாய் அவ்வவர்க்கே
அளிக்கப் படலால், அகமகிழ்ந்தே,
உரிய பாபா பொன்மேனி
உடலில் அணிந்த காரணத்தால், 772

இருகை யேந்திக் கண்களிலே
இதமாய் ஒற்றி எடுத்தேகும்
பெருமை கலந்த முகம்காணும்
பேறே நமக்குப் பெருமகிழ்வாம் .
அருகில் நின்ற ரேகேவின்
அகத்தில் உதித்த எண்ணத்தால்,
திரும்பத் தராமல் பாபாவின்
சிறந்த மேனி தனிலணிய, 773

மகிழ்வாய் ஐந்து முழுநீள
மஸ்லீன் துணியைச் சிறப்புடைத்தாய்ப்
பகிர்ந்து மடித்துக் கையடக்கிப்
பார்க்கா திருக்கும் நேரத்தில்
துகிலை பாபா அமர்ந்திருந்த
தூய பாயின் அடிசெருகி,
மகிழ்வோ டவரை வணங்கியவர்
மனநி றைவோடு அருகிருந்தார். 774

இறைவன் பாபா அறியாரோ?
இந்த மகனின் அன்பளிப்பை.
நிறைவாய் மகிழ்ந்து எதையோதாம்
நினைத்துக் கொண்டாற் போலெழுந்து
விரைவாய்ப் பாயை உதறுமாறு,
வேலை யாளைப் பணித்திடவே,
சிறைப்பட் டிருந்த துணிமடிப்பு
தெளிவாய்க் காணத் தரைவீழ, 775

இதனை இங்கே வைத்தவர்யார்?
இயல்பாய்ச் சேவ கர்கேட்க,
இதனை நான்தான் இவண்வைத்தேன்
என்று வாங்கி பாபாவும்
அதனைப் பிரித்துத் தன்னுடலில்
அழகாய் போர்த்தி அணிந்ததுடன்
அதையே பெருமைப் படுமாறும்,
அணிந்தே சென்றார் ஊர்வலத்தில் 776

வழியில் ரேகே தனையழைத்தார்.
வழக்கத் திற்கு மாறாக,
எழில்சேர் ஆடை அணிந்துள்ளேன்
எவ்வா றுள்ள தென்றுரைப்பாய்!
வழியில் அனைவர் கண்களிலும்
வாய்த்த வியப்பைக் காண்கின்றேன்.
எழிலோ டிருக்கின் றேனா?யான்
எனது மகனே சொல் என்றார். 777

எல்லை யில்லாப் பேரருளால்
எனையாட் கொண்டீர்! எனும்பதிலைப்
பிள்ளை ரேகே கண்களிலே
பெருகும் கண்ணீ ரில்கண்டார்.
பிள்ளை நெகிழ்ந்தே உருகுவதைப்
பெரிதும் உணர்ந்த பாபாவும்
எல்லைக் கோடாம் புன்னகையால்
ஏற்றேன் அன்பை எனப்பகர்ந்தார். 778

அன்றொ ருநாளில் பாபாவை
அருந்தச் செய்ய ரேகேவும்,
சென்று சுவைநீர் தயாரித்தார்.
செழுமை யான எலுமிச்சை
தன்னில் பிழிந்து சாறெடுத்துத்
தகுந்த அளவில் சுவைசேர்த்தே
அன்போ டவர்க்குத் தருமுன்னே,
அதனைச் சுவைத்து மனநிறைவாய், 779

எடுத்துச் சென்று கொடுத்திட்டார்.
ஏற்ற பாபா அதைஉடனே
மடுத்தார் ஒருவாய் முகம்சுளித்தார்.
மாற்றம் அறியா ரேகேவும்
விடுத்த கேள்வி கண்களிலே
வியப்பும் பயமு மாயொளிர,
அடுத்து செய்வ தறியாமல்
அதிர்ந்து நின்றார் ரேகேவும். 780

அருகில் அமர்ந்த தீட்சித்தை,
அந்தச் சுவைநீர் தனில்சிறிதே
அருந்திப் பார்என் றியம்பிடவே,
அவரி டத்தில் ரேகேவும்
பருகக் கொடுத்தார். தீட்சித்தும்
பருகிப் பார்த்துப் புளிப்பென்றார்.
உருக்க மாக ரேகேவை
ஒருவாய் பருகப் பணித்திடவே! 781

அவரும் சிறிதே வாய்மடுக்க
அந்தப் புளிப்பில் வியப்படைந்தார்.
நிவர்த்தி செய்யும் எண்ணத்தில்
நிமலன் பாபா மறுபடியும்
அவரே மீண்டும் அதைப்பருகி
ஆகா! இனிப்பாய் உளதென்றே,
உவந்து தீட்சித் திடம்தந்தார்
உடனே சுவைத்து மதுரமென்றார். 782

வியப்பில் ஆழ்ந்த ரேகேவை,
விரும்பி மீண்டும் அருந்திப்பார்!
மயக்கம் அறுக்கும் பாபாவின்
மாற்றுத் திறனை யறியாமல்
தயக்கத் துடனே அருந்தியவர்
தன்னை மறந்தே இனிப்பென்றார்.
அயர்ச்சி யோடு மெய்சிலிர்த்தே
ஆற்றா மையால் கண்கலங்கி, 783

சுவைநீர் பாபா அருந்தும்முன்
        சுவைத்துப் பார்த்த குற்றத்தை
அவையில் அனைவர் முன்னிலையில்
        அதனை எனக்கும் உணர்த்திடவே
சுவையில் மாற்றம் தனைச்செய்து
        சூக்கு மமாக அறிவித்தார்.
நவையென் றறியா மூடன்யான்
        நன்மை கருதி இதைச் செய்தேன். 784

நினைத்தே வருந்தும் ரேகேவை
        நீஎன் பிள்ளை. உன்னிடத்தில்
பிணைத்த பாசம், விளையாடப்
        பெரிதும் விரும்ப இதைச்செய்தேன்.
இணைந்த அன்பால் சுவைத்தளித்தாய்
        இதனை யானும் அறிகின்றேன்.
அணைத்துக் கொண்டே பாபாவும்
        அன்பாய்ச் சொல்லி மகிழ்ந்திருந்தார். 785

64. 'தாக்கர் தாம்சே ஜேதாபாய்' பாபாவின் பக்தராதல்:-

தாக்கர் தாம்சே ஜேதாபாய்
        தனத்தில் சிறந்த மார்வாடி,
ஆக்கம் தேட அவரிடத்தில்
        அலுவல் செய்தார் காகாவும்,
நீக்க மறவே நிறைந்திருக்கும்
        நிமலன் பாபா பக்தரவர்.
தேக்க மின்றி சீரடிக்கும்
        சென்று பாபா வைக்காண்பார். 786

காகா மகராஜ் பாபாவின்
        கருணை நிறைந்த செயல்பாட்டை
வாகாய்த் தாக்கர் உளம்பதிக்க
        வலுவில் முயன்று சொன்னதனால்
காகா வையும் பைத்தியமாய்க்
        கணித்தே இகழ்ந்த தல்லாமல்
ஆகா! என்று புகழ்கின்ற
        அளவில் இருக்கும் பக்கீர்யார்?. 787

ஒருநாள் சென்று பார்த்திடவே
உள்ளம் விரும்பச் சீரடிக்குப்
பெருமை யோடு கர்வமுமாய்ப்
பெரிதும் பக்தி யுடையார்போல்,
அருமை காகா வுடன்சென்றே
அவர்க்க ளிக்கத் திராட்சையையும்
பெருமைக் காக வாங்கியவர்
பெரிதும் உவகை யுடன்மசூதி, 788

உள்ளே நுழைந்தும் பாபாவை
உணரா தாக்கம் அவரிடத்தில்.
மெல்ல திராட்சைக் கனிதந்தார்.
மேலும் காகா உடன்வரவே,
உள்ளம் மகிழ பாபாவும்
உட்கார்ந் திடவே பணித்திட்டார்.
மெல்ல பணிந்தே இருவருமாய்
மெதுவாய் எதிரில் அமர்ந்தார்கள். 789

எதையும் அறியும் பாபாவும்,
எதிரே அமர்ந்த தாக்கரிடம்,
இதைநீர் சுவைப்பீர்! எனக்கூறி
எடுத்துத் தந்த கனிகளிலே,
விதைகள் வாயில் இடர்ப்படுத்த
வெளியில் உமிழ இயலாமல்
விதையை மறைவாய் எடுத்ததனை
விரைந்தே சட்டைப் பையிலிட, 790

மற்றும் ஒன்றில் அதுபோன்றே,
மாயம் யாது? வியப்புற்றார்.
உற்றுப் பார்த்த பாபாவும்
உடனே வேறு பழம்தந்தார்.
தற்போ திதனை உண்கவென்றார்.
தயக்கத் தோடு வாயிலிட்டார்.
சற்றே அதிர்ச்சி. விதையில்லை
சாயி லீலை தனையுணர்ந்தார். 791

என்றன் மடமை யால்உம்மை
ஏனோ அறிய வியலாமல்,
நன்கு சோதித் தறிந்திடவும்
நாட்டம் கொண்டு வந்துற்றேன்.
என்னை மன்னித் தருள்கவென
எழில்தாள் பணிந்தே உதிபெற்றார்
அன்று முதலே தேஜாபாய்
அன்பால் பிணித்தார் பாபாவை. 792

பரிசோ திக்க எண்ணியவர்
பாதம் பணிந்து மயல்தீர்ந்தே,
அரிதாய்க் கிடைத்த பெருநிதியம்.
அவர்தான் பாபா எனத்தெளிந்தார்.
பெரிய மகானை மதியிலியான்
பிழையாய் எண்ணிச் செயல்பட்டேன்
உரிய முந்தை தவப்பயனால்
உணர்ந்தேன் பாபா வையென்றார். 793

பகவான் சாயி பரம்பொருளாய்
பக்தர் மனதில் உறைந்தவராய்,
இகத்தில் என்றும் ஆன்மீகம்
எங்கும் பொங்கிப் பெருகிடவே,
பகலும் இரவும் நம்மோடு
பதிந்து காக்கும் பெருந்துணையாய்,
அகலா இன்பப் பேரொளியாய்
அமைந்து வாழ்ந்து வருகின்றார். 794

வழக்கம் போல ஒருசமயம்
வந்தார் ரேகே சீரடிக்கு
வழக்க மாகத் தாம்தங்கும்
மாதா கிருஷ்ண மாயியுடன்
பழமை நினைவில் பாபாவின்
பலவா றான லீலைகளைச்
சுழல விட்ட நினைவுகளில்
துயரம் மறந்தே உரையாட, 795

விரும்பி பாபா அழைப்பிக்க,
விடுத்த பணியாள் கூறிடவும்,
அருகில் வந்த ரேகேவை
அழைத்துப் பக்கத் தமர்வித்தே,
அருமை மகனே! நீவிரும்பும்
அனைத்தும் அளிக்க விழைகின்றேன்
மறுக்கா மல்நீ என்னிடத்தில்
வாங்கிக் கொள்க எதுவேண்டும்?. 796

பொன்னோ? பொருளோ? விரும்பியதைப்
புகல்வாய்! என்றார் பாபாவும்.
அன்பில் மலர்ந்த ரேகேவும்
அமைதி யாக இருந்திடவே,
என்ன பயமா? என்னிடத்தில்
எதையும் கேளா திருக்கின்றாய்!
என்றன் உள்ளம் தவிப்பதனால்
என்ன வேண்டும் சொல்என்றார். 797

நம்மை பாபா விடமாட்டார்.
நாமும் கேட்கத் தான்வேண்டும்.
நம்மால் ஒதுங்க வியலாது.
நயமாய்ப் பாபா விடம்சொன்னார்.
உம்மால் கொடுக்க இயலுமென
உறுதி யாக உரைத்திட்டால்
இம்மை தன்னில் யான்பெற்ற
இனிய வரமாய்க் கேட்பேன்யான். 798

என்று சொன்ன ரேகேவை,
என்மேல் உனக்கேன் சந்தேகம்?
என்றும் செல்ல மகன்நீதான்.
எதையும் மறுக்கா மல்தருவேன்.
என்று பாபா சொன்னவுடன்,
என்றும் என்னைப் பிரியாமல்
இன்றும் என்றும் எப்போதும்
எடுக்கும் பிறவி அனைத்திலுமே , 799

என்னைத் தங்கள் குழந்தையென
        ஏற்று அருள வேண்டுகிறேன்.
என்று கண்கள் புனல்பெருக்க
        இருகை கூப்பித் தொழுதவரை
அன்போ டணைத்தே என்றென்றும்
        அகமும் புறமும் உனைவிட்டுக்
கன்றைப் பிரியா கற்றாபோல்
        கணமும் பிரியேன் என்றுரைத்தார். 800

பகவான் சாயி மறைந்தபின்னும்
        பதிந்து தன்னுள் உறைந்தென்றும்
அகலா திருக்கும் நிகழ்வதனை
        அறிந்தே உள்ளம் மகிழ்ந்துள்ளார்.
இகத்தில் கண்ட மகான்களையும்
        இயங்கும் பாபா எனநினைத்தார்
செகத்தில் ரேகே பாபாவின்
        செல்லக் குழந்தை எனத்திகழ்ந்தார். 801

பாபா சமாதியான பின்னர் ரேகே 1971-ஆம் ஆண்டு பிப்ரவரித் திங்கள் 25-ஆம் நாள் இவ்வுலக வாழ்வை நீத்து, சாயிபாபாவோடும் ஒருங்கிணைந்தார்.

சாயி பகவான் சீரடியைச்
        சார்ந்து வாழ்ந்த காலத்தில்
வாயில் தோறும் சென்றங்கே
        வழங்கும் பிச்சை தனையேற்றுக்
கோயில் மசூதி தனில்சென்று
        கொள்ளும் கலனில் குவித்ததனை
தீயின் கொடுநோய் பசிநீங்கத்
        தினமும் தருவார் பல்லுயிர்க்கும். 802

விரும்பு வோர்க்கும் உணவளிப்பார்
        வேறு பாடே இல்லாமல்
விருப்பு வெறுப்பு சுவைநாட்டம்
        விழையா மல்தான் அதையுண்பார்.
பெருமைக் காக உடையணியார்;
        பேரும் புகழும் விரும்பாதார்
வருவா யாக அவரிடத்து
        வருவ தையும் பகிர்ந்தளிப்பார் 803

பிச்சை எடுக்கச் செல்லுங்கால்
பெற்றுக் கொள்ளக் குவளையுடன்
இச்சை யுடனே இடும்உணவை
ஏற்கச் 'சோலி' எனும்துண்டும்
கச்சி தமாக எடுத்தேகிக்
கணக்காய் ஐந்து வீடுகளில்
உச்சிப் போது வரையேற்று
உடனே மசூதி வந்தடைவார். 804

உள்ளம் நெகிழ "ஓலாசி"
உண்ண சிறிது ரொட்டிகொடு!
கள்ளம் அற்ற பாபாவும்
கருணை ததும்பக் கரம்நீட்டி,
அள்ள அள்ளக் குறையாத
அருளைத் தருவார் அவ்வீட்டில்,
தெள்ளத் தெளிவாய் அடுத்தடுத்துச்
செல்வார் வேறு வீடுகளில் 805

தாத்யா கோடே பட்டேல்

மகல்சா பதியை ஒத்தவர்போல்,
மகானாய் பாபா வைப்போற்றும்,
மகனாம் தாத்யா கோடேவின்
மதியிற் குரிய தாய்'ஜபாயி'
அகத்தில் அன்புப் பிணைப்புடனே
அருமை பாபா உணவேற்றல்
மிகவும் மனதை, வருத்தியதால்
மேலும் பிச்சை ஏற்காமல், 806

பாயா ஜபாயிகோடே பட்டேல்

அறுதி யிட்ட அந்தத்தாய்
அன்று முதலே கறிகாயை
விரும்பிச் சமைத்து ரொட்டியுடன்
மெல்ல கூடை தனில் சுமந்து
பருக நீரும் உடன்வைத்துப்
பாபா தன்னைத் தேடிதினம்
அருகில் இருந்து பரிமாறி
அமையும் நிறைவில் வாழ்ந்திருந்தார். 807

என்றும் குறிப்பாய் ஓரிடத்தில்
இருப்ப தில்லை பாபாவும்
ஒன்றும் அறியா அந்தத்தாய்
ஒவ்வோ ரிடமாய்த் தேடிடுவார்
சென்ற நாட்கள் சிலவற்றில்
செயலை மறந்தே பாபாவும்
ஒன்றும் உணரா தியானத்தில்
உறைந்தே இருப்ப தைக்காண்பார். 808

அவரைக் கண்ட தாய்ஜபாயி
அவர்முன் இலையை விரித்தமர்ந்தே
அவர்தம் தியானம் கலையாமல்
அங்கே தாமும் காத்திருப்பார்.
தவத்தில் குறுக்கீ டில்லாமல்,
தாமும் உணவு உண்ணாமல்
அவரே விழித்து எழும்வரையில்
அந்தத் தாயும் அமர்ந்திருப்பாள் 809

எதிரில் அமர்ந்து காத்திருந்தே
எழுந்த பின்னர் உணவளிப்பார்
அதிக களைப்பில் அவரிருந்தால்
அவரே ஊட்டி உணவளிப்பார்
மதிப்பிற் குரிய தெய்வம்நீ!
மகனே பிச்சை ஏற்பதும்ஏன்
அதிக பாச உணர்வோடும்
அவரைக் கேட்டாள் அந்தத்தாய். 810

அம்மா! மாற்றம் இல்லாத
ஆண்டித் தன்மை நிரந்தரமாம்!
செம்மை வாழ்வு, செல்வங்கள்
சிலநாள் சென்றால் அழிவுறுமே!
இம்மை வாழ்வில் எதுஉண்மை?
இருக்கும் வரையில் நிலைப்பதெது?
செம்மை பூத்த வாழ்வென்றால்,
சிறந்த இந்த ஐயம்தான். 811

புன்ன கையால் பதிலளித்த
புனித பாபா இதுவரையில்
தன்னைத் தேடி அலைந்திருந்த
தாயின் தவிப்பைத் தவிர்த்திடவே,
அன்று முதல்தாம் மசூதியிலே
அமர்ந்து மதியம் எதிர்பார்த்தார்
வென்ற அந்தத் தாய்தனயன்,
வேண்டிக் கேளா மலேஉதவி 812

பலவும் செய்தார் பாபாவும்.
பார்த்துப் பார்த்து உணவளித்தே
உலவி வந்த அத்தாயின்
உள்ளத் துணர்வு தாய்மையிலா?
நிலவும் ஆன்மீ கத்தவமா?
நிறைந்த அன்பின் மலர்ச்சியிலா?
கலப்பே இல்லா அத்தாய்க்குக்
கட்டுண் டிருந்தார் பாபாவும். 813

சாந்த மான தோற்றமுடன்
        சார்ந்தோர்க் குதவும் மழைப்பொழிவாய்க்
காந்தம் போன்றே ஈர்க்கின்ற
        கருணைக் குரிய பேரொளியாய்
வேந்த ரான அவர்வாக்கில்
        விரும்பும் உண்மை நிலைத்திடவே
மாந்தர் தம்மைக் காத்திருந்தார்
        மாசில் ஞானத் திருவிளக்காய். 814

65. பல மதத்தோர் போற்றும் பதும பீடம் துவாரகாமாயி

செவ்வ கத்தின் வடிவத்தில்
        சிதைந்த மசூதி தனில்பாபா
எவ்வ மயத்தில் சென்றாரோ?
        ஏற்ற பெருமை பெற்றிலங்க,
அவ்வி டத்தை ஆலயமாய்
        அமைத்து 'துவார காமாயி'
இவ்வா றான பெயர்சூட்டி
        என்றும் அங்கே வாழ்ந்திருந்தார். 815

வடகி ழக்கு மூலையிலே
        வந்து பாபா அமர்ந்திருப்பார்.
அடர்ந்த நெருப்புக் குண்டம்தான்
        அவர்தம் முன்னே எதிர்முனையில்.
குடங்கள் நிறைய நீர்நிரப்பிக்
        குடிப்ப தற்கும், குளிப்பதற்கும்
திடமாய் அமைந்த பானைகளில்
        தினமும் வைப்பர் அதனருகில். 816

சுவற்றில் இருக்கும் மாடத்தில்
        சுகமாய்ப் புகையும் பிடித்திடவே
அவருக் காக மண்குழாய்கள்
        அங்கே வைக்கப் பட்டிருக்கும்.
அவர்தம் அருகில் மாவரைக்க
        அமைத்த இரண்டு இயந்திரங்கள்.
அவரே அவற்றில் ஒன்றினிலே
        அரைப்பார் கோது மைமாவை. 817

மற்றோர் அரைவை இயந்திரத்தில்
மற்ற பயறு வகைகளையும்
உற்ற வாறே அரைத்தவற்றை
உவந்தே பக்தர் களுக்களிப்பார்.
நற்ற வசீலர் பாபாவை
நாடி அளித்த கோதுமையும்,
பெற்றுச் சேர்த்த புகையிலையும்
பெரிய கோணிப் பைகளிலே, 818

பக்கம் வைக்கப் பட்டிருக்கும்.
பாபா அந்தப் புகையிலையை
உக்கா பிடிக்க மண்குழாயின்
உள்ளே திணித்துப் பற்றவைத்து
மிக்க மகிழ்வாய்ப் புகைத்திடுவார்.
மேலும் அங்கே அமர்ந்திருக்கும்
பக்தர் களுக்கும் அளித்திடுவார்.
பலரும் புகைத்து மகிழ்வுறுவர். 819

அறையின் நடுவில் அவரேற்ற
அந்தப் பிச்சை உணவிருக்கும்.
நிறைவாய்ப் பக்தர் கொணர்ந்தளித்த
நிறைந்த உணவும் அதில்சேரும்.
குறைபா டற்ற அவ்வுணவில்
கொஞ்சம் பாபா அருந்திடுவார்.
விரைந்தே அந்த உணவனைத்தும்
விருப்பத் தோடு கலந்ததனை, 820

வள்ளல் பாபா வழங்கிடுவார்
வந்த பக்தர் அனைவருமே
கள்ளம் இன்றிப் பிரசாதக்
கலவை தன்னைப் பலமதத்தோர்
பிள்ளை கள்போல் பெருமகிழ்வாய்ப்
பெற்றே அமுதம் போலுண்பர்.
எல்லை யற்ற ஒற்றுமைக்கும்
இதுவே சாட்சி என்றமையும். 821

பக்தர் பலரும் தரிசிக்கப்
பக்கம், தூரம் எண்ணாமல்
எக்கா லத்தும் பலமதத்தோர்
எண்ணற் றோர்கள் வருவார்கள்.
அக்கால் அங்கே முஸ்லீம்கள்,
அழகு மலர்கள், தேங்காய்கள்
தக்க இனிய கனிவகைகள்
சர்க்க ரைக்கட் டியும்கொணர்ந்து, 822

வந்து பாபா வுடனமர்ந்து
வழக்கம் போலத் தொழுகையுடன்
சிந்தை மகிழ பாத்தியாவைச்
சீராய் ஓதி அவண்வைத்த
அந்தப் பொருட்கள் அத்தனையும்
அனைவ ருக்கும் வழங்கியபின்
அந்தக் கிராமச் சிறார்கட்கும்
அன்போ டளித்து மகிழ்வார்கள். 823

இந்து பக்தர் உள்ளிட்டோர்
இதனைப் பார்த்து மகிழ்வதுடன்
வந்து நெருங்கிச் சென்றவர்கள்
வழங்கும் தேங்காய்க் கீற்றுடனே
தந்த இனிப்பும் அவற்பொரியும்
சர்க்க ரைக்கட் டியும்சேர்த்தே
சிந்தை மகிழ்ந்தே கையேந்தி
சிறிதும் பேதம் இல்லாமல், 824

பெற்றே உண்டு மகிழ்வார்கள்
பின்னர் இந்து முறைப்படியும்
உற்ற பாபா வையமர்த்தி
உடலில், மார்பு கைகால்கள்
முற்றும் சந்த னம்பூசி
மூர்த்தி பாபா திருவடிக்கும்
உற்ற பாத பூசைசெய்தே
உரிய நீரை அனைவருமே 825

தீர்த்த மாக உண்பதுடன்
திருவ டிதன்னில் பணிந்தெழுவர்
ஆர்க்கும் கோயில் மணியோசை
அடிக்கும் முரசு, கைத்தாளம்.
சேர்ந்தே ஒலிக்கும் மந்திரங்கள்
சிறந்த ஐந்து முகவிளக்கின்
ஆர்த்தி தொடரும். பாபாவின்
அருள்சேர் முகத்தின் தரிசனத்தைக் 826

கண்டு மகிழக் கணக்கற்றோர்
கருத்தைப் பதித்தே நின்றிருப்பர்.
அன்று அவர்க்குப் படைக்கின்ற
அனைத்துப் பிரசா தப்பொருட்கள்
கண்டு தரிசிப் போர்க்கெல்லாம்
கருத்தாய்ப் பகிர்ந்து வழங்குங்கால்
இன்மு கத்தோ டதையேற்றே
இஸ்லா மியரும் உண்பார்கள். 827

இகத்தில் துவார காமாயி
இயங்கும் விதமே மூவகையில்
புகலும் பெருமைக் குரித்தாகும்.
புரோகி தத்தால், தொழுகையினால்,
அகலா மணியின் ஓசையினால்
அனைத்து மதமும் ஒருங்கிணையும்
விகற்ப மற்ற ஆலயமாய்
விந்தைக் குரித்தாய் விளங்கியது. 828

இத்த கைய மசூதியிலே
என்றும் பாபா வாழ்ந்ததினால்
அத்த ரையில் பாபாவின்
அருட்பா தங்கள் பதிவாகி
எத்த ருணத்தில் சென்றாலும்
எல்லா நலனும் கூடிவரும்.
சித்தர் பாபா சீரடிகள்
சென்றோர்க் கெல்லாம் நலம்பயக்கும். 829

இந்தத் துவார காமாயி
        என்னும் இனிய பெயருக்கு
முந்தை புராணம் புகல்கின்ற
        முறையில், நான்கு வருணத்தார்
அந்தம் ஆதி இடைப்பட்ட
        அறம்பொ ருளின்ப வீடென்று
நந்தும் பேறு நான்கினையும்
        நாடற் கென்றே பொருளுரைக்கும். 830

66. வேம்பு மரமும் நந்தா விளக்கும்

நந்தா சுடரின் ஆலயமாய்
        நவிலத் தக்க இடமாகச்
சிந்தை மகிழ இப்பெயரைச்
        சிந்தித் ததனால் பாபாவும்
விந்தை பெயராய் மசூதிக்கு
        விளங்கு மாறு சூட்டினரோ!
அந்தப் பெருமை இன்றளவும்
        அந்த இடத்தில் காண்கின்றோம். 831

எப்பொ ழுதுமே திறந்திருக்கும்
        இறைவன் கோயில் இதுவாகும்
செப்பும் பரிதி யொளியவரே!
        சேர்ந்த மதியும் அவரேதான்
ஒப்பில் லாத வேதங்கள்
        உயர்ந்த ஞான தத்துவங்கள்
தப்பா தொலிக்கும் மந்திரங்கள்
        தாமே யாகி ஒளிர்கின்றார். 832

உயர்ந்து வளர்ந்த நெடியவனாய்
        உருவில் முரட்டுத் தோற்றமுமாய்
வயதை மீறும் வலிமையுடன்
        வந்தான் ஒருவன் சீரடிக்கு
பயத்தை விளைக்கும் உடல்தோற்றம்
        பகரும் பெயரோ 'ரோஹில்லா'
வியக்கும் நீண்ட அங்கியுடன்
        விரும்பி பாபா வைக்கண்டான். 833

அன்பாய் மசூதி தனில்தங்கி
அன்று முதலே பிரார்த்தனையில்
தன்னை மூழ்கு வித்ததுடன்
தயக்க மின்றி உறைந்திருந்தான்.
உண்டான். இரவு பகலாக
ஓயா தென்றும் குரான்பாடல்
கண்டோர் அஞ்சும் அளவிற்குக்
கடின குரலில் ஒப்பிப்பான். 834

குரலின் ஓசை கேட்பவர்க்குக்
கொடூர மாக இருந்ததனால்
இரவில் கிராம மக்களெல்லாம்
ஏற்ற உறக்கம் இல்லாமல்
நரக வேத னைப்பட்டு
நாளும் உழைப்போர் நலம்கெடலால்
பரவும் ஒலியைத் தடுத்திடவே
பாபா விடத்தில் கூறுதற்கு, 835

வந்து, பாபா! எங்களுக்கு
வயலில் உழைத்த களைப்பகல,
இந்த உறக்கம் தான்மருந்து,
எம்மால் இனியும் இயலாது.
இந்த மனிதன் கொடூரமாக
இரவுப் போதில் இடும்சத்தம்
சிந்தை ஏற்ப தெவ்வகையில்?
செப்பிக் குறைப்பீர்! எனப்புகல, 836

மறுத்து பாபா உரைத்திட்டார்.
மாற்றம் செய்ய வியலாது.
நிறுத்தச் சொன்னால் அவன்மனைவி
நேராய் மசூதி உள்நுழைவாள்
பொறுமை யின்றி 'சாந்திப்பி'
புனிதம் மிக்க மசூதியிலே
விரும்ப வொண்ணா துன்பத்தை
வேண்டு மென்றே விளைவிப்பாள். 837

கொடுமை தன்னைத் தடுத்திடவே
குரானை ஓதிப் பாடுகிறான்.
அடுத்துத் தொடரும் சத்தத்தால்
அவளும் பயந்து நிற்கின்றாள்.
தடுக்க எண்ணி 'ரோஹில்லா'
தானும் மகிழ்வாய் இருக்கின்றான்.
விடுத்த பாபா சொல்நம்பி,
விரைந்தே சென்றார் அனைவருமே. 838

உண்மை யிலேயே 'ரோஹில்லா'
உள்ளம் உறைந்த தீமைகளைக்
கண்ட பாபா திருத்திடவே
காணா ஒன்றை மனைவியென்றார்.
வென்ற மனதின் பக்குவத்தால்
விரைவில் திருந்தித் தாள்பணிந்தே
அன்று பாபா ஆசியுடன்
அமைதி யாகப் புறப்பட்டான். 839

சாந்த மான தோற்றத்தில்
சகல கலைகள் அறிந்தவராய்,
காந்தம் போன்று நமையீர்க்கும்
கருணை உள்ளம் கொண்டவராய்
மாந்தர் உலகின் நிகழ்வனைத்தும்
மகிமை யாலே அறிபவராய்,
தாந்தம் பக்தர் அனைவரையும்
தம்மில் இணைத்தே வாழ்ந்திருந்தார். 840

67. மல்லன் மொய்தீன் தம்போலி: மல்யுத்தப் போட்டியும், மனமாற்றமும்:-

வறுமை மிக்க ஏழ்மையிலே
வளமாம் செங்கோ லோச்சிடவும்
பெருமை யற்ற வாழ்முறையைப்
பெரிதும் விரும்பி உடைமாற்றி
நெருட லின்றி வாழ்ந்திடவே
நினைத்த பாபா நாடகத்தைக்
கருத்தில் கொண்டு மல்யுத்தக்
கார னுடனே போர்செய்ய, 841

எண்ணி 'மொய்தீன் தம்போலி'
என்ற மல்ல னுடன்பாபா
கண்ணி யமில்லா அவனுடைய
கருத்து மாற்றம் காரணமாய்
பண்ணி வைத்த மற்போரில்
பாபா தோல்வி யுற்றமையால்
அன்று முதலே அவருடைய
அனைத்து நிகழ்வும் மாறியது. 842

பாட்டு, கூத்து, பஜனையென
பலவற் றிலுமே ஈடுபடும்
நாட்டம் பாபா பெற்றிருந்தார்.
நளினம் மிக்க ஆடலிலும்
தோட்ட வேலை செய்வதிலும்
தொடரும் தியானப் பயிற்சியிலும்
வேட்கை மிகுதி. இத்தகையோர்
விரும்பித் தோல்வி கண்டதும்ஏன்? 843

உடலில் 'கப்னி' எனக்கூறும்
உறைபோல் நீண்ட அங்கியுடன்,
இடையில் அணிந்தார் 'லங்கோடு'
இறுக்க மாகத் துணியொன்றை
மடக்கித் தலையை மறைத்தணிந்தார்
வாழும் இடத்தில் படுக்கைக்கும்
தொடர்ந்தே அமரும் இருக்கைக்குத்
துணித்த கோணிப் பையிரண்டே . 844

அணிந்த அந்த அங்கியிலே
அமைந்த சுருக்கம் கந்தலுமாய்
திணித்து வைத்தே எடுத்ததைப்போல்
தேடி அணிந்த செயல்கண்டோர்
மனித தெய்வம் இவ்வாறு
மாற்றம் பெற்ற காரணத்தை
இனிதாய் எண்ண வொண்ணாமல்
இதயம் மருகித் துயருற்றார். 845

ஏழ்மை, அரசின் உடைமையென்றார்.
ஏற்ற வறுமை இறைமையென்றார்
ஏழ்மை யுற்றோர் வாழ்வினிலே
என்றும் கடவுள் இருக்கின்றார்.
பாழ்ப டாத மனத்தூய்மை
பாரில் சிறந்த தெனப்பகர்ந்தார்.
வாழ்வில் தோல்வி வரமென்றார்.
வந்தால் ஏற்றல் நலமென்றார். 846

இவ்வா றெல்லாம் உணர்த்திடவே
இத்த கைய நாடகமோ?
ஒவ்வாத் தோல்வி மல்லனிடம்,
உறுதி யாகப் பெற்றதுஏன்?
இவ்வா ரவரே நிகழ்வித்து
ஏற்றார் மாற்றம் தம்வாழ்வில்
இவ்வா றாக ஆண்டைந்தும்
இயங்கி முடிந்த பின்ஒருநாள், 847

68. குருவாய் வந்து சீடரான ஜாவர் அலி:-

அன்று 'ஜாவர் அலி'யென்பார்
அதிகம் படித்த கர்வத்தில்
தன்னு டைய சீடர்கள்
தக்கோர் பலரும் பின்தொடர
அன்று வரையில் தாம்வாழ்ந்த
அகமத் நகரை விட்டேகி
சென்றார் 'ரஸ்தா' கிராமத்தில்,
சிரம மின்றி அங்குள்ள, 848

'மக்கா' என்னும் முஸ்லீம்கள்
மதித்துத் தொழுகை செய்யிடத்தில்
மிக்க வசதி நிறைந்துள்ள
மீப்பே ரறையில் தங்கியவர்
அக்கால் அங்கு வருகின்ற
அனைவ ரையும் சொற்றிறனால்
தக்க அளவில் குரான்தன்னை
தானே கூறிக் கவர்ந்தமையால், 849

அந்த முஸ்லீம் பக்கீரை
அடைந்த அந்த கிராமத்தார்
சிந்தை மகிழ தரிசித்தும்
சிறப்பாய் மதித்தும் வந்தார்கள்.
அந்த மக்கா அருகினிலே
அமைந்தி ருந்த ஆலயத்தில்
முந்தை புகழ்சேர் தெய்வமென
மொழிவர் வீர பத்திரரை. 850

அந்தக் கோயில் முன்தடுப்பு
அரண்போல் சுவரை முஸ்லீம்கள்
சொந்த மாக எழுப்புதற்குச்
சூழ்ந்த போதில் ஒருசாரார்
அந்தச் செயலை எதிர்த்ததுடன்
அங்கே ஜாவர் அலிதன்னை
நிந்தை செய்த சூழலினால்
நிலையாய்த் தங்க வழியில்லை. 851

பரம்ப ரையாய் நம்வீர
பத்ரர் கோயில் முன்அவர்கள்
அரண்போல் 'இட்கா' சுவர்தன்னை
அங்கே அமைத்தல் முறையன்று.
திரண்ட இந்து மக்களெலாம்
சேர்ந்து கிளர்ச்சி செய்ததனால்
அரண்ட ஜாவர் அலிமேலும்
அங்கி ருக்க அஞ்சியதால். 852

அங்கி ருந்து சிலமைல்கல்
அடுத்த கிராமம் சீரடிக்குத்
தங்கி யிருந்த சீடர்கள்
தம்மைத் தொடர வந்தடைந்தார்
எங்கும் அமைதி, எழிலூராய்
இருக்கக் கண்டு நிறைவுடனே
தங்கும் இடமாய் முடிவெடுத்துத்
தாமே மசூதி வந்துற்றார். 853

முன்பே பாபா வைப்பற்றி
முழுதும் அறியா திருந்தாலும்
அன்று வரையில் ஓரளவே
அறிந்த தாலே அவண்வந்தார்.
என்றும் போலக் கர்வமுடன்
எல்லாம் அறிந்த குருவைப்போல்
தன்னு டைய சீடரென்றார்
தரணி போற்றும் பாபாவை. 854

சீடர் என்றே பாபாவைச்
சிறிதும் குற்ற உணர்வின்றி
வாடச் செய்த போதினிலும்
வருத்தம் இன்றி பாபாவும்
சீடன் என்ற பெயரேற்றுச்
சிந்தை மகிழ்ந்தே மௌனித்தார்
தேடக் கிடைக்கா பெருமிதத்தில்
திகழும் துவார காமாயி. 855

எல்லா மதமும் ஒருங்கிணையும்
இனிய பெருமைக் குரித்தான
நல்ல இடமாய் இருப்பதனை
நயவஞ் சகமாய் வெறுத்தொதுக்கி
எல்லா மதமும் தொழுகின்ற
இந்த மசூதி நமக்கேற்ற
அல்லா வாழும் இடமல்ல
அதனால் 'ரஸ்தா' வந்துவிடு. 856

என்று கடுமை யாய்க்கூறி
ஏற்கச் செய்தார் பாபாவை.
அன்றும் என்றும் உடனிருக்கும்
அடக்கத் துடனே உடன்சென்றார்.
என்றும் இருக்கும் ஆணவத்தால்
இதனை ஜாவர் அறியாமல்
தன்னை உயர்வாய்க் குருவென்றே
தருக்குற் றிருந்த அவர்முன்னே , 857

பசுவைப் பிரிந்த கன்றுகள்போல்
பாபா பிரிவைத் தாங்காமல்
நசுக்கப் பட்ட மனத்தினராய்
நாடித் தடுத்த பக்தரிடம்
அசுரன் போல முன்நின்றே
அந்த 'ஜாவர்' அலிசொன்னார்.
பசுவைப் போன்றே அமைதியுடன்
பாபா இருந்த தால்நீவிர், 858

பலவ கையில் மாற்றிவிட்டீர்.
பதிந்த முஸ்லீம் கோட்பாடும்
இலதாய் மாறிப் போயிற்று .
இதனால் இவனை விடமாட்டேன்.
நலமே செய்ய இவன்றன்னை
நாடி அழைக்க வந்துள்ளேன்.
விலகிச் செல்வீர்! எனைத்தடுக்க
வீணாய் முயன்று தோற்காதீர்! 859

என்று 'ஜாவர் அலி'சொல்ல,
எதிர்ப்பே இன்றி பாபாவும்,
தன்னைச் சீடன் போலெண்ணித்
தக்க பணிகள் செய்திருந்தார்.
என்றும் இல்லா திருநாளாய்
எழுச்சி கொண்ட ஊர்மக்கள்
அன்று பாபா செல்வதற்கே
அனைவ ரும்நாம் விட்டுவிட்டோம். 860

எவனோ? முன்பின் அறியாதான்
இங்கு வந்து பாபாவை
அவன்றன் சீடன் என்றுரைத்தே
அழைத்துச் சென்றால் விடலாமா?
அவரை நமது சீரடிக்கே
அழைத்து வருவோம். எனக்கூறி
கவலை யோடும் ஊர்மக்கள்
கலங்கும் மகல்சா வுடன்சேர்ந்தே, 861

அந்த பக்கீர் வாழிடமாய்
அமைந்த 'ரஹ்தா' சென்றார்கள்.
அந்தத் தருணம் அவரில்லை.
ஆனால் பாபா அவ்விடத்தில்
அந்த முரட்டுப் பக்கிரிக்கே,
அனைத்துப் பணியும் செய்வதனை
நிந்தைக் குரித்தாய்க் கண்டவுடன்
நிறைந்த கோபம் கொண்டார்கள். 862

அவர்கள் வருகை தனையறிந்தே
அங்கு வந்த பாபாவும்,
தவறாய் வந்து சிக்குண்டேன்
தனியே என்னை விடமாட்டான்.
அவனே இங்கு வருவதற்குள்
அகன்று செல்வீர்! அவன்மூர்க்கன்
அவன்றன் கோபம் மிகக்கொடிது.
அவ்வா றுரைத்த நேரத்தில், 863

அங்கே 'ஜாவர்' அலிவந்தான்.
அனைவ ரையும் கண்டவுடன்
பொங்கும் கோபம் மூண்டதனால்
போக்கி ரிகளே! என்சீடன்
உங்க ளோடு வரமாட்டான்.
உரிமை கொண்டு வந்தீரோ?
தங்கா துடனே போய்விடுங்கள்!
தனியே நின்று கூச்சலிட, 864

மகல்சா பதியும் யோசித்தே,
மனதை மாற்றத் தந்திரம்தான்
தகறா றற்ற சிறந்தவழி.
தம்மை உணர்ந்த மகல்சாவும்
அகத்தின் நோக்கம் மறைத்தவராய்
அனைத்தும் அறிந்த மகாகுருநீர்!
பகரும் சொல்லைச் செவிமடுப்பீர்!
பாபா வோடும் அனைவருமே, 865

இங்கி ருந்து சீரடிக்கே
        எழுந்த ருள்வீர்! அவ்விடத்தில்
தங்கி யிருந்தால் அனைவருமே
        தங்கள் தொண்டர் களாயிருப்போம்?
அங்கி ருந்தால் உம்பெருமை
        அதிகம் கூடும். புகழ்பரவும்
பொங்கும் அன்போ டுரைத்திடவும்
        புறப்பட் டுவிட்டார் சீரடிக்கு. 866

மகல்சா பதியின் கூற்றதனை
        மதித்தே உண்மை யெனநம்பி
அகலா கர்வத் துடன்வந்தான்.
        அவனை மட்டும் அங்கிருந்தே,
அகலச் செய்தல் எவ்வகையில்?
        ஆய்வு செய்த அனைவருமே
மிகவும் கற்ற கர்வத்தால்
        மிதக்கும் இவனை வென்றிடவே, 867

வாதம் செய்து தோற்கடித்து
        வந்த வழியே விரட்டுதல்தான்
சேத மற்ற அறிவுடைமை
        செயல்பா டதனை எண்ணியபின்
வேத னைக்குத் தீர்வாக
        விவாதம் செய்தற் கேற்றவராய்ச்
சாத னையை ஏற்றிடவும்
        சம்ம தத்தைத் தருவதற்கும். 868

நீண்ட காலம் சீரடியில்
        நிலையாய் பாபா வருமுன்னே,
ஆண்டு பலவாய் பத்தாண்டாய்
        அங்கே அனுமன் ஆலயத்தில்
காண்போர் போற்றச் சிறுவனாகக்
        கருத்தில் பக்தி உணர்வோடும்
ஆண்டுத் தங்கி யிருப்பவர்தான்
        ஆன்ம யோகி தேவிதாசர் . 869

மகல்சா பதியும் மற்றவரும்
மனதில் உள்ள குறைநீக்கும்,
தகவல் சொல்ல தேவிதாசர்
தாமும் இணக்கம் தெரிவித்தார் .
அகத்தில் கர்வம் உள்ளவரை
அமைதி யாக வென்றிடலாம்.
தகர்க்க அவரை இவ்விடத்தில்
தயக்க மின்றி வரவழைப்பீர்! 870

என்று சொல்ல அனைவருமே
ஏற்று துவார காமாயி
என்னும் மசூதி தனையடைந்தே
இருந்த ஜாவர் அலிதன்னைக்
கண்டு வணங்கிப் பணிவோடும்
காணக் கிடைக்கா குருநீவிர்!
என்றும் உமக்கே ஒப்பானோர்
எங்கும் இல்லை அறிவோம்நாம். 871

என்று புகழ, பக்கிரிக்கு
எழுந்த மகிழ்விற் களவில்லை.
என்றும் உமக்கு நிகராவார்
எவரும் இல்லை. தேவிதாசர்
என்றே ஒருவர் இருக்கின்றார்
"எனக்கு நிகராய் எவருண்டு?
என்னை எவரும் விவாதத்தால்
எளிதில் வெல்ல இயலாது". 872

தங்கள் மகிமை தெரியாமல்
தாமே புலம்பிக் களிக்கின்றார்.
அங்குச் சென்றே அவரிடத்தில்
அவர்தம் செருக்கை அடக்கிடுவீர்!
எங்கள் குருவாய் இருக்கும்நீர்
எங்க ளோடு புறப்பட்டுச்
சிங்கம் போல அவர்முன்னே
சென்று வாதில் வென்றிடுவீர்! 873

என்று மகல்சா கூறியதும்
எனக்கு நிகராய் எவன்உள்ளான்?
இன்றே வெல்வேன் விவாதத்தில்
என்று பக்கீர் முழங்கிடவே,
சென்று பக்தர் பல்லக்கைச்
சிறப்பாய்க் கொணர்ந்தே அமர்வித்தும்
அன்றே தேவி தாசரிடம்
அழைத்துச் சென்று சேர்த்தார்கள். 874

தேவி தாசர் எதிர்கொண்டு
சிறந்த முறையில் வரவேற்று
நீவிர் இங்கே வந்தமையால்
நிறைவைப் பெற்றோம் வாருங்கள்!
சேவித் துப்பின் உடனழைத்துச்
சிறந்த தாழம் பாய்விரித்தே,
ஆவி மகிழ அமர்வித்தார்
அருகில் நின்றே உபசரித்தார். 875

அந்தத் தேவி தாசனையான்
இன்றே வென்று விவாதத்தில்
முந்தும் இஸ்லாம் மார்க்கத்தின்
முழுமை வெற்றிக் கொடியேற்றி,
இந்த ஊரில் நிலைத்திருப்பேன்
என்றே எண்ணும் பக்கீர்முன்
சிந்தை மகிழ தேவிதாசர்
சிரித்த முகத்தோ டெதிரமர்ந்தார். 876

நடக்கும் விவாதம் தனைக்காண
நாடி வந்த ஊர்மக்கள்
அடக்க மாக அமர்ந்திருக்க,
அவர்க ளோடு மகல்சாவும்,
தொடரும் விவாதம் தனையறிய
தூய்மை நிறைந்த பாபாவும்
அடர்ந்த கூட்டத் துடனங்கே
அமைதி யாக வந்தமர்ந்தார். 877

காய்ந்த ஒற்றை ஆரஞ்சுக்
கனியைத் தட்டில் வைத்ததனை
வாய்த்த சீடர் கொணர்ந்தங்கே
வந்த பக்கீர் முன்வைத்து,
வேய்போல் வளைந்து. பணிந்தெழுந்து
விரைந்து செல்ல, தேவிதாசர்,
“காய்ந்த இந்தக் கனி, தங்கள்,
கணக்கி லடங்காத் திறமையுடன் 878

இருக்கும் மகிமைக் கீடில்லை”.
என்று சொல்ல, கர்வத்தில்
இருந்த பக்கீர் உளம்குளிர்ந்தே
ஏற்றுக் கொண்டாற் போல்நடித்து,
பெருமை யாகப் பொன்னாடை
பெரிதாய்ப் போர்த்தி யிருந்தாலும்,
உருக்க மாக உவந்தளித்த
உலர்ந்த கனியே சிறப்புடைத்தாம். 879

எவரை யும்நான் தாழ்வாக
எண்ணி அவரை வெறுப்பதில்லை
தவறாய் உயர்த்திப் புகழ்வதில்லை
தகுந்த மதிப்பை இகழ்வதில்லை
உவகை யோடும் அவர்சொன்ன
உரையைக் கேட்டு அங்கிருந்தோர்.
இவர்தம் உண்மை விளக்கத்தை
ஏற்று மக்கள் பாராட்ட, 880

உச்சி குளிர்ந்த பக்கீரை
உடனி ருந்த தேவிதாசர்,
அச்சத் தோடு கேட்பதுபோல்
அவையோர் முன்னே “குருவே!உம்
மெச்சத் தக்க பதில்கேட்டு
மெய்சி லிர்த்தார் மக்களெலாம்
இச்சை யோடு விழைகின்றோம்“
எமக்குத் தெரியா கேள்விக்குப் 881

பதிலைத் தாங்கள் உரைத்திடுவீர்!
பலவும் அறிந்த மேதைக்குப்
பதிலும் தெரியும் அதனால்தான்".
பணிவாய்க் கூற பக்கீரும்,
மதிப்பில் உயர்ந்து விட்டாற்போல்
மதிம யங்கிக் கேள்!என்றார்.
விதிக்கப் பட்ட மக்களெல்லாம்
விளைவே இல்லா களர்நிலமோ? 882

வெவ்வே றாக இருப்பதனால்
வேற்று மையால் திறன்குறைத்தே
எவ்வா றுரைக்க ஏதுவாகும்?
இவருள் உயர்ந்தோர் தாழ்ந்தோராய்
ஒவ்வா பேதம் காண்பதும்ஏன்?
உரைப்பீர் குருவே! எனக்கேட்க,
'அவ்வா றெவரும் ஈங்கில்லை
அனைவ ரும்தான் சமம்'என்றார். 883

அதற்கும் மக்கள் பாராட்டு.
அவர்தம் மனதில் எக்களிப்பு.
"எதையும் தனக்குச் சாதகமாய்,
ஏற்று வாழும் சுயநலமா?
எதையும் துறந்து பிறர்க்காக
எடுத்தே அளிக்கும் பொதுநலமா?
எதைநீர் சொல்வீர்? சிறப்பென்றே
எந்த மனிதர் உயர்வுடையார்?" 884

இயம்ப வேண்டும் குருவேநீர்!
என்று கேட்டார் தேவிதாசர்.
அயரா துரைத்தார் பக்கீரும்,
அதிலே என்ன சந்தேகம்?
பயனாய் வாழும் பொதுநலமி
பாரில் சிறந்த மனிதரென்பார்.
இயல்பாய்க் கூறி முடித்தவுடன்.
எல்லை யில்லா மகிழ்வோடும். 885

அந்தச் சபையில் அனைவருமே
ஆர வாரம் செய்தார்கள்.
விந்தை மனிதர் தேவிதாசர்
வியந்து பாராட் டியபின்னர்
இந்த வினாவின் விடையறிந்தால்
எங்கள் ஐயம் தீர்வுபெறும்.
"முந்தும் வயதில் ஒருபெரியார்
முற்றும் துறக்க மனமில்லார்; 886

தன்னைப் பெரிதாய் எண்ணுபவர்;
தரணி தன்னில் சுயநலமி;
மன்னும் கல்வி நிரம்பியவர்
மாறா சினமும் உடையவராய்,
தன்னை மட்டும் உயர்வாகத்
தானே எண்ணிக் கொண்டிருப்பார்.
பின்னும் வலையில் பிறர்சிக்கப்
பேரின் பத்தை நாடுபவர். 887

ஆனால் இவற்றிற் கெதிர்மாறாய்
அதிகம் கல்வி பயிலாதார் ;
காணார் தனது சுயநலத்தை;
காணும் வயதோ இளைஞர்தான் ;
வாணாள் முழுதும் பிறர்க்காக
வாழும் நல்ல மனிதரவர்.
தேனை யொத்த அவர்கூற்றில்
தெய்வத் தன்மை மிளிர்ந்திருக்கும்". 888

இந்த இரண்டு மனிதருக்குள்
எவரை நீவிர் தேர்ந்தெடுப்பீர்?
அந்தக் கூற்றின் சூக்குமத்தை
அறியா பக்கீர் உடன்சொன்னார்.
'இந்த நபர்கள் இருவரிலே
இரண்டா மவரே உயர்மனிதர்.'
நிந்தை யில்லா பதில்கேட்டு
நிறைவாய்ச் சபையோர் ஆர்ப்பரிக்க, 889

வெற்றி வாகை சூடினாற்போல்
விரைந்த கர்வம் தலைதூக்கித்
தொற்றிக் கொண்டாற் போல்பக்கீர்
தொடர்ந்து பதிலைக் கூறுதற்குப்
பற்று கொண்டாற் போலிருக்க,
பரிவாய்க் கேட்டார் தேவிதாசர்,
உற்றுப் பார்த்துக் கூறுங்கள்,
உருவில் வயதில் படிப்பறிவில், 890

மிகவும் குறைந்த பாபாவை
மிகையாய்க் கூறல் நற்பண்பே.
அகத்தில் அன்பு நிறைந்திருக்கும் ;
அமைதி தவழும் முகமலரில் ;
இகத்தில் உள்ள பல்லுயிர்க்கும்
இனிய சேவை பலசெய்வார்;
பகரும் கூற்றில் பண்பிருக்கும் ;
பார்த்தால் ஏழை பக்கீர்தான் ; 891

அடியேன் ஐயம் இஃதொன்றே
அனைத்தும் அறிந்த குருநீவிர்!
படித்த வன்தான் உயர்ந்தவனா?
பாபா என்ன தாழ்ந்தவரா?
அடியேன் உணர உரைத்திடுவீர்!
அதனைக் கேட்ட பக்கீரும்,
கடிந்த வர்போல் "பாபாஎன்
கடமை தவறா சீடனன்றோ! 892

அவனைப் பற்றி ஐயம்ஏன்?
அவனோர் உயர்ந்த மனிதன்தான்.
தவறாய்க் கூற யாருக்கும்
தகுதி யில்லை என்றுரைத்தார்.
அவர்தம் உரையைக் கேட்டவுடன்
அங்கி ருந்த மகல்சாவும்
அவரோ டிருந்த 'சிப்ளே'வும்
அர்த்தம் மிளிரச் சிரித்தார்கள். 893

எதிர்பா ராமல் சபையோரின்
        எழுச்சி மிக்க சிரிப்பலையால்,
அதிர்ச்சி யுற்ற பக்கீரும்,
        அவமா னத்தால் சிரம்தாழ்ந்தே,
உதிர்ந்த சருகாய் உளம்நொந்தார்.
        உடனே 'சிப்ளே' அவர்தம்மை
மதித்தே அழைத்தல் போல்வந்து
        மசூதி செல்வோம் வாருங்கள்!. 894

எம்மால் உமக்குச் சிரமம்தான்.
        என்று கூறி அழைத்திடவே
தம்வாழ் நாளில் இதுபோன்ற
        தவறு நேர்ந்த தில்லையென,
இம்மி யளவும் மகிழ்வின்றி
        எரிச்ச லோடு விடைபெற்றுத்
தம்மு டைய சீடருடன்
        தங்கி யிருந்த மசூதிக்கு, 895

வந்த ஜாவர் அலிசொன்னார்.
        "வாழும் இந்த ஊர்மக்கள்
நிந்தைக் குரியோ ராயுள்ளார்.
        "நிகழ்வில் இகழ்ந்து பரிகசித்தார்.
அந்த இரவில் உறங்காமல்
        அடுத்து விடியும் புலர்போதில்
வந்த சீடர் அனைவருடன்
        வதிந்த சுவடு தெரியாமல், 896

விட்டே அகன்றார் சீரடியை.
        விளைத்த துன்பம் விலகியது.
அட்டை போன்றே ஒட்டியவர்
        அடுத்து ஜபல்பூர் சென்றடைந்தார்.
கட்டுக் கோப்பாய் அங்கிருந்து
        காலம் கழித்தார் என்றாலும்
விட்டே அகலா பாபாவின்
        விந்தை தோற்றம் அகலவில்லை. 897

சித்தர் பாபா செயற்பெருமை
சேரச் சேர ஊர்பலவும்
உத்த மரான பாபாவை
உருக்க மாகத் தரிசிக்க
மொத்த மாகக் கடலலைபோல்
முழுமை யாக வருகைதர,
அத்த னையும் அறிந்தவுடன்
அகத்தில் உதித்த உறுத்தலுடன், 898

அந்த பக்கீர் ஜபல்பூரில்
அமைதி யிழந்து புறப்பட்டு,
வந்தே அடைந்தார் சீரடியை.
மகிமை மிக்க பாபாவை,
உந்தும் ஆவ லுடன்கண்டார்
உவகை யோடு பாபாவும்
வந்த ஜாவர் அலிதன்னை
வருக என்று வரவேற்றார். 899

பக்கீர் பாபா வைப்பார்த்து
பக்தி யோடு பகரலுற்றார்.
அக்கால் உம்மைச் சீடரென்றே
அனைத்துப் பணியும் செய்வித்தேன்
எக்கா லத்தும் குருநீர்தான்
என்னைச் சீட னாய்ஏற்பீர்!
முக்கா லத்தை உணர்ந்தறியும்
முதிர்ந்த ஞானி உணர்ந்தேன்யான்! 900

என்னைத் தாங்கள் மன்னிப்பீர்!
என்று கூறித் தாள்பணிந்தார்.
அன்பாய் பாபா அரவணைத்தே
ஆசி வழங்கி மகிழ்வித்தார்.
அன்றும் அங்கே இருந்தவர்கள்
அதிச யத்தைக் கண்டதுபோல்
சென்றே எல்லோ ரிடத்திலுமே
செய்தி சொல்லி மகிழ்ந்தார்கள். 901

69. பாபாவின் பக்தை இராதா கிருஷ்ணமாயி:-

அகமத் நகரில் 'சுந்தரிபாய்'
அழகும் பண்பும் நிறைந்தவளாய்
பகரும் இனிய இல்வாழ்வில்
பதியோ டிணைந்தே வாழ்ந்திருந்தாள்.
பகவான் சாயி பாபாவின்
பக்த ரான கணவருமே
அகலா நோய்க்கே ஆட்படலால்
அழைத்து வந்தே பாபாவின். 902

அருளைப் பெறவே தாள்பணிந்தாள்
அவரும் ஆசி வழங்கியபின்
தரும நெறியில் இருப்பவள்நீ
தைரி யம்தான் உன்துணையாம்
உருவில் இளையோள் என்றாலும்
உயர்ந்த தாய்மைப் பேறடைவாய்!
வருவாய் மீண்டும் என்றுரைத்து,
வாழ்த்தி யனுப்பி யருள்செய்தார். 903

சென்ற அவளின் மணவாழ்க்கை
சிதைந்து போன சருகாகித்
தென்றல் மாறிப் புயலாகச்
சீற்றம் கொண்டாற் போல்வந்தே
அன்று பாபா முன்நின்றாள்
அழுது புலம்பி அரற்றியவள்
என்றும் உம்மை நம்பியதால்
ஏற்ற விளைவும் இதுதானோ? 904

முறையோ? நீதி இதுதானோ?
முடித்து விட்டீர்! என்கதையை.
இறைவா! என்றன் கணவருயிர்
எடுத்துக் கொண்ட காரணமேன்?;
'நிறைவாய் வாழ வாழ்த்துங்கால்,
நீயும் தாய்மைப் பேறடைவாய்!'
உரைத்த யாவும் பொய்யுரையோ?
உருகி யழுது நின்றவளை, 905

அம்மா! உண்மை தானுரைத்தேன்.
அனைத்து நிகழ்வும் விதிப்படிதான்.
நம்மால் வெல்ல இயலாது
நம்பிக் கைவைத் திவண்வந்தேன்.
உம்மால் சொல்லப் பட்டவற்றுள்
உண்மை இருப்பின் யான்தாயாய்
அம்மா! என்றே ஒருகுழந்தை
அழைக்கும் வாய்ப்பை ஏன்இழந்தேன்? 906

என்று கேட்ட கேள்விக்கே
ஏற்ற பதிலாய்ப் பாபாவும்,
சொன்னேன். உண்மை நீதாய்தான்.
சுமந்தால் கருவில் ஒருகுழந்தை
இன்றும் என்றும் இங்குள்ளோர்
என்னைச் சேர்த்துக் கணக்கிட்டால்,
எண்ணி லடங்கா குழந்தைகட்கும்
ஏற்ற தாயாய் நீயிருப்பாய்! 907

இன்று முதல்நீ சுந்தரிபாய்
இல்லை. உன்பேர் 'கிருஷ்ணமாயி'.
என்றும் எங்கள் யாவர்க்கும்
ஏற்ற தாய்நீ என்றுரைத்தார்.
அன்றே அவர்தம் அருகினிலே
அமர்ந்த மகல்சா, தாஸ்கணுவும்,
ஒன்று திரண்ட பக்தர்களும்
ஒருமன தாக ஏற்றார்கள். 908

கிருஷ்ண மாயி உடல்சிலிர்க்கக்
கீர்த்தி மிக்க பாபாவின்
அருளைப் பெற்ற மகிழ்வினிலே
அங்கே பாபா திருவடியில்
சிறுமி யைப்போல் பணிந்தழுதாள்.
"சிறிய வயதே யானாலும்
பெருமை யுடைய தாயாகப்
பீடுற் றுயர்வாய் என்றுரைத்தார். 909

அன்று தொடங்கி சீரடியில்
அவர்தம் கோயில் தனில்வாழ்ந்தே
என்றும் இராதா கிருஷ்ணமாயி
எல்லோ ருக்கும் தாயாகி
எண்ணில் லாத சேவைகளை
ஏற்றுச் செய்த தோடன்றி,
கண்ணின் மணிபோல் காப்பாற்றிக்
கடமை செய்தாள் என்றென்றும். 910

அன்று பாபா சீரடியை
அடைந்த போது அவரகவை
எண்ணிப் பார்த்தால் ஈரெட்டே.
ஏற்றார் துறவை அப்போதே
மன்னும் வாணாள் முழுவதுமே
மாற்றம் ஏதும் இல்லாமல்
என்றும் பிச்சை எடுத்துண்டே
ஏழை பக்கீர் போல்வாழ்ந்தார். 911

இன்பம் துன்பம் எதையும்தாம்
இயல்பாய் எண்ணும் பெருநோக்கில்
தன்னை உணர்ந்த தவசீலர்
தனித்த அதிச யமாமனிதர்.
அன்றே தாய்போல் அவரிருந்தே
அனைவர் குறையும் நீக்கியவர்.
அன்பர் துன்பம் அத்தனையும்
அவரே ஏற்கும் பண்பாளர். 912

தமக்குச் சீடர் என்றெவரும்
தம்மோ டிருக்க அனுமதியார்.
அமைந்த அனைத்து மனிதரையும்
அன்பால் இணைத்த அருளாளர்.
தமது வாழ்வில் ஒருபோதும்
தம்மை உயர்த்திக் கொண்டதில்லை.
சமத்து வத்தைப் போதித்துச்
சாதித் ததனை மெய்ப்பித்தார். 913

பக்தர் களுக்குத் தாயாகப்
பணிசெய் வதிலே தொண்டரென
மக்கள் பிணிக்கு மருத்துவராய்
மசூதி தனில்வாழ் பக்கிரியாய்
எக்கா லத்தும் எளியவராய்
ஏற்கும் பிச்சை உணவுண்டு
முக்கா லத்தை உணர்ந்தறியும்
முதிர்ந்த ஞானத் திருவாளர். 914

அந்த பாபா திருவடியின்
அளவில் லாத மகிமைதனைச்
சிந்தை யேற்று மகிழ்ந்தவர்கள்
செல்வந் தர்கள், அறிஞர்கள்,
முந்தும் அதிகா ரிகளுமாக
முகமன் கூறி தரிசிக்கக்
கந்தம் கமழும் திருவடியைக்
காணக் காத்துக் கிடந்தார்கள்; 915

கிருஷ்ணன் இராமன் மற்றுள்ள
கீர்த்தி மிக்க கடவுளரை
அருகில் காண விழைகின்ற
அனைத்து பக்தர் கண்களுக்கும்
விரும்பும் தோற்றத் தில்பாபா
விரைவில் காட்சி தந்திடுவார்.
உருவில் பாபா மாறிடினும்
உண்மைத் தெய்வம் அவர்தானே! 916

70. பாபா நிம்கானுக்கும், ரஹாதாவுக்குச் சென்று வருதல்:

என்றும் பாபா சீரடியில்
இருந்தார் எனினும் சிலசமயம்
அண்டை கிராமம் 'நிம்கானில்'
அடுத்து உள்ள ரஹாதாவில்
சென்று வருவார் கால்நடையாய்
செல்லும் போதில் ஓடைக்குச்
சென்று வருவ தாய்ச்சொல்வார்.
சென்றால் திரும்பி வருவாரோ? 917

தங்கி விட்டால் என்செய்வோம்?
        தடுக்க தத்யா தொடர்ந்திடுவார்.
எங்கும் தங்க விழையேன்யான்
        என்றே உறுதி கூறியபின்
அங்கே பாபா நிம்கானை
        அடைவார். அவரை உபசரிக்கும்
'தெங்கா லே'வின் வீட்டிற்குச்
        சென்றே அளிக்கும் பாலருந்தி, 918

அவரி டத்தில் உரையாடி
        அந்திப் போதில் சீரடிக்கும்
அவரே திரும்பி வந்திடுவார்.
        அவ்வா றேதான் 'ரஹாதா'வில்
அவரைக் கவர்ந்த 'தௌலத்ஷா'
        அன்பால் இணைந்த பக்தராவார்.
தவறா தவரை எதிர்கொள்வார்
        தமது பக்தர் குழாத்துடனே. 919

இசையோ டூர்வ லமாய்வந்தே
        இனிய வரவேற் பளிப்பதுடன்
விசையால் சுண்டி யீர்ப்பதைப்போல்
        விருப்பத் தோடும் உரையாடி
இசைந்தே பாபா வுடன்சேர்ந்தே
        இருவ ருமாகப் புகைபிடிப்பர்
இசையும் பக்திப் பாடலுமாய்
        எல்லோ ருடனும் மகிழ்வோடு 920

வழிய னுப்ப 'தௌலத்ஷா'
        வருவார் அவரோ டெல்லைவரை.
வழியில் எல்லாம் சில்லரையை
        வாரித் தூவி, வாழ்த்துடனே
விழியில் நிறைந்த கனிவோடு
        விடையும் தருவார். பாபாவும்
கழிபே ருவகை யுடன்வருவார்
        கால்ந டையாய்ச் சீரடிக்கு . 921

சிலநாள் தௌலத் சீரடிக்கும்
        சேர்ந்தே பாபா வுடன்வருவார்.
பலநாள் அங்கே சென்றாலும்
        பாபா பகலில் தானிருப்பார்
இலங்கும் துவார காமாயி
        இருப்பி டம்தான் அவர்கோயில்
நலமே விளைக்கும் இவ்விடம்தான்
        நாளும் பாபா வாழிடமாம். 922

71. காவல்துறை அதிகாரி கோபால்ராவ்:-

குற்றம் களையும் அதிகாரி
        கோபால் ராவெ னும்பெயரில்
அற்றைக் காலம் சீரடிக்கே
        அருகில் 'கோபர் கான்'தன்னில்
முற்றும் குழந்தைப் பேறின்றி
        மூவர் மனைவி யரிருந்தும்
எற்றைப் போதும் ஏக்கத்தில்
        இருந்து வந்தார் என்றாலும், 923

பரம பக்தர் என்பதனால்
        பாபா வையே நினைந்திருந்தார்.
வரத்தைத் தந்தார் பாபாவும்
        வந்து பிறந்த மகன்நினைவாய்,
சிறந்த பாபா வாழிடமாம்
        சீர டிதன்னில், வியப்புறவே
சிறப்பாய் முஸ்லீம் உருஸ்விழாவைச்
        சென்று நடத்த முடிவெடுத்தார். 924

பகவான் சாயி அந்தரங்க
        பக்தர் களையே கேட்டவுடன்,
அகத்தில் மகிழ்வு பொங்கிடவே
        அவர்கள் விருப்பம் தெரிவித்துப்
பகவா னிடத்தில் அனுமதியைப்
        பணிவாய்ப் பெற்றுத் தந்தார்கள்.
மிகவும் மகிழ்ந்தே மேற்கொண்டு
        மேவும் செயலாய் மாவட்ட, 925

அதிகா ரியிடம் மனுதந்தே
அவரைக் கேட்டார் அனுமதியும்
பதிலாய் மறுப்பு வந்தவுடன்
பாபா அருளால் மறுபடியும்
பதிலும் சாத கமாய்வரவே
பக்கு வமாக இவ்விழாவைப்
பதியும் நன்னாள் குறிப்பிட்டுப்
பகர்வீர்! என்று பாபாவை, 926

வினவ, இராம நவமியென்றார்.
வியப்பில் விழித்த பக்தர்கள்
கனவோ? நினைவோ? முஸ்லீம்கள்
காணும் விழாவை இந்துக்கள்
மனதில் மகிழ்வை உண்டாக்கும்
மாற்று நிகழ்வாய் என்றென்றும்
இனத்தில் பேதம் இல்லாமல்
என்றும் ஒருமைப் பாட்டுணர்வில், 927

ஒன்றாய் இணைந்து கொண்டாடி
உலகம் புகழும் நிலையெய்த
நன்றே விழாவும் அமைவதனை
நாடி பாபா உரைத்திருப்பார்,
என்றே மக்கள் கருதியதால்
ஏற்ற வசதி செய்போதில்
தண்ணீர்ப் பஞ்சம் தலைதூக்கித்
தளர்வைத் தந்தே உலுக்கியது. 928

இருந்த கிணறு சீரடியில்
இரண்டே இரண்டு மட்டும்தான்.
பருகு தற்கே உரித்தாகும்
பயனாய் ஏதும் அங்கில்லை,
இருந்த கிணறு களிலொன்றும்
ஏனோ வற்றி வரண்டிருக்க
உருவா கும்நீர் மற்றொன்றில்,
உவர்ப்புச் சுவையாய் இருந்ததனால், 929

நிவர்த்தி செய்யச் சாயியிடம்
நேரே சென்றே உரைத்தார்கள்.
அவர்தம் கரத்தால் மலர்களையே
அள்ளி கிணற்றில் வீசியபின்
சுவைநீ ராக மாறியதால்
சுற்றி நின்றோர் மகிழ்ந்தார்கள்.
அவர்கள் அருந்த மட்டுமன்றி
அங்கே வருவோர் பலருக்கும், 930

அந்த நன்னீர் போதாதே!
அடுத்து யாது செய்வதென
சிந்தித் தவர்கள் தோல்பைகள்,
சேகரித் தவற்றில் நீர்நிரப்பும்
அந்தப் பணியைச் செய்வதற்கும்
ஆட்கள் அமைத்து நெடுந்தொலைவு
முந்திச் சென்று கொணர்ந்தளிக்கும்
முன்னேற் பாட்டைச் செய்தார்கள். 931

தற்கா லிகமாய்ப் பலகடைகள்
தங்கு தற்குக் கூடாரம்
விற்ப னைக்குப் பலபொருட்கள்,
வேடிக் கைக்கு மல்யுத்தம்
அற்பு தமாக இருமருங்கும்
அழக ழகாகத் தோரணங்கள்
விற்பன் னர்தம் கைவண்ண
விளக்கம் காட்டும் வினோதங்கள். 932

கொடிகள் துவார காமாயி
கோயில் முன்னே இருமருங்கும்
அடிக்கல் நாட்டல் போலங்கே
அமைக்க வேண்டி கோபால்ராவ்,
கொடிகள் தயாரிப் பதற்காகக்
குணவான் தாமு அன்னாவைக்
கடிதில் ஆங்கே அழைப்பித்துக்
கருத்தைச் சொல்லிச் செய்வித்தார். 933

அகமத் நகரைச் சேர்ந்தவர்தான்
அந்த அன்னா காஸரென்பார்.
பகவான் பக்தர். கோபால்ராவ்
பழகும் இனிய நண்பரவர்.
இகத்தில் குழந்தைப் பேறின்றி
இருவர் தம்மை மணந்திருந்தும்
பகவான் அருளால் குழந்தைவரம்
பரிவால் பெற்ற குணசீலர். 934

விழாவில் மற்றோர் கொடியமைக்க
விரும்பி குண்டு ராவென்பார்.
பிழையே இல்லா பூவேலைப்
பின்னல் செய்து தருமாறு
அழைத்தார். நானா நிமோன்கரையே.
அவரும் இசைந்து செய்தளித்தார்.
விழாவில் நண்பர் இருவருமே
விரும்பிச் செய்த கொடிகளையே 935

திருவி ழாவின் தொடக்கமாகத்
திரண்ட மக்கள் உடன்வரவும்
இருவி தமான கொடிகளையும்
எடுத்துச் சென்று மசூதியின்முன்
இரும ருங்கும் சாலையிலே
இடம்வ லமாக நட்டார்கள்;.
ஒரும னதாக என்றென்றும்
உயர்வாய் நடந்து வரும்நிகழ்வாம். 936

இத்திருவிழா 1897-ஆம் ஆண்டிலிருந்து நடைபெற்று வருகிறது.

அடுத்து அந்த நன்னாளில்
அமைந்த இராம நவமியன்றே
உடுத்தி மகிழ புத்தாடை,
உள்ளம் துள்ளக் களியாட்டம்,
அடுத்த டுத்து உருசுவிழா
அனைவ ரோடும் கொண்டாடி
அடுத்து ஆண்டு சிலசெல்ல
அதனோ டிணைத்து மற்றுமொரு, 937

திருவி ழாவை நடத்துதற்குச்
சிந்தித் தவராய் அமீர்ஷக்கர்,
விரும்பிச் 'சந்த னவூர்வலத்தை'
மேலும் தொடங்கி வைத்ததனால்,
அருமை இஸ்லாம் ஞானியர்கள்
அங்கே சிறப்பைப் பெற்றார்கள்.
பெருமை நிறைந்த இந்நாளில்
பெரிதும் மக்கள் மகிழ்ந்தார்கள். 938

இவ்வூர் வலத்தில் சந்தனத்தூள்,
இழைத்த சந்த னக்குழம்பு
இவ்வி ரண்டும் தாலியென
இயம்பும் தட்டு களிலேந்தி
செவ்வான் முட்டும் இசைமுழங்க
சேர்ந்த பாண்டு வாத்தியத்தில்
கவ்வும் வாசப் புகைசூழ
கவின்சேர் கிராமம் வழியாகச் 939

சென்ற பின்னர் ஊர்வலமும்
திரும்ப மசூதி தனையடைந்தும்
அன்று தட்டில் கொணர்ந்திருந்த
அனைத்தும் 'நிம்பா" குழிகளிலே
தொன்று தொட்ட வழக்கம்போல்
தொடர்ந்து கொட்டி முடிப்பார்கள்.
நன்கு முடிந்த விழாநிகழ்வை
நாற்றிசை மக்கள் காண்பார்கள். 940

இவ்வா றாக அமீர்ஷக்கர்
இணைந்து மூன்றாண் டுகள்வரையில்,
ஒவ்வும் பணியை உவகையுடன்
உயர்வாய் நடத்த அதன்பின்னர்
இவ்வா றமைந்த இவ்விழாவை
ஏற்றே அவர்தம் துணைவியார்தான்
செவ்வி யதாக நடைபெறவே
சிறப்பாய்ச் செய்தார் முன்னின்று. 941

இதிலோர் வியப்பு யாதென்றால்
இந்து முஸ்லீம் ஒற்றுமைக்கு
அதிச யமாகச் சந்தனமும்
அமைத்த கொடிகள் இரண்டுமாக,
விதிமு றைகள் ஏதுமின்றி
வேறு பாட்டு உணர்வின்றி,
பதித்த விழாவில் பக்தரிடம்
பரவ சம்தான் மிஞ்சியது. 942

அதற்குப் பின்னர் விழாப்பணிகள்
அனைத்தும் ஏற்றார் தாத்யாவே.
உதவி செய்ய உட்பணியின்
உரிமை ஏற்றார் கிருஷ்ணமாயி.
அதற்கும் மேலாய் அவர்தங்கும்
அந்த இடத்தில் உணவினையும்,
பதமாய் இனிப்பு வகைகளையும்,
பலரும் சேர்ந்து தயார்செய்யத் 943

தக்க இடமாய் அமைந்திடவும்,
தாரா ளமாக விருந்தினர்கள்
மிக்க மகிழ்வாய்த் தங்கிடவும்
மிகவும் ஆர்வம் பக்தியுடன்
அக்க றையாய் கிருஷ்ணமாயி
அந்தச் செயல்க ளைமுடித்தார்.
அக்கால் அவர்தம் பெருமுயற்சி
அனைவ ரையும் வியப்பிக்கும். 944

இத்த கைய பெருவிழாவை
எல்லா ரும்தாம் அறிந்ததனால்
உத்த மரான பாபாவை
உருகித் துதிக்கும் பக்தரெல்லாம்
இத்தி ருவிழா வைக்காண
எண்ணி லடங்கா பெருமையுடன்
அத்த ருணத்தில் மிகப்பெரிய
அதிச யமாக வந்தார்கள். 945

அன்று மறுநாள் உருசுவிழா
அதற்குப் பூசைப் பொருட்களுடன்
சென்ற காகா, இலக்மிராவைச்
சிறிது நேரம் வருகவென
அன்று கிருஷ்ண ராவ்பீஷ்மா
அழைத்துச் சொன்னார். மறுநாள், தான்
எண்ணி யிருந்த விழாவான
இராம நவமி என்பதனால், 946

இதுநாள் வரையில் கொண்டாடா
இராம நவமி தனைச்சேர்த்து
மதுவில் இனிமை சேர்வதுபோல்
மனதுக் கினிய பெருவிழாவாய்
பதும நாதன் பிறப்பதனைப்
பாரோர் போற்ற விழாஎடுப்போம்.
அதுஎன் ஆசை. பாபாவின்
அருளைப் பெறுதல் எவ்வாறு? 947

அவர்தம் வினாவைக் கேட்டவுடன்,
அன்பு பாபா அருள்கேட்க
அவர்கள் தீட்சித் வாடாவில்
அமர்ந்து பேசி முடிவெடுத்துக்
கவரும் வகையில் விழா சிறக்கக்
கருதி மிகவும் புகழ்பெற்ற,
தவறே இன்றி பக்தியுடன்
சரிதம் பாடும் ஹரிதாசர், 948

தம்மை யழைத்துப் பாடுவிக்க
தாமும் எண்ணி, இதுசரிதான்.
நம்மால் அதுவும் இயலாதே!
நாளை வருதல் மிகக்கடினம்.
நம்மைப் போன்ற பக்தர்கள்
நாதம் இசைத்தால் இராமபிரான்
செம்மை யற்ற தெனஒதுக்கிச்
செவியும் சாய்க்க மறுப்பாரோ? 949

இராமன் பிறந்த கதைதன்னை
        எழுதி யுள்ளேன் அழகாக.
'இராம அக்யஞ' எனும்பாடல்
        இன்றும் தயாராய் இருக்கிறது.
இராம பக்தர் கிருஷ்ணாராவ்
        இதனைக் கூற மகிழ்வுற்று,
இராம நவமி விழாவினிலே
        இனிதே ஹார்மோ னியம்தன்னை, 950

வாசித் திடவே மகாஜனியும்
        மகிழ்வாய் ஒப்புக் கொண்டபின்னர்,
மாசில் 'கண்ட வாடாவை'
(இஞ்சி கலந்த சர்க்கரைப்பொடி)
        மக்கள் பெற்றுக் களித்திடவே
பேசி கிருஷ்ண மாயியினால்
        பெருமை யுறவே தயாரித்துப்
பாதிப் பின்றி பாபாவைப்
        பார்த்துப் பேசி நிறைவேற்ற,, 951

எல்லோ ருமாகப் பாபாவை
        ஏற்ற பக்தி யுடன்காண,
எல்லாம் அறிந்த பாபாவும்
        என்ன பேசி முடிவெடுத்துச்
சொல்ல வந்தீர்? எனக்கேட்டார்.
        சொல்வ தற்கும் பயம்மனதில்,
சொல்லா திருக்க வியலாது
        சொன்னார் மெதுவாய் பீஷ்மாவும். 952

'நாளை நடக்கும் உருஸ்விழாவில்
        நவிலும் இராம நவமிவிழா
கோலா கலமாய்க் கொண்டாடி
        கோகு லம்போல் மகிழ்வோடு
மீளாப் பெருமை உடன்சேர
        மீண்டும் மூன்று விழாக்களினால்
நாலாப் புறமும் புகழ்சேர
        நாட்டம் கொண்டோம் உம்மருளால்." 953

என்று பக்தர் கள்கேட்க
எதிர்பா ராத(விதமாக) அதிசயமாய்
அன்று பாபா மிகமகிழ்வாய்
அமைதி யாக உடன்பட்டார்.
சென்ற பதினைந் தாண்டுகள்முன்.
சிறப்பை எண்ணி இந்நாளைச்
சொன்னார் தேர்ந்தே உருஸ்விழாவைச்
சூக்கு மமாகக் கொண்டாட. 954

அடுத்த செயல்கள் தீவிரமாய்
அந்த இராம நவமியன்று
படுவே கமாக நடைபெறவே
பட்டு வண்ணத் துணிகளிலே
நடுவில் பூக்கள் அலங்கரிப்பில்
நாதன் பாபா திருமுன்னர்
படுக்கும் குழந்தைத் தொட்டிலொன்று
பைய கிருஷ்ண மாயியினால், 955

எடுத்துச் சென்று நிறுத்தியபின்,
ஏற்ற கீர்த்த னைகளையும்
தொடுத்து பீஷ்மா பாடிடவும்
தொடர்ந்தே ஆர்மோ னியத்தையும்
அடுத்துப் பாட்டில் இணைசேர்த்து
அமைய மகாஜ னிவாசித்தார்.
விடுத்த அழைப்பால் மகாஜனியும்
வியப்பில் பாபா விடம்வந்தார். 956

பயத்தால் விதிர்த்து மகாஜனியும்
பாபா அருகில் நின்றவுடன்,
நயமாய் பாபா கேட்கின்றார்
நடுவில் தொட்டில் எதற்காக?
சயனக் குழந்தை இராமனுக்கு
சற்றே பயந்து சொன்னவுடன்
தயக்க மின்றி பாபாவும்,
தாமே நிம்பா ரியிலிருந்து, 957

மாலை யொன்றை எடுத்ததனை
மகாஜ னிக்கும் அணிவித்தார்
மாலை யணிந்த மகாஜனியும்
மௌன மாக மெய்சிலிர்த்தார்.
காலைத் தொட்டு வணங்கியவர்
கண்கள் கலங்கிக் கரங்கூப்ப,
மாலை மற்றும் ஒன்றெடுத்து
மகிழ்வாய் பீஷ்மா வுக்களித்தார். 958

தாயின் கனிவில் பரிந்தணைக்கும்
தக்க அன்பால் பக்தரிடம்
சாயி பகவான் அருள்புரிந்தார்
சர்ச்சை யேதும் இல்லாமல்
சாயி பாபா அருள்மழையால்
சகல நிகழ்வும் அரங்கேறி
ஆயி ரமாயி ரமக்களுடன்
அந்த விழாவும் நடந்தேற, 959

பக்தர் தொடுத்த இராமஜெபம்
பல்லா யிரவர் குரலொலியால்
எக்கா லத்தும் காணாத
எழிலில் பக்தி வெள்ளத்தில்,
முக்கா லத்தும் நிலைக்கின்ற
மூன்று பெரிய விழாவாக்கிச்
செக்கர் வான்போல் குலாலென்னும்
சிவப்புப் பொடியும் தூவினார்கள். 960

மகிழ்ச்சிப் பெருக்கில் மக்களெல்லாம்
மயங்கி யிருந்த போதங்கே
அகிலம் அதிரும் பேரொலியில்
அங்கே பாபா கர்ஜிக்க
திகிலில் மக்கள் கலைந்தோடி
தேடி யுணர்ந்தார் காரணத்தை.
மகிழ்ச்சி யற்ற சினம்பொங்க
மாற்றம் கொண்டார் பாபாவும். 961

சிவப்பு நிறத்தில் கலால்பொடியால்,
சேர்ந்து கண்கள் எரியூட்ட
அவர்தம் கோபம் அதிகரித்து
அளவு மீறி வசைமொழிந்தார்.
அவர்தம் கோபம் வேடமிட்ட
ஆசீர் வாதம் என்பதனை
அவரின் பக்தர் அறிந்ததனால்
அமைதி யாக இருந்தார்கள். 962

இராமர் பிறந்த நாள்இன்று.
இராவ ணனையே வதைசெய்யும்
இராவ ணவதம் அரங்கேற
ஏற்ற ஒலியே இதுவாகும்
புராண காலம் முதற்கொண்டு
புதிய செயல்கள் தொடங்குங்கால்
நிராக ரிக்கும் தீமைகளை
நீக்கு தற்குச் சீரடியில் 963

சினத்தைக் கூட்டிக் குரல்கொடுத்துச்
செயல்ப டுத்தும் முறையிஃதே!
கனத்த தொட்டில் உடைபடுமோ?
கழற்றி வீசி எறிவாரோ?
அனைவ ரும்தாம் அச்சத்தால்
அகற்ற எண்ண மகாஜனியும்
வினய மாகச் செல்லுங்கால்
வேண்டாம் என்று பாபாவும், 964

கைய மர்த்திச் சைகையினால்
கணத்தில் அமைதிப் பொழிலானார்
ஐய மின்றி அடுத்தடுத்தே
ஆர்த்தி எடுத்தும் மகாபூஜை
பைய நிகழ்த்திச் சிறப்புறவே
பாபா பரிவாய்த் தொட்டிலாட்ட
வையம் களிக்கும் வாழ்த்தொலிகள்
வானை முட்டும் அரங்கேற்றம். 965

அடுத்த நாளில் கீர்த்தனையும்,
அடுத்து கோபால் கலைவிழாவும்
விடுத்த தயிரும், பொரியரிசி
விளங்கத் தொங்கும் மட்கலனில்,
எடுத்து அதனை எல்லோர்க்கும்
இயன்ற வரையில் கண்ணபிரான்.
கொடுத்து கோபா லர்உண்ணக்
கோகு லத்தில் செய்ததுபோல், 966

நிகழ்ச்சி யொன்று நடந்தபின்னர்,
நிறுத்தி வைத்த தொட்டிலையே
அகற்றச் செய்வர். அதையடுத்து,
அன்று இரண்டு கொடிகளையும்
பகலில் கொணரும் ஊர்வலமும்,
பகல்மு டிந்தே இராப்போதில்
திகழும் சந்த னவூர்வலமும்
சிறப்பாய் நடந்து விழாமுடியும். 967

இவ்வா றாக உருஸ்விழாவும்,
இராம நவமிப் பெருவிழாவும்
ஒவ்வும் வகையில் ஒருமனதாய்
ஒப்பற் றிருக்கும் திருவிழாவாய்ச்
செவ்வான் சுடரும் பெருநிலவும்
சேர்ந்தாற் போன்று சிறப்படையும்
இவ்வா றாக அமைந்திடத்தான்
என்றோ பாபா முடிவெடுத்தார். 968

ஒருநாள் விழாவும் ஏழுநாட்கள்
என்றே தொடர்ந்து நாமவொலி
அருமை யாக ஒலித்திடவே
ஆவ னசெய்தார் கிருஷ்ணமாயி.
உருக்க மான பக்தியுடன்
ஒருவர் பின்னே ஒருவரென
பெருக முறைவைத் துப்பாடி
பீடுற் றுயரச் செய்தார்கள். 969

இராம நவமி உற்சவத்தில்
இசைவி ழாவை ஹரிதாசர்
(பாட்டுடன் கதை சொல்பவர்)
இராமர் கதையைச் சொல்லிவந்தார்.
இதனைத் தொடர்தல் கடினமென
நிராக ரிக்கும் நிலைவரவே
நிலையாய்க் கீர்த்த னைபாட
இராம பக்தர் 'புவாமாலி'
இவர்பேர் 'நவீன துக்காராம் ' 970

அன்றே கண்டு மகாஜனியும்
அவர்தம்; கருத்தைக் கூறிடவே,
சென்றே அந்த ஆண்டதனில்
சீராய்ப் பாட இசைந்திட்டார்.
என்றும் இல்லா, திருநாளாய்
ஏற்றுப் பாடும் தொடர்நிகழ்வில்
நன்கு பாட நான்வருவேன்
நடக்கும் ஒவ்வோர் ஆண்டுமென்றார். 971

'பிரிஹட் சித்த சுவட்டேதான்'
பீடுற் றிருந்த பெருநகரம்.
அரிக்குத் தாச ராயிருந்தார்
அங்கே, பால புவாமாலி,
அரியின் கதையை அங்கேயே
அந்த நாளில் பாடிவந்தார்.
உரிய அந்நாள் பிளேக்நோயும்
ஊர்க்குள் பரவி இருந்ததனால், 972

அழைக்கா மலேயே அவ்வாண்டில்
அவரே வந்து சீரடியில்
விழைவோ டந்த இராமகாதை
வியக்கும் வகையில் இசைத்திட்டார்.
பிழைநே ராமல் தவிர்த்திடவே
பின்னர் வந்த ஆண்டுகளில்,
அழைத்தார்; பாபா தாஸ்கணுவை,
அரிதா சனாக இசைத்திடுக! 973

என்று கூறி நியமித்தார்
ஏற்றுப் பாடும் கீர்த்தனைகள்
அன்று முதலே பரவியதால்
அதிக மக்கள் தொகைகூடி
நின்றே கேட்கும் நெருக்கடியில்
நிறைந்து வழியத் தொடங்கியது.
ஒன்று பலவாய்க் கடைகளுடன்
ஓய்வே அற்ற மல்யுத்தம், 974

உணவு பந்தி பரிமாறல்
ஓயா தங்கே நிகழ்வுறவும்,
கணமும் நீங்கா உழைப்போடு
கண்கா ணித்தார் கிருஷ்ணமாயி.
வணங்கும் அந்தத் திருத்தலமே
வந்த பக்தர் அனைவர்க்கும்
பிணக்கே அற்ற பேரரசாய்
பெரிதும் விளங்கத் தொடங்கியது. 975

அத்த கைய சமஸ்தானம்,
அங்கே குவிந்த பொருட்குவைகள்
சொத்து சுகங்கள், பல்லக்கு,
சுயமாய்க் குதிரை, வெள்ளித்தேர்
மொத்த மாகப் பலர்மூலம்;
முழுதும் குவியத் தொடங்கிற்று
அத்த னையும் பொதுவாக
அவர்தம் ஏற்பு ஏதுமில்லை. 976

தன்னைச் சுற்றி ஒருவட்டம்
தடுத்து வாழ்ந்தார் பக்கிரியாய்;
என்றும் பாபா எளியவர்தான்.
எதையும் ஏலாத் துறவுநிலை,
என்றும் எங்கும் சீரடியில்
இயல்பாய் ஒருமைப் பாட்டுணர்வும்,
பொன்போல் வாழும் தூய்மையுடன்
போற்றும் நல்ல உடல்நலனும் 977

நோயும் நொடியும் அணுகாமல்
நுவலும் பெருமை நிலைத்திடவே
ஆயுள் பெருகி அமைதியுடன்
அன்பு பக்தி அரசாள
பாயும் பேதம் இல்லாமல்
பண்பில் இணைந்த இந்துமுஸ்லீம்
தாயும் சேயும் போல்வாராய்ச்
சரிதம் காண வாழ்ந்தார்கள்;. 978

இலட்சக் கணக்கில் பக்தரெலாம்
எந்தை பாபா வைக்காணும்
இலக்காம் மசூதி யின்பழமை
என்றும் மனதை வருத்தியதால்
சிலமாற் றங்கள் செய்வதற்குச்
சிந்தித் திருந்த கோபால்ராவ்
நிலவும் சுற்றுப் புறம்தன்னை
நிரவி எங்கும் சமன்செய்தார். 979

அடுத்து அந்தத் தாழ்வாரம்
அழகாய் அமையப் பொருள்சேர்த்து
விடுத்த நாளில் ஓரிரவில்
வியந்து போற்றும் அளவிற்கு,
வடுவே இன்றி செயல்முடித்து
வண்ணம் கூட்டி நிறைவேற்றி
அடுத்து மசூதி தன்னையுமே
அழகாய் மாற்றிப் புதுப்பித்தார். 980

மசூதி தன்னைப் புதுப்பித்து
மாற்றம் செய்த பின்பாபா
மசூதி உள்ளே தாமமர
வைத்தி ருந்த கோணியினை
மசூதி வெளியே விட்டெறிந்து
மாறாய்ச் சிறிய ஆசனத்தை
மசூதிக் குள்ளே அமர்விடமாய்
வைத்துக் கொண்டார் பாபாவும் . 981

1911-ஆம் ஆண்டு கடினமான முயற்சியால் சபாமண்டபம் கட்டி முடிக்கப்பட்டது.

அடுத்து சபாமண் டபத்தையும்
அழகு படவே கோபால்ராவ்
கடுமை யாக முயற்சித்துக்
காண்போர் வியக்கும் செயல்முடித்தார்.
உடும்பைப் போன்ற பற்றினராய்
உயர்வு ஒன்றே குறிக்கோளாய்
எடுத்துச் செய்து முடித்தவுடன்
எழிலாய் மசூதி விளங்கியது. 982

கண்கள் கவரும் கலைமிளிர
காணும் துவார காமாயி
முன்பு அமைந்த திறந்தவெளி
முகப்பில் குறுகி வசதியின்றி
என்றும் அன்பர் வருவதற்கு
ஏற்பு டைத்தாய் இன்மையினால்
அன்று உறுதி கொண்டார்கள்
அருமை காகா தீட்சித்தும் 983

அடியார் பலரும் ஒருமித்தே
அதனை அகலப் படுத்திவிட
தடித்த இரும்புத் தூண்களுடன்
தாங்கும் கம்பம் துணிகளையும்
கடிதில் வாங்கிப் பெரும்செலவில்
கண்கள் விழித்துப் பணியாற்றி
அடிக்கல் நாட்டல் போல்கம்பம்
அங்கே ஊன்றிக் கரைகட்ட, 984

மறுநாள் காலை பாபாவும்
மற்றும் சாவ டியிலிருந்த
உறுப்பி னர்கள் உடன்சேர
உவகை யோடும் வந்திருந்தார்.
அறுதி யிட்ட தூண்களையே
அங்குக் கண்டார் பாபாவும்.
குருதி நிறத்தில் கண்களிலே
கோபம் பொங்கப் பெருஞ்சினத்தால் 985

உறுதி மிக்க உளத்தினராய்
உருவி கம்பம் அத்தனையும்
திருகி அசைத்துச் சாய்த்ததுடன்
தேடிச் சென்று மற்றொன்றை
உருவி எடுக்க முற்பட்டார்.
உடனே எடுக்க இயலாமல்
பெருகும் கோபத் துடனதனைப்
பிடுங்கி எறியும் முயற்சியிலே 986

அசைக்கும் போதில் அவ்வமயம்
அங்கே நின்ற தாத்யாவைக்
கசையைச் சுண்டி இழுப்பதைப்போல்
கழுத்தைப் பிடித்து இழுத்தவுடன்
விசையைப் போன்று விரைவாக
விரும்பி யணிந்த பாகைதனை
நசையாய் எண்ணி எடுத்ததன்மேல்
நன்கு எரிதீ மூட்டியபின் 987

குழியில் தூக்கி எறிந்துவிட்டார்.
கோபத் தோடும் எரிதழலில்
அழியும் பாகை தனைக்கண்டும்
அதிலே ரூபாய் நாணயத்தை
பழிதீர்ப் பதைப்போல் வீசியதைப்
பார்த்தோர் பயத்தில் நடுநடுங்க
அழியும் பாகை நிவேதனமாய்
அமைந்த தைப்போல் பார்த்திருந்தார். 988

எதையும் கேட்கும் திறனின்றி
எல்லோ ரும்தான் பார்த்திருக்க,
அதையும் மீறி பாபாவின்
அடியா ரான 'பாகோஜிந்த்'(குஷ்டரோகி)
பதைப்போ டவர்முன் வந்துற்றுப்
பக்தி யோடு சமாதானம்
விதைக்க எண்ண, அவரையுமே
வீதி ஓரம் தள்ளிவிட்டார். 989

யாதவ் ராவும் அதுபோன்றே
பதறி வீழ்ந்தார் கல்லடியால்,
நாதம் ஒன்று சுரம்கெட்டு
நாற்றி சையும் பரவுதல்போல்
காத தூரம் இச்செய்தி
காதில் வீழ்ந்து கலக்கியது
யாதவ் ராவும் மற்றவரும்
பயத்தில் அஞ்சி விலகிநிற்க, 990

சிறிது நேரம் சென்றவுடன்
சினமும் தணிந்து பாபாவும்
பெரிதும் குளிர்ந்து பனிப்பொழிவாய்ப்
பீடுற் றுயர்ந்து பெருமையுற,
அரிய பாகை வரவழைத்தே
அதனை அவரே தம்கரத்தால்
தரிக்கச் செய்ய, தாத்யாவின்
தலையில் கட்டி உயர்வித்தார். 991

அங்கே இருந்த அனைவருமே
அதிர்ச்சி, வியப்பு தாளாமல்,
இங்கே என்ன நடக்கிறது?
என்றே குழம்பித் தவித்தார்கள்.
எங்கும் என்றும் புதியசெயல்
ஏற்றுத் தொடங்க முற்படுங்கால்,
தங்கள் செயலும் முழுமைபெற
தக்க விதமாயத் தீவளர்த்தும், 992

அருளைப் பெறவே அதனுள்ளே
அனைத்து பொருளும் நிவேதனமாய்க்
கருதி இடுதல் போல்பாபா
காசை இட்ட செயல்பாட்டைப்
பெருமைக் குரிய தென்றுணர்ந்தே
பின்னர் பேசிக் கொண்டார்கள்.
கருதும் அவர்தம் செயல்பாட்டின்
கார ணத்தை அறிவார்யார்? 993

அவர்தம் லீலைக் களவேது?
ஆகா யத்தை பூமிதனை
அவரின் லீலை சிறிதாக்கி
அருளைக் காட்டும் வல்லமையை
எவர்க்கும் ஈந்த எழிலிடம்தான்
என்றும் வாழ்ந்த சீரடியாம்
தவறா தங்கே சென்றாலே
தணியா உவகை உண்டாகும். 994

கண்ண பிரானால் கோகுலமும்
கருணை இராமன் வாழ்ந்ததனால்
என்றும் சிறக்கும் அயோத்தியும்போல்
ஏற்றம் பெற்ற சீரடியில்
மண்ணின் பெருமை பாபாவால்
மதிப்பில் உயர்ந்து மிளிர்வதுடன்
எண்ணும் எண்ணம் ஈடேறி
என்றும் மகிழ்வே நிலைத்திருக்கும். 995

உலகில் தோன்றும் அவதார
உத்த மர்கள் அனைவருமே
அலகில் செயல்கள் செய்துலகில்
அவர்கள் காலம் முடிவுற்றும்
பலவாம் யுகங்கள் கற்பூரப்
பயன்போல் நிலைத்தும் அருள்வழங்கி
நலமே பயக்கும் என்பதுதான்
நல்லோர் கூறும் உண்மையுரை. 996

72. சாவடி

பாபா அமர்ந்த வேப்பமரம்
பதிந்த துவார காமாயி
பாபா வதிந்த சாவடியும்
பக்தி யோடு தொழுகின்ற
பாபா சமாதி ஆலயமும்
பரிவாய்த் தந்த துனித்துகளும்
பாபா செய்த மருத்துவமும்
பண்பில் நிலைத்த எளிமையும்தான் 997

அனைவர் மனதில் அகலாத
அன்புப் பிணைப்பாய் அமைந்திருக்கும்
இணையே இல்லா பெருநெருப்பில்
இற்று உதிரும் சாம்பல்தான்
துணையாய், மருந்தாய்ப், புனிதமுமாய்
தூய்மை, பெருமை, சக்தியென
அனைவர் வாழ்வும் வளம்பெறவே
அன்போ டளிக்கும் பிரசாதம். 998

அன்பர் தன்பால் அளிக்கின்ற
அனைத்துப் பொருளும் அவரவர்தம்
தன்மை, நிலைமைக் கேற்றபடி
தவிர்க்க வியலா காரணத்தால்
அன்போ டவற்றைப் பெற்றவற்றை
அவரே ஏழை எளியோரை
எண்ணி யீந்து மிகுந்ததனை
எரியும் துனிக்குச் செலவாகும் 999

விறகு வாங்கி அணையாமல்
　　வேண்டும் அளவு பயன்படுத்திப்
பிறக்கும் சாம்பல் திருநீற்றைப்
　　பிறருக் கீவார் உதியாக.
அறத்தின் நாதன் பாபாவின்
　　அருளாய் உதியைப் பெற்றவர்கள்
மறவா தவர்கள் வீட்டிற்கு
　　மதிப்போ டெடுத்துச் செல்வார்கள். 1000

உதியி ருக்கும் வீட்டினிலே
　　உடனி ருப்பார் பாபாவும்
கதிநீ ரென்றே பாபாவைக்
　　கருத்தில் கொண்டு பயன்கொண்டால்,
விதியும் மாறி வினைதீரும்
　　வியக்கும் வாழ்வும் கூடிவரும்.
உதியின் சக்திக் கீடாக
　　உவமை கூற வியலாது. 1001

73. நாராயணமோதி எனும் பந்தர்

உருகும் பக்தி உளத்தோடும்
　　ஒருநாள் 'நாரா யணமோதி'
வருகை தந்தார் சீரடிக்கு
　　வாழும் இடமோ 'நாசிக்'தான்
அருளைப் பெறவே பாபாவின்
　　அருகில் வந்து பணிந்திட்டார்.
பெருமை சூழ வாழ்ந்திடுவாய்!
　　பிறர்பால் அடிமைப் பணியில்லை. 1002

என்று பாபா சொல்லியதும்
　　ஏற்கா உள்ளம் எதற்காக,
இன்று செய்யும் பணிவிலகல்?
　　என்று குழப்பம் அடைந்திருந்தார்.
சென்று சிலநாட் களிலேயே
　　சிறப்பாய் 'ஆனந் தாஸ்ரமத்தை'
நன்கு நடத்திச் செழிப்புற்றார்
　　நாதன் பாபா அருளாலே. 1003

ஒருநாள் அவர்தம் நண்பரையே
ஒருதேள் பலமாய்க் கொட்டியதால்
வருந்தி வலியும் தாளாது
வாடித் துடித்த நிலைகண்டு
கருத்தில் நினைத்தே உதிநாடி
காணா துழன்று வருத்தமுடன்
அருகில் இல்லை சீரடியும்
அதனைப் பெற்று வருவதற்கே. 1004

என்று வருந்தி பாபாவை
எண்ணி அவர்தம் படத்தின்முன்
அன்பு நண்பர் குணமாக
அழுது உருகி வேண்டுங்கால்,
அன்று எரிந்த ஊதுவத்தி
அதிலே உதித்த சாம்பல்தான்
எண்ணத் திரையில் உதிஇதுதான்
எடுத்துப் பூசு என்பதுபோல், 1005

உள்ளம் உந்த அவ்வாறே
உண்மை பக்தி யுடன்பூச,
எல்லா வலியும் நீங்கியவர்
எல்லை யற்ற மகிழ்வடைந்தார்.
எல்லா நீரும் கங்கையென்பார்.
எல்லா நீறும் திருநீறே.
எல்லாம் வல்ல பாபாவின்
இதயச் செயலை யாரறிவார்? 1006

'பாந்த்ரா' என்னும் ஊரினிலே
பாபா பக்தர் வாழ்ந்திருந்தார்
சாந்தம் மிக்க அவர்வாழ்வில்
சற்றே அதிர்வின் தடுமாற்றம்.
மாந்த வியலா மனமாற்றம்
மற்றோர் ஊரில் வாழ்ந்திருந்த
சொந்த மகளும் பிளேக்நோயால்
சோர்வுற் றுள்ள நிலையறிந்தார். 1007

துன்புற் றிருக்கும் மகள்நினைவில்
துடித்து விட்டார் அனற்புழுவாய்.
அன்பே உருவாம் பாபாவே!
அனைத்தும் என்றே நினைத்திருந்தார்.
தன்பால் உதியும் இன்மையினால்
தனது நண்பர் நானாவை
எண்ணி அவர்பால் ஆளனுப்பி
எடுத்துச் சொல்லி அவரிடத்தில், 1008

உதியைப் பெற்று வருமாறும்
உறுதி யோடு நண்பரது
பதிலை நோக்கிக் காத்திருந்தார்
பணியாள் அங்குச் செல்லுங்கால்
நதிநீர் போன்றே உதவுகின்ற
நானா அங்கே இன்மையினால்,
பதிலாய்த் 'தானா' நிலையத்தில்
பார்த்துப் பேசி நிலைசொன்னார். 1009

வழியில் செய்தி தனையறிந்தார்.
வாய்ப்பும் இல்லை உதியெடுக்க
அழிவே இல்லா பாபாவின்
அருளை எண்ணி நானாவும்
பழியேற் படாமல் உயிர்காக்கப்
பக்தி யோடும் உருக்கமுடன்
வழியும் இதுதான் எனஎண்ணி
வணங்கி பூமி மண்ணெடுத்து, 1010

இதுவே உதியென் றெண்ணியுடன்
இருந்த மனைவி நெற்றியிலே
பதித்து விட்டு அவர்சொன்னார்
பயமே வேண்டாம் மகள்பிழைப்பாள்
இதுவும் பாபா செயலென்றே
எடுத்துச் சொல்வாய் எனப்பகர்ந்தார்.
இதுதான் அங்கே நடந்ததென
இயம்பி விட்டான் பணியாளும். 1011

மகளைக் காணச் சென்றபோது
மாள இருந்த மகள்பிழைத்தாள்.
அகத்தில் அன்பின் மேலீட்டால்
அழுது விட்டார் பக்தியினால்.
இகத்தில் மண்ணும் உதியாகி
ஏற்ற மருந்தாய் உதவியது.
பகர்ந்த பக்தர் பணிந்திட்டார்
பக்தி யுடனே மனம்நெகிழ . 1012

மற்றும் இதுபோல் ஒருநிகழ்வின்
மலர்ச்சி கேட்டு மகிழ்வுறுவோம்
அற்றை நாளில் ஒருசமயம்
அங்கு வந்தார் 'கிரிபுவாராம்'
சற்று நேரம் பாபாவை
சந்தித் தமர்ந்தே உரையாட,
'இற்றைப் போதில் நீசெல்லல்
எங்கே' என்றார் பாபாவும். 1013

'உடனே யானும் 'கண்டேஹுக்'
ஊரை யடைய விழைகின்றேன்.
'இடையில் ஓய்வாய் 'ஜம்நேரில்'
இன்று தங்கிச் சென்றிடுக!'
விடையும் கூற இயலாமல்
விழித்தார் புதிராய் 'கிரிபுவாராம்'
'தடையும் உண்டோ' எனக்கூறித்
தாமே மெல்ல புன்னகைத்தார்." 1014

74. நானா மகள் மீனாத்தாயை பாபா காப்பாற்றுதல்:-

'கண்டேஷ்' என்ற மாவட்டம்
கணக்காய் நூறு கல்தொலைவு
அன்றி ருந்த ஜாம்நேரில்,
அரசுத் துறையில் சந்தோர்க்கர்
சென்றி ருந்து பணிசெய்தார்
செய்தி ஒன்றை அவரறிந்தார்
அன்னார் மகள்தான் 'மீனாத்தாய்'
அல்ல லுற்றாள் மகப்பேற்றில். 1015

மூன்று நாட்கள் வலிதொடர்ந்தும்
முடிய வில்லை. சுகப்பேறு,
நான்இ ருக்கப் பயமெதற்கு'
நவின்ற பாபா ஏன்மறந்தார்?
காண்ப தற்கே ஒவ்வாமல்
கருத்த ழிந்து பிதற்றுவதை,
ஈண்டிங் கிருந்தே பாபாவும்
இதனை உணர்ந்து செயல்பட்டார். 1016

முறுவல் பூத்த பாபாவும்
மொழிந்த செய்தி கேட்டவுடன்
அருகில் வந்த கிரிபுவாவும்
அடைந்த அதிர்ச்சி யுடன்சொன்னார்.
உருக்க மாக, 'என்னிடத்தில்
உரூபாய் இரண்டு மட்டும்தான்
இருப்ப தாலே 'ஜான்சான்'தான்
இங்கி ருந்து சென்றிடலாம்'. 1017

அதற்கு மேலே 'ஜாம்நேரை'
அடைய முப்ப துகல்தூரம்.
எதற்குச் செல்ல வேண்டும்நான்?
எனக்கு அங்கே வேலையில்லை.
பதற்றத் தோடு சொன்னவுடன்,
பதற்றப் படாதே கிரிபுவாநீ!
உதவும் செயலைச் செய்வதற்கே
உரிய வேலை ஒன்றுண்டு. 1018

நல்ல உள்ளம், சுறுசுறுப்பு,
நாளும் உழைக்கும் திறன்பெற்றாய்!
வல்ல மையால் வழிகாட்டி,
வந்தே இறைவன் முடித்திடுவார்.
வல்ல மைசேர் உதிதனையும்,
வழிபாட் டிற்கும், ஆர்த்திக்கும்
உள்ள நூலும் கொடுத்தவற்றை
உடனே நானா விடம்கொடுப்பாய்! 1019

என்று கூறி வழியனுப்ப
எடுத்துச் சென்றார் கிரிபுவாவும்
அன்றே புறப்பட் டுச்சென்றார்.
அடுத்த நாளில் அதிகாலை
சென்று அடைந்தார் 'ஜால்கா'வை
செய்வ தொன்றும் அறிந்திலராய்
என்ன செய்வேன்? கையிருப்பு
இரண்டு அணாக்கள். இதைவைத்து. 1020

எவ்வா றமையும் நம்பயணம்?
என்று கலக்க முற்றிருக்க,
இவ்வி டத்தில் சீரடியில்
இருந்து வந்த ராம்கிர்யார்?
பவ்வி யமாகப் பணியாளர்,
பக்கம் வந்து கேட்டவுடன்,
அவ்வா றிங்கே வந்ததுநான்,
அனுப்பி யதுயார்? எனக்கேட்டார். 1021

'நானா சாகேப்' அனுப்பியுள்ளார்
நான்தான் அவர்தம் பணியாளன்
ஏனோ தயக்கம்? வண்டியிலே
ஏறி அமர்வீர்! எனப்பகர்ந்தான்
வீணாய் காலம் கடத்தாமல்
விரைந்து குதிரை வண்டியுமே
தானே சென்று நின்றுவிட,
தண்ணீர்த் தாகம் குதிரைக்கு. 1022

என்ற றிந்து குதிரையினை
இழுத்துச் சென்றான் நீரருந்த,
சென்ற பணியாள் திரும்புதற்குள்
சிறிதும் தயங்கா மற்றொருவன்
தன்னை அழைத்தான். சிற்றுண்டி,
தண்ணீர் அருந்த வேண்டிநின்றான்.
அன்பாய் அழைத்தும் செல்லாமல்,
அவன்றன் சாயல் முஸ்லீம்தான். 1023

என்றே எண்ணி மௌனிக்க
இதனை அறிந்தே அவன்சொன்னான்.
என்ன தயக்கம் நான்இந்து
எனது பிறப்போ சத்திரியன்
இன்னும் சொன்னால் இவ்வுணவை
ஏற்கு மாறு விருப்பமுடன்
என்னி டத்தில் அனுப்பியவர்
எங்கள் நானா எனப்பகர்ந்தான். 1024

அவனோ டமர்ந்தே இருவருமாய்
அந்த உணவை உண்டார்கள்
அவரை அழைத்து வந்தவனும்
அங்கே குதிரை யுடன்வந்தான்.
அவச ரமாக மூவருமாய்
அங்கி ருந்து விரைவாக
அவர்கள் பயணம் தொடர்ந்தார்கள்.
அந்த விடியற் போதினிலே, 1025

வண்டி யோட்டி ஜாம்நேரை
வந்தே அடைந்தோம் எனக்கூற,
வண்டி விட்டே இறங்கியவர்
மறைவாய்ச் சிறுநீர் கழித்துவந்து
கண்டால் அங்கே யாருமில்லை
காணத் தக்க தடயமில்லை.
என்ன இதுவும் அதிசயமோ?
என்றே அதிர்ச்சி யுற்றவராய், 1026

அரசாங் கத்தில் அதிகாரி
அந்த நானா என்பதனால்
விரைவில் தேடும் தெளிவோடு
விரைந்தே அலுவ லகம்சென்றார்.
கரவா விலாசம் கேட்டறிந்து
காணச் சென்றார் அவர்வீட்டில்
அரற்றும் மீனாத் தாய்வலிக்கு
ஆத ரவாக அனைவருமே, 1027

அங்கி ருந்து தவித்திருக்க,
அங்கே சென்ற ராம்புவாவும்
அங்கை பிடித்து நானாவை
அழைத்து வந்து தனியிடத்தில்.
தங்கள் பாபா அளித்ததனை
தாமே கொடுத்தார் அவரிடத்தில்,
அங்கே அவரும், மனைவியிடம்
அந்த உதியைக் கொடுத்ததனை 1028

நீரில் கரைத்துக் கொடுப்பதுடன்
நீயே ஆர்த்தி பாடலையும்
நேரில் நின்று படி!என்றார்.
நிமிடம் தன்னில் மீனாத்தாய்
பேரிட ரின்றிப் பீடுறவே
பெரிதும் போற்ற ஆண்மகவை,
வாரி அணைக்கும் வடிவழகில்
வையம் காண ஈன்றெடுத்தாள். 1029

மிகவும் மகிழ்ந்த சந்தோர்க்கர்
மிகையாய் உதவி செய்துள்ளீர்?
பகர வொண்ணா நன்றியிது.
பாபா அருளால் மகள்பிழைத்தாள்.
அகத்தில் இருக்கும் பாபாவை
அடைந்தோர் எவரும் கெட்டதில்லை.
இகத்தில் உம்மை மறவேன்யான்
என்றும் நன்றி! எனக்கூற, 1030

தாங்கள் எனக்கு வண்டியையும்
தக்க உணவும் அனுப்பியதால்
நாங்கள் விரைவில் வந்தடைந்தோம்.
நான்தான் நன்றி கூறவல்லேன்
அங்கே ராம்கீர் சொன்னவுடன்
அதிர்ச்சி யடைந்தார் நானாவும்
நாங்கள் வண்டி அனுப்பவில்லை.
நாதன் பாபா லீலையிது. 1031

'தங்கள் கூற்று விளங்கவில்லை'.
'தங்கள் வருகை அறியேன்யான்,
எங்கும் எதையும் யாரையுமே
யானும் அனுப்பி வைக்கவில்லை.
எங்கும் நிறைந்த எம்பெருமான்
இதையும் செய்தார், என, நானா
பொங்கும் பூரிப் பால்கூறி
புனிதன் தன்னை வழிபட்டார். 1032

உதியைத் தந்து வற்புறுத்தி
உம்மி டத்தில் தருமாறு
அதிச யத்தை நிகழ்த்தியது
அவர்தான் என்றார் கிரிபுவாவும்.
கதிநீ என்றே கலங்கிநின்றேன்,
கருணை புரிந்தார் வள்ளல்தம்
அதிச யத்தைக் கண்டநானா
ஆனந் தக்கண் ணீருகுத்தார். 1033

75. பாபாவின் சீடர் பாலபுவா சுத்தார்:-

பம்பாய் நகரில் பாலபுவா
பலநாள் வாழ்ந்த ஞானியராம்
இம்மை வாழ்வில் பஜனைதனை
இயற்றும் தொண்டாய் எண்ணியவர்.
நம்பிக் கையால் அவர்பெயரை
நவீன துக்கா ராமென்பார்
செம்மை யான வாழ்நாளில்
சென்றே ஒருநாள் பாபாவைக், 1034

காண விரும்பும் பேராவல்.
கண்டார் ஒருநாள் சீரடியில்.
வானைத் தொட்டாற் போலின்பம்
வணங்கித் தொழுதார் சீரடிகள்.
காண விழைந்தீர்! இன்றல்ல
கணக்காய் நான்கு ஆண்டுகளாய்.'
ஊன மில்லை உண்மையிது,
உருவப் படத்தில் வாழ்ந்துள்ளார். 1035

என்றே உணர்ந்தார் பாலபுவா
எளிதில் உள்ளம் நிறைவுற்றார்.
என்றும் எங்கும் உறைகின்ற
எம்பெ ருமானே படத்தினிலும்
தன்னை வைத்துத் தொழுபவர்க்குத்
தக்க துணையும் ஆகின்றார்
எண்ணம் தன்னில் ஒளிர்கின்றார்
என்றே எண்ணித் தெளிவுற்றார். 1036

76. மருத்துவர் தமக்கை மகனின் எலும்புருக்கி நோயைத் தீர்த்தல்

நாசிக் என்ற மாவட்டம்,
நற்சீர் கொண்ட மோலிகானில்
நேசிப் பவராய் மருத்துவராய்,
நிறைய கற்றுத் தேர்ந்தவராய்,
ஆசில் திறமை மிக்கிருந்தும்
அவர்தம் தமக்கை மகனுக்குக்
காசில் பணத்தில் மருத்துவத்தில்
காப்பாற் றிடவே இயலாத, 1037

எலும்பு ருக்கி நோய்க்கட்டி
இன்னல் தந்து வாட்டியதால்,
வலுவை யிழந்து இலைச்சருகாய்
வாடிக் கிடக்கும் நிலைகண்டே
அலுப்பே இன்றி அவன்பிழைக்க
அனைத்து வழியும் தேடிதினம்
வலுவில் உழன்ற பெற்றோரின்
வாட்டம் தீர்க்க உறவினரும், 1038

சாயி பாபா அருள்பெற்றால்
சங்க டங்கள் தீருமென்றார்.
சாயி! பகவான் பதமலரைச்
சார்ந்து பணிந்த பெற்றோர்கள்
சாயி எங்கள் ஒரேமகனைத்
தயவு செய்து காத்தருள்க!
வாயால் சொல்லிப் புலம்பியதால்
வருத்தம் தீர்க்க பாபாவும், 1039

இந்த மசூதி வந்தடைந்தீர்!
என்றும் குறையே வாராது
இந்த துவார காமாயி
இடுக்கண் தீர்க்கும். அஞ்சற்க!
விந்தை பாபா பொற்கரத்தால்
வியக்கும் வண்ணம் சிறுவனது
பந்து போன்ற கட்டியிலே
பாசத் தோடு உதிதடவிப், 1040

பார்த்த அன்புப் பார்வையிலே
பையன் தெளிவு பெற்றதனைப்
பார்த்த பெற்றோர், தாள்பணிந்தே
பக்தி யுடனே நம்பிக்கை
சேர்த்தே உள்ளம் மகிழ்ந்தார்கள்.
சிறிது சிறிதாய் உதிதடவ
சேர்ந்து சிலநாட் களிலேயே
சிறிது கூட வடுவின்றி, 1041

முழுது மாக நலம்பெற்றான்
முதிர்ந்த பக்தி யுடன்பெற்றோர்
அழுது நன்றி தெரிவித்தே
அங்கி ருந்து புறப்பட்டு
விழுது ஊன்றல் போலெங்கும்
விதைத்து விட்ட அவர்பெருமை
பழுதே இன்றிப் பரவியதும்,
பலரும் போற்றித் தொழுதார்கள் 1042

எத்த கைய மருத்துவமும்
இந்த நோய்க்குத் தீர்வில்லை
சித்தர் பாபா செயல்பாட்டில்
சிந்தை ஏற்கா விந்தையிது
எத்த னையோ விஞ்ஞான
எழுச்சி மிக்க வாழ்வியலில்
வித்தை போன்ற அவர்செயலை
வியக்கா திருக்க வியலாது 1043

தனது எண்ணம் பாபாவைத்
        தஞ்சம் அடைந்த தருணத்தில்
மனதை மாற்றி மருத்துவரை
        மயங்கச் செய்த ஒருசாரார்
கணக்காய் இஃதோர் கண்கட்டுக்
        காட்சி என்றே உரைத்ததனால்
மனமும் மாறிச் சீரடிக்கு
        வருதல் தவிர்த்தார் மருத்துவரும். 1044

மும்பை சென்றார் பணிநிமித்தம்
        முடிந்த பின்னர் அப்போதும்
நம்பிக் கையும் அற்றவராய்
        நாம்ஏன் செல்ல வேண்டுமெனத்
தம்மு டைய விடுமுறையில்
        தனியே இருந்து 'அலிபாக்கில்'
நிம்ம தியாக ஓய்வெடுக்க
        நினைத்துத் தங்கி இருக்குங்கால், 1045

ஒவ்வோர் இரவும் தொடர்ந்தங்கே
        ஒத்த மூன்று நாட்களிலும்
எவ்வா றென்னை நினைக்கின்றாய்!
        இன்னும் ஏன்நீ நம்பவில்லை?
இவ்வா றாக ஒலிகாதில்
        இசைக்கக் கேட்டார் மருத்துவரும்
கவ்வும் உடலின் சிலிர்ப்போடு
        கண்கள் விழித்துச் சிந்தித்தார். 1046

கடமை தவறா மருத்துவரும்
        காலை பயணப் படமுனைந்தார்
உடனே மும்பை வருமாறு
        உடல்ந லமற்ற நோயாளி
அடமும் பிடிக்க அவர்சென்றார்.
        அங்கே அந்த நபருக்கு
விடாது காய்ச்சல் தொடர்ந்திடவே
        விரைந்து செய்த மருத்துவமும் 1047

பயனே யின்றி இருந்திடவே,
        பயமும் வியப்பும் கொண்டவராய்
இயல்பாய் இந்நோய் நாள்மூன்றே
        இருக்கும் ஆனால் இதுஎன்ன?
தயக்கத் தோடும் அவர்சொன்னார்,
        தனது விடுப்பும் குறைவதனால்
துயரம் நீங்கிக் குணமானால்
        துரித மாகச் சீரடிக்கும் 1048

இன்றே செல்வேன். இதுஉறுதி.
        இல்லை யென்றால் ஊர்செல்வேன்
என்று கூறி முடித்தவுடன்
        ஏற்ற முற்ற சுரம்நீங்கி,
நன்றாய் எழுந்தார், நோயாளி!
        நலமும் பெறவே வியப்புற்றார்.
அன்றே பாபா அருள்தன்னை
        அவரும் புரிந்து கொண்டதனால், 1049

மருத்து வரும்தான் சீரடிக்கு
        மகிழ்வாய்ச் சென்று தரிசித்தார்.
உறுத்த லின்றி வந்தவரை
        உடனே ஆசிர் வதித்ததுடன்,
பெருமைக் குரிய உதிகொடுத்துப்
        பெரிதும் வாழ்த்தி வழியனுப்ப,
அருமை பாபா அடியவராய்
        அமைவ தைத்தான் விழைகின்றேன். 1050

என்னைப் போற்றும் உயர்பதவி
        ஏற்கும் தலைமை இனிவேண்டாம்.
என்றன் பாபா திருவருளால்
        என்றும் அவர்தம் அடிமையானேன்.
என்றே எண்ணி விடைபெற்றே
        ஏற்கும் மனதின் நிறைவோடு,
தன்னூர் சென்று பணியாற்றித்
        தாமும் பாபா பக்தரானார். 1051

77. பக்தர் டாக்டர் பிள்ளையவர்கள் சிலந்தி நோயைத் தீர்த்தல்

பல்வே றான துறைகளிலும்
பாபா பக்தர் நிறைந்திருக்க,
எல்லாம் சாயி பகவான்தான்
என்றி ருந்த' பிள்ளை'யினை
எல்லை யில்லா அன்பாலே
ஏனோ அவரை'பாவ்'(சகோதரன்) என்றே
செல்ல மாக அழைத்திடுவார்.
சேர்ந்தே அமர்ந்து பேசிடுவார். 1052

என்றும் டாக்டர் பிள்ளையவர்,
இருக்க வேண்டும் பக்கத்தில்
என்றே எண்ணி அழைத்திடுவார்,
இவ்வா றிருக்க, சிலநாளில்
தன்னைச் சிலந்தி நோய்பற்றித்
தாக்கம் செய்த காரணத்தால்
முன்னம் செய்த வினையென்று
முழுதும் பிள்ளை உளம்நொந்தார். 1053

அன்று முதலே மசூதிக்கும்
அவர்தம் வருகை தடையாகித்
தன்னால் தாங்க வியலாமல்
தவித்தும் துடித்தார் வலியாலே.
மன்னும் விரக்தி மேலிடவே
மறுநாள் 'தீட்சித்' தைக்கண்டே
என்றும் போல எழுந்திருக்க
இயல வில்லை. உயிர்விடவே, 1054

விழைகின் றேன்யான் எனப்புலம்ப,
        'விரக்தி யோடு புகல்கின்றீர்!
பிழைசெய் கின்றீர்! பாபாவைப்
        பெரிதும் மறந்து போனதுஏன்?
அழைத்துச் செல்வேன் வாருங்கள்
        அவரால் துன்பம் தீருமென்றார்
விழைவுற் றாலும் கர்மவினை
        விதியை மாற்ற இயன்றிடுமோ? 1055

கையில் வெண்ணெய் வைத்திருப்போர்
        கடையில் நெய்க்கு அலைவாரோ?
பைய பாபா வைக்கண்டால்
        பறந்து போகும் துன்பங்கள்.
ஐயன் கருணை அறியீரோ?
        அவரே தெய்வம்" எனப்பகர்ந்தார்.
வையம் போற்றும் பாபாவை
        வந்து பார்த்தார் தீட்சித்தும். 1056

ஒன்றும் அறியார் போல்பாபா
        ஊரி லேயே 'பாவ்'இலையோ?
என்று கேட்க, விவரித்தார்.
        "எதற்குப் பயமும் கொண்டுள்ளார்?
நன்றாய் இந்தப் பிறவியிலே
        நலமும் பெறுவார். இவண்வந்து,
நின்றால் துவார காமாயி
        நினைத்த வற்றைத் தந்திடுமே!. 1057

நானி ருக்கப் பயமெதற்கு?
        நன்மை இருக்கத் தீதுண்டோ?
ஏனின் னும்இத் தாமதமோ?
        இங்கே அழைத்து வாருங்கள்!
தானி யங்கா நிலையாலே
        தாங்கித் தூக்கி வந்தார்கள்.
ஏனி வர்தான் என்னிடத்தில்
        இந்நோய் பற்றிக் கூறவில்லை? 1058

வந்த வரைத்தன் வலப்பக்கம்
        வசதி யாகப் படுக்கவைத்தார்.
தந்தார் தனது தலையணையை
        தாமும் சொன்னார் அவரிடத்தில்.
இந்தச் சிலந்திப் புண்ணதனை
        இங்கே இருக்கும் ஒருகாகம்
வந்து கொத்தித் துன்புறுத்தும்
        வலியும் நீங்கும் எனப்பகர்ந்தார். 1059

தினமும் மசூதி யைச்சுத்தம்
        செய்து செல்லும் அப்துல்லா
நினைத்துக் கொண்டாற் போல்வந்து
        நிறைவாய் ஏற்றி வைக்கின்ற
அனைத்து விளக்கு களையுமவர்
        அழகாய்ச் சரிசெய் திடும்போதில்,
நினைவே இன்றி அறியாமல்
        நீட்டிப் படுத்த பிள்ளையவர், 1060

புண்ணைக் காலால் மிதித்துவிட,
        பொறுக்க வியலா வலியோடும்
முன்பு இருந்த வலிசேர,
        மொத்த மாக அலறிவிட்டார்.
என்றும் இல்லா அதிசயமாய்
        இருந்த சிலந்திப் புண்உடைந்து
நன்கு மிதித்த காரணத்தால்
        நைந்து புழுக்கள், சீழ்குருதி, 1061

அனைத்தும் வெளியே வந்துவிழ,
        அவர்தம் வலியும் படிப்படியாய்
நினைத்த தற்கு நேர்மாறாய்
        நின்று விடவே தெளிவுற்றார்.
"அனைத்தும் அறிந்தே முன்கூட்டி,
        ஆறாப் புண்ணைக் காக்கைகொத்தும்
எனப்பு கன்றீர்! தெய்வம்நீர்!
        என்று கூறி அழுதவரை, 1062

"காக்கை வந்து போனதனால்
காக்கப் பட்ட தும்முயிரும்,
யாக்கை நிலைத்த செயலுக்கு
யார்கா ரணமென் றறியீரோ?
காக்கை அப்துல் லாவேதான்,
கவலை வேண்டாம் அஞ்சற்க!
காக்கை இனிமேல் வாராது"
கண்டு கொண்டார் பிள்ளையவர். 1063

"உதியைக் கரைத்தே உட்கொள்ள
ஊற்றிக் கொடுத்தார் பாபாவும்.
உதியைப் புண்மேல் தடவியவர்
உருக்கத் தோடும் அருள்வழங்கி
உதியைத் தந்து 'வதா'சென்றே
ஓய்வுற் றிருப்பீர்! நலம்பெறுவீர்!"
நிதியைப் பெற்றாற் போல்பெற்று
நெகிழ்வுற் றவராய்ப் பிள்ளையுமே, 1064

பக்தி நிறைந்த மனத்தினராய்ப்
பையச் சென்றார் 'வதா'வுக்கும்
அக்க றையோ டதையருந்தி,
அந்தப் புண்ணில் பூசியதால்
சிக்க லின்றிப் பத்தேநாள்
சிறிதும் சுவடே இல்லாமல்
மிக்க நலமும் பெற்றவராய்
விந்தை பாபா வைப்பணிந்தார். 1065

78. பாபா, 'பாலாஜி' தம்பி மனைவியின் பிளேக் நோய் தீர்த்தல்

அடுத்து ஷாமா என்றொருவர்
அவர்தம் தம்பி பாலாஜி.
படுத்த படுக்கை தம்பிமனைவி
பாவம் பிளேக்நோய் பாதிப்பு,
தடுக்க வியலா கடும்காய்ச்சல்
தாங்க வியலா பிளேக்கட்டி.
அடுத்து ஷாமா பாபாவை
அடைந்து தகவல் தனைச்சொன்னார். 1066

தம்பி இருக்கும் ஊரான
'சாபூல் கிணறு' செல்வதற்கு,
நம்பி வந்த ஷாமாவின்
நலனைக் கருதி உதிதந்தே
உம்மை அனுப்ப வியலாது.
உடனே உதியை ஆள்மூலம்
நம்பி கொடுத்தே அனுப்பிடுவாய்
நலமே விளையும் எனப்பகர்ந்தார். 1067

பணியாள் தந்த உதிதன்னைப்
பாலா ஜியுமே பக்தியுடன்
பணிந்தே ஏற்று மனைவிக்குப்
பருகத் தந்து பூசிவிட்டார்.
அணிந்த உடையும் நனைந்திடவே
அதிக மாக வியர்த்தவுடன்
இனிதே உடலும் குணமாகி
எழுந்தே அமர்ந்தாள் அவர்மனைவி. 1068

வியப்பில் விதிர்த்த பாலாஜி
விழிநீர் கசிய பாபாவை
அயர்ச்சி யின்றி அடிபோற்றி
ஆனந் தத்தில் நெகிழ்வுற்றார்.
பயந்த வண்ணம் ஷாமாவும்
பாபா விடத்தில் விடைபெற்றே
இயக்கம் எவ்வா றென்றறிய
இல்லம் சென்றார். அவ்விடத்தில், 1069

அயலில் படுத்துக் கிடந்தவளை
அங்கே காணோம் என்பதனால்
பயத்தில் அங்கே நின்றவராய்ப்
பக்க மெல்லாம் பார்த்திருக்க,
வியக்கு மாறு சென்றவளும்
விரைவாய்த் தேநீர் தயாரித்துத்
தயக்க மின்றி அவ்விடத்தில்
தன்னை வருக என்றழைத்தாள். 1070

எண்ணி லடங்கா வியப்புடனே,
எல்லோ ரும்தாம் பாபாவின்
அன்பை, அருளை எண்ணியெண்ணி
அவரின் பக்த ரானதுடன்
என்றும் அனைவ ரும்அறிய
ஏற்ற உதியின் பெருமையினைக்
கண்கள் பனிக்கக் கூறியதும்,
கண்டோர், கேட்டோர் வியந்தார்கள். 1071

இன்றே செல்க ஊருக்கு!
இன்றே வருக! எனப்பணித்த
நன்மை பயக்கும் கட்டளையால்
நவின்ற நிகழ்வும் இதுதானோ?
அன்றே அவ்வூர் விட்டகன்றே
அடைந்தார் வந்து சீரடியை.
வென்ற வர்போல் பாபாவை
விரைவாய்க் கண்டு பதம்பணிந்தார். 1072

கண்கள் பெருக்கும் கண்ணீரில்
கரைந்து நின்ற ஷாமாவை
அன்பாய் அணைத்தும் உதிதந்தும்
அந்தத் தம்பி மனைவிக்குத்
துன்பம் ஏதும் இனியில்லை.
துயரம் நீயும் கொள்ளற்க!
என்று கூறி ஆறதலாய்
எல்லாம் அல்லா அருளென்றார். 1073

புயல்போல் வந்த துன்பங்கள்
போற்றும் வண்ணம் தென்றலென,
வியக்கும் வண்ணம் செய்விக்கும்
வேந்தன் அவர்தான் அருளாளர்.
தயங்கா துதவும் வள்ளலவர்
தாளாத் துயரம் எதுவரினும்,
மயங்க வேண்டாம். அவரருளால்
மாறி மறைந்து தூசாகும். 1074

இமயம் தோன்றும் கங்கையதன்
இயல்பே, நாட்டை வளமாக்கல்.
இமயம் தோன்றும் கங்கையைப்போல்
இருக்கும் பாபா பிறர்க்காகத்
தமது வாழ்வை அர்ப்பணித்துத்
தளர்வே இன்றி அனைவரையும்
இமைபோல் காக்கும் இயல்பினராய்
இருக்கும் கடவுளா யிருந்தார். 1075

சந்தி ரன்போல், சூரியன்போல்
சதுர்ம றைபோல் நானிலத்தும்
சொந்த மாகக் கொண்டாடும்
சூக்கு மதாரி பாபாவும்,
எந்தத் தெய்வம் என்றாலும்
ஏற்பார் அந்தத் திருவுருவை
அந்தச் சக்தி நிறைந்தவராய்
அனைவ ரையும் காத்தருந்தார். 1076

79. ஹர்தாவில் முதியவருக்கு உதி மூலம் நோய் தீர்த்தல்:-

வயது முதிர்ந்த நபர்ஒருவர்
வாழ்ந்து வந்தார் 'ஹர்தாவில் '
வயதின் முதிர்வு, வலுவின்மை,
வழங்கும் மருந்தின் பயனின்மை,
சுயமாய்ச் சிறுநீர் பிரியாமல்
சோர்ந்து கிடந்தார் உடல்வீங்கி
பயனே இன்றி நீர்த்தாரைப்
பகுதி தன்னில் கல்லடைப்பு. 1077

உடனே செய்யும் இரணசிகிச்சை
உடலின் வலிமை தாங்காது.
இடர்ப்பா டின்றி நலம்பெறவே
என்ன செய்வ தென்றிருக்க,
கடமை யாற்றப் பணிநிமித்தம்
காண வந்தார் அக்கிராம
உடைமை காக்கும் அதிகாரி
உண்மை யான பக்தரவர் . 1078

தந்தை துயரம் நீக்கிடவே
தனையன் தன்னை விளித்தழைத்தே
எந்தை பாபா உதிதன்னை
எடுத்துத் தந்தேன். நீர்விட்டு,
தந்தைக் களிப்பாய் என்றுரைக்கத்
தாமும் அவ்வா றேதந்தார்
விந்தை நிறைந்த அவ்வுதியும்
விரைவாய் உடலில் பரவியதால், 1079

சிந்தை மகிழ கல்கரைந்து
சிறுநீ ரோடு வெளிப்படவே
அந்த முதிய நோயாளி
அன்றே உடலில் நலம்பெற்றார்.
தந்த உதியின் பெருமைதனைத்
தாமும் எண்ணி உளம்மகிழ்ந்தார்.
இந்த உலகில் இதைப்போன்ற
இயக்கும் சக்தி வேறுளதோ? 1080

ஆத வன்றன் உதயத்தால்
அனைத்து உயிர்கள் வாழ்வதுபோல்
மாத வபாபா உதயத்தால்
மக்கள் மகிழ்வாய் வாழ்ந்தார்கள்.
சேதம் இல்லை சிதைவில்லை
சிறிதும் துன்பம் ஏதுமில்லை
பேதம் இல்லை பிரிவில்லை
பிள்ளை கள்போல் மகிழ்ந்தார்கள். 1081

உலகம் முழுதும் நிறைந்திருந்தார்,
உண்மை அன்பில் மகிழ்ந்திருந்தார்.
அலகில் சோதி அவரருளால்
அகிலம் வாழும் என்றென்றும்;
புலரும் போதில் பூத்திருக்கும்
பூப்போல் மணக்கும் மகிழ்விக்கும்
தலமாம் அந்தச் சீரடியில்
தங்கி வந்தால் துயர்தீரும். 1082

"அன்பு நிறைந்த பக்தர்கள்
அதிக தூரம் இருந்தாலும்,
என்றும் வாழ்வர் என்நிழலில்
எங்கே பறந்து சென்றாலும்,
என்னை நாடி வருமாறு
என்றன் சிட்டுக் குருவிகளின்
தன்மைக் கேற்ப நூலிணைப்பேன்.
தக்க வாறே இயக்கிடுவேன். 1083

அன்புக் கயிற்றால் பிணித்தவற்றை
அதிக தூரம் செல்லாமல்,
மன்னும் துன்பம் ஏற்காமல்
மாற்றம் ஏதும் நிகழாமல்
என்னு டைய குழந்தைகளாய்
என்றும் ஏற்றுக் காப்பாற்றி
என்னு டைய பார்வையிலே
என்றும் வைத்தி ருப்பேன்யான்". 1084

என்று சொல்லி மகிழ்ந்திருப்பார்.
எல்லாம் பாபா கருணையினால்
என்றும் கனியும் அருளாலே
இழுக்கப் பட்டோர் எண்ணற்றோர்.
அன்றும் இன்றும் என்றென்றும்
அவரே சரணென் றடைந்தவர்கள்
இன்னல் பட்ட தில்லையென
எண்ணிச் செல்வோம் சீரடிக்கு. 1085

80. பாபாவின் சீடர் 'லாலா இலக்குமிதந்த்'

மும்பை என்னும் பெருநகரில்
முன்பு 'லாலா இலக்குமிதந்த்'
செம்மை யாக வாழ்ந்திருந்தார்.
செய்த பணியோ அச்சகத்தில்;
தம்மு டைய பணிதன்னைத்
தரமாய் வெங்க டேஸ்வரெனும்
கம்பெ னியிலும், அதன்பின்னர்
கருத்து வேறு பாட்டாலே, 1086

இராலி பிரதர்ஸ் கம்பெனியில்
இருந்தும் தொடர்ந்து செய்திருந்தார்.
வராத எண்ணம் வலுவடைந்து
வந்து சேர திடீரென்றே,
இறைவன் பாபா செய்திகளில்,
ஏனோ பற்று ஏற்படவே
நிறைவாய்க் கேட்டு மனம்பதிய
நீங்கா பக்தி தோன்றியது. 1087

ஒருநாள் கிறிஸ்மஸ் பண்டிகைக்கே
ஒருமா தம்முன் தாடியுடன்
அருமை பக்தர் பலரோடும்
அங்கே முஸ்லீம் பக்கீர்போல்
வறுமை யுற்ற வயோதிகர்தான்
வந்தார் கனவில் திடுக்கிட்டார்.
இருந்த 'சாந்தா குருஸியிலே'
இரவில் நடந்த நிகழ்விதுவாம். 1088

நண்பர் 'மஞ்சு நாத்பிஜுரி'
நவின்றார். என்றன் வீட்டினிலே
இன்று பாபா படம்வைத்தே
இசைகீர்த் தனையைத் தாஸ்கணுவும்
நன்கு பாட இருக்கின்றார்.
நலமே விளையும் வருகவென்றார்.
அன்றே அவர்தம் அழைப்பதனை
அன்பால் ஏற்றே அவண்சென்றார். 1089

நண்பர் வீட்டில் நடைபெற்ற
நாத கீர்த்த னைகேட்க
அன்று சென்ற இலக்குமிசந்த்
அதிர்ச்சி யுற்றார் அவ்விடத்தில்
அன்று அங்கே வைத்திருந்த
அந்த பாபா படம்கண்டார்
தன்னு டைய கனவினிலே
தனக்குக் காட்சி தந்தவர்தான். 1090

என்னு டைய நற்பேறு
        இவரே நாடி வந்துள்ளார்.
என்றே உணர்ந்து பெருமிதத்தில்
        எல்லோ ரிடமும் சொல்லிவிட்டார்.
அன்று துக்கா ராம்கதையை
        அழகாய்ப் பஜனைப் பாட்டாகச்
சென்ற பக்தர் வியப்புறவே
        சிறப்பாய்ச் சொன்னார் தாஸ்கணுவும். 1091

அதனைக் கேட்டும் இலக்குமிசந்த்
        அதிலே உள்ளம் பதியாமல்
எதனை யும்தாம் ஏற்காமல்
        எப்பொ ழுதுமே பாபாவை
உதயப் பரிதி போலெண்ணி
        உடனே காணும் எண்ணத்தில்
அதையே நினைத்தும் அமர்ந்திருந்தார்,
        ஆவ லுடனே அவ்விடத்தில் 1092

அடுத்து ஒருநாள் சீரடிக்கே,
        அவரும் பயணப் படும்போதில்
விடுத்த நண்பர் கேள்வியிலே
        வியந்து நின்றார் 'இலக்குமிதந்த்'
"அடுத்து யானும் சீரடிக்கே
        அவச ரமாகச் செல்கின்றேன்.
வடுவில் பாபா வைக்காண,
        வருகின் றீரா? எனக் கேட்டார். 1093

சங்கர் ராவின் இவ்வழைப்பு
        சற்றும் எதிர்பா ராததுதான்.
எங்கும் எதிலும் நிறைந்திருக்கும்
        இறைவன் பாபா அருளிதுதான்.
செங்க ரும்பின் சுவையுணரச்
        செல்வார் போல இருவருமே
தங்கள் பயணம் மேற்கொண்டு,
        தடங்க லின்றி செல்லுங்கால் 1094

தங்கள் மறதி உணர்வாலே
தக்க கனிகள் வாங்காமல்
இங்கு வந்த பின்நினைத்தோம்
என்ன செய்வோம் இவ்விடத்தில்?
இங்கு வருமுன் மாமாவின்
இசைவில் ரூபாய் பதினைந்தை
அங்கை தன்னில் பெற்றிருந்தும்
அதையும் மறந்த தெவ்வகையில்? 1095

'கோபர் கானில்' புகைவண்டி
குறுகி யகாலம் நிற்குங்கால்,
ஆபத் திற்குப் பாபமில்லை
அங்கே வாங்க முடிவெடுத்தார்
கோபர் கானில் வண்டிநிற்கக்
கூடை நிறையப் பழங்களுடன்
கோபம் அற்ற குணவதிபோல்
குறுந கையில் கிழவிவர, 1096

அவளி டத்தில் தேர்ந்தெடுத்தே
அவற்றில் பழங்கள் சிலவற்றை
அவர்கள் வாங்கிக் கொண்டார்கள்.
"ஐயா! தாங்கள் சீரடியில்
தவத்தின் செல்வர் பாபாவைத்
தரிசிப் பதற்குச் செல்வதாயின்
இவற்றை அவர்தம் காணிக்கை
யாகக் கொடுங்கள் எனக்கூறி, 1097

கூடை பழங்கள் அத்தனையும்
கொடுத்துச் சென்றாள் அக்கிழவி
தேடக் கிடைக்கா பெருநிதியம்
தேடா மலேயே கிடைத்ததைப்போல்
கூடைப் பழத்தைச் சீரடிக்கும்
கொணர்ந்து பாபா முன்வைத்தும்
வாடா மலர்கள் பதம்வைத்தும்
வணங்கிப் பணிந்து நின்றார்கள். 1098

அங்கே வந்த இருவரையும்
அன்போ டமரச் செய்வித்துத்
தங்கு தடையே இல்லாமல்
தாமும் லட்சு மிசந்த்திடத்தில்
அங்கே வழியில் என்மீது
அவநம் பிக்கை வைத்ததும்ஏன்?
பொங்கும் புன்ன கைமிளிர
புதிராய்க் கேட்ட கேள்விக்குப் 1099

பதிலே கூற இயலாமல்
பதறி உடலும் நடுங்கிடவே,
எதிலும் எங்கும் நிறைந்திருக்கும்
எம்பெ ருமானே! மன்னிப்பீர்!
விதிக்கப் பட்ட விடைதானோ?
வேத னையை அடைகின்றேன்.
அதிச யத்தை உணர்ந்துவிட்டேன்.
அடியேன் எனக்க ருள்செய்வீர்! 1100

கண்ணால் காணும் அனைத்தையுமே
கற்ற மதியால்; தெளிவுறுக!
எண்ணிப் பார்!ஏன்? கடன்வாங்கி
என்னைக் காண வந்துள்ளாய்?
உண்மை பக்தி யுடையவர்கள்
உருக்க மாகப் பிரார்த்தித்தால்,
என்றும் பயனை அடைவார்கள்
என்றே உரைத்தார் பாபாவும். 1101

அற்றை முதலே லட்சுமிசந்த்
அவர்தம் பரம பக்தரானார்.
மற்றும் ஒருநாள் சீரடியில்
மதிய உணவிற் கமர்ந்திருந்தார்.
உற்ற பக்தர் கோதுமையில்
உருவாக் கியப ணியாரத்தை
பெற்றுக் கொள்ள அனைவருக்கும்
பிறழா வண்ணம் பங்கிட்டார். 1102

அந்தப் பணியா ரம்தன்னை
அடுத்த நாளும் எதிர்பார்த்தார்.
எந்த நபரும் பணியாரம்
எடுத்துக் கொண்டு வரவில்லை,
தந்த ஏமாற் றம்வருத்த
தாமும் அதையே நினைத்திருந்தார்.
எந்தை பாபா இதையறிந்தார்
எதிரே வந்த பணியாளர். 1103

"ஆர்த்தி நேரம் நெருங்கியதால்
அன்று என்ன நைவேத்யம்?"
"பார்த்த பாபா அவனிடத்தில்,
பணியா ரங்கள் கோதுமையில்
வார்த்துச் செய்து கொணர்ந்திடுக!
வழக்கம் போல" எனப்பணித்தார்.
ஆர்த்தி முடிந்தபின் அவற்றை
அனைவ ருக்கும் கொடுக்கும்முன். 1104

பசியோ டிருக்கும் லாலாவை(லட்சுமிசந்த்)
பாசத் துடனே அருகழைத்தார்.
புசிப்பாய் விரும்பும் அளவிற்குப்
போதும் போதும் எனும்வரையில்
அசீர ணத்தால் வயிற்றுவலி
அடைந்தால் கூட அவ்வலியை
நசிக்கும் மருந்தை நானளிப்பேன்
நன்றாய் உண்க! அஞ்சற்க! 1105

என்று கூறி ஆதரவாய்
எதிரில் இருந்தே உண்பித்தார்.
என்றும் குழந்தை ஆசையினை
எளிதில் தீர்க்கும் தாயைப்போல்
அன்றும் தீர்த்தார், லட்சுமிசந்த்
ஆசை தன்னை பாபாவும்.
அன்றே மற்றோர் நிகழ்வினிலே
அவர்தம் பெருமை தனைக்கண்டார். 1106

இரவுப் போதில் பாபாவின்
இனிய சாவ டியூர்வலத்தில்
கரவா களிப்பில் லாலாவும்
கலந்து கொண்டார். ஊர்வலத்தில்
வரவின் போது பாபாவை
வாட்டும் இருமல் தொடர்ந்திடவே,
வருத்தப் பட்ட லாலாவும்
வந்தோர் பலரின் கண்திருட்டி(கண்ணேறு) 1107

பட்ட தாலே பாபாவைப்
பாதித்; துள்ள தெனநினைத்தார்.
இட்ட முடனே மறுநாளில்
இவரும் சென்றார் மசூதிக்கு
நட்ட நடுவில் பாபாவும்.
நாளும் அவரைத் தரிசிக்க
வட்ட மாக அமர்ந்திருக்கும்
வருகை தந்த பக்தர்களும் , 1108

சற்றும் அகலா திருக்கின்ற
சாமா வும்தான் நின்றிருக்க,
உற்ற பாபா தாள்பணிந்தே
உடன மர்ந்தார் லட்சுமிசுந்த் (லாலா).
உற்றுப் பார்த்த பாபாவும்
உடனி ருந்த சாமாவை
எற்றைப் போதும் இல்லாத
இருமல் நேற்று வந்ததுஏன்? 1109

ஊர்வ லத்தில் கண்திருட்டி
உறுத்த லாக இருந்திடுமோ?
யார்தான் என்று அறிவாயா?
என்று கேட்ட கேள்வியிலே
பார்த்த பார்வை உள்நோக்கில்
பலவும் உணர்ந்த லட்சுமிசந்த்
ஈர்த்த விசைபோல் பாபாவின்
இனிய பதங்கள் தனில்வீழ்ந்து, 1110

கண்ணீர் மல்கக் கரங்கூப்பி
கருத்தில் அமர்ந்த தெய்வம்நீர்!
என்னை ஆட்கொண் டருள்செய்வீர்!
என்றும் தங்கள் நாமத்தை
என்நா உச்ச ரித்திருக்க
ஏற்ற தங்கள் திருவுருவம்
என்றும் மனதில் பதிந்திருக்க
எனக்கே அருள்வீர்! எனத்தொழுதார். 1111

நண்ப ருடனே லாலாவை
நன்றாய் ஆசீர் வதித்ததுடன்
அன்பாய் உதியும் கொடுத்துப்பின்
அனுப்பி வைத்தார் பாபாவும்.
தன்னு டைய வாழ்நாளில்
தன்ப ணிபாபா வைத்துதித்தல்
என்று வாழ்ந்தே அவர்நினைவால்
இன்புற் றிருந்தார் எப்போதும். 1112

எவர்சீ ரடிக்குச் சென்றாலும்
எடுத்துத் தருவார் கற்பூரம்
தவறா தளிப்பார் காணிக்கை
தகுதி மிக்க மலர்தருவார்.
அவர்தம் பெருமை, பாபாவின்
அடியேன் யானும் எனக்கூறித்
தவமாய் அந்தக் கொள்கையுடன்
தாமும் வாழ்ந்தார் இறுதிவரை. 1113

பர்கான் என்னும் ஊரினிலே
பாபா பக்தை வாழ்ந்திருந்தார்.
பர்கா னில்தான் அவர்கணவர்
பணியும், அஞ்சல் துறையினிலே,
தர்ம நினைவில் அவ்வம்மை
சாயி பாபா புகழ்போற்றி
எற்றே செல்வோம் சீரடிக்கே,
என்ற எண்ணத் துடனுறங்க, 1114

வீட்டு வாசல் முன்பாக,
விந்தை பாபா கிச்சடியைக்
கேட்டு நின்றார் பிச்சையாக.
கிளர்ச்சி யுற்ற அவ்வம்மை,
வீட்டின் கதவைத் திறந்தவுடன்
வெறுமை கண்டு துணுக்குற்றார்.
காட்டும் இந்தக் குறிப்பெல்லாம்
கனவில் தானென் றுணர்ந்தவுடன், 1115

அனைவ ரிடமும் அதைச்சொல்லி
அகம கிழ்ந்தார். அவ்வாறே
கனவில் கேட்ட கிச்சடியைக்
காணச் செல்லும் போதவர்க்கு
நினைவாய்ச் செய்து தரவேண்டும்.
நிலைத்து விட்ட உறுதியுடன்,
அனைத்தும் பாபா செயலென்றே
அவரைக் காணக் காத்திருந்தார். 1116

அவர்தம் கணவர் பணிமாற்றம்
'அக்கோ லா'வென் றமைந்திடவே,
அவரும் கணவ ருடன்சென்று
அந்த பாபா வைக்காணும்
தவமும் பலித்த தென்றெண்ணி
தாமும் செல்ல முடிவெடுத்தே
அவர்கள் கோம திதீர்த்தத்தில்
ஆசை தீர நீராடிப் 1117

புறப்பட் டார்கள் சீரடிக்கு,
போன உடனே கிச்சடியைப்
பரப ரப்பாய்த் தயாரித்துப்
பாபா வுக்கு நைவேத்யம்
தரவே சென்றும் இயலாமல்,
தரிச னம்தான் பெற்றார்கள்.
அறவே நாட்கள் பதினான்கும்
அவ்வா றாகக் கழிந்திடவே, 1118

தினமும் காட்சி கண்டாலும்,
திளைக்கும் மகிழ்வைப் பெற்றாலும்,
தனது எண்ணம் நிறைவேறத்
தடையும் ஏனோ? என்றெண்ணி,
எனது ஆசை எப்படியும்
இன்று நிறைவு பெறவேண்டும்.
மனதில் தோன்றும் ஆவலுடன்
மகிழ்வாய்ச் சமைத்து மசூதிக்கு 1119

எடுத்துச் சென்றார் அவ்வம்மை.
எதிரே திரையும் இடப்பட்டுத்
தடுத்தும்; கேளா வேகத்தில்
தானே உள்ளே நுழைந்தவரை
மிடுக்காய்ப் பாபா பார்த்ததுடன்,
மீண்டும் ஏன்நீ நிற்கின்றாய்?
கொடுப்பாய் கொணர்ந்த கிச்சடியை,
கூடி அமர்ந்தோர் முன்கேட்டார். 1120

எனக்கு மிகவும் பிடிக்குமென
எடுத்தே உண்டார் மகிழ்வோடு.
தனது ஆவல் நிறைவுறவே
தாளா மகிழ்வால் அவ்வம்மை,
தனது கணவ ருடன்தாமும்
தாளில் வீழ்ந்து பணிந்தெழவே.
மனமும் மகிழ உதிவழங்கி,
மனது குளிர வாழ்த்தளித்தார். 1121

போலி யான சாமியார்கள்
புனைவைப் புதிரை மறைப்பதுடன்
வேலி யில்லா விளைபயிரை,
விரும்பும் காட்டு விலங்குகளாய்,
வாலி பத்தை வேட்டையாடும்
வன்னெஞ் சர்கள் வாழிடமாய்ப்
போலி யாக இயங்குவிக்கும்
புதிரே ஆசி ரமங்களாக 1122

இயங்கு கின்ற இவ்வுலகில்,
எளிமை, இனிமை, தோற்றமுடன்
சுயந லம்தான் இல்லாமல்
சூழ்ந்த வர்கள் அனைவருக்கும்
பயமற் றிருக்கும் நல்வாழ்வும்
பக்தி யையும் தாமருளி,
இயமம் நியமம் கடந்தவராய்
எங்கும் எதிலும் நிறைந்தவராய், 1123

எல்லாம் அறிந்தே அருள்பவராய்,
எதையும் தாங்கும் உளத்தினராய்,
பொல்லாப் பகைமை அற்றவராய்,
போற்றும் அன்னை தந்தையென
எல்லாம் அவர்தான் எனுமாறு
எங்கும் தோன்றும் தெய்வமென
நல்லோர் வாழ வழிநடத்தும்
நாய கன்தான் நம்பாபா. 1124

81. பாபாவோடு இணைந்த மேகா

சகாட்டே வினாயக் பகதூரின்
சமையற் காரன் மேகாதான்
மிகையாய்ப் போற்றும் சிவபக்தன்.
மேலும் அவன்ஓர் அந்தணனாம்;
பகரும் வார்த்தை நமசிவாய
படிப்பும் அதிகம் பயிலாதோன் ;
இகத்தில் சிவன்தான் எல்லாமே
என்றே எண்ணும் பக்தனவன். 1125

'சகாட்டே' என்னும் மாமனிதர்
சாயி பகவான் பக்தராவார்.
'சகாட்டே' மேகா வையழைத்துச்
சந்தி யா, கா யத்ரிதன்னைப்
புகலும் வண்ணம் கற்பித்தார்
போற்று மாறு கற்றுணர்ந்தான்.
அகலா பக்தி யுடன்தினமும்
அனுச ரித்தான் மந்திரத்தை. 1126

பகலில் ஒருநாள் உணவதனைப்
பரிமா றுங்கால் அமைதியுடன்,
சகாட்டே கேட்டார் மேகாவைச்
சமையல் கலையில் தேர்ந்துள்ளாய்?
மகாதே வனைநீ கண்டதுண்டா?
மரியா தைக்குச் சிரிப்புதிர்த்தான்
விகற்பம் இன்றி உரைத்திடுக!
விருப்பம் ஏதும் உனக்குண்டோ? 1127

சிவனின் அம்ச மாயொருவர்
சீர டிதன்னில் இருக்கின்றார்.
சிவனை நேரில் காண்பதற்குச்
சீர டிசெல்க! எனப்பணித்தார்.
சிவனைக் காணும் ஆவலிலே
சிறிதும் மறுப்பு கூறாமல்
அவனும் ரயிலில் புறப்பட்டான்,
ஆனால் மனதில் ஓர்ஐயம்.! 1128

பகவான் சாயி முகமதியர்
பக்தி எனக்குச் சிவனிடத்தில்
இகழ்ச்சிக் குரிய செயலாக
எவ்வா றவரை வணங்குவது?
அகத்தில் குழப்பம் மேலிடவே
அங்கே மேகா செல்லாமல்,
திகழும் சகாட்டே இல்லத்தைத்
திரும்ப வந்து சேர்ந்தவுடன், 1129

ஏன்நீ அங்குச் செல்லவில்லை?
என்று கேட்டார் சகாட்டேவும்.
நான்ஓர் அந்த ணன்.அதனால்
நாட்டம் அங்கே எனக்கில்லை.
மீண்டும் மீண்டும் வற்புறுத்த
வேண்டாம் என்று கூறிவிட்டான்
காண்ப தற்குக் கண்இருந்தும்
காண வியலா இருள்சூழ்ந்தே? 1130

இருந்தால் அவன்தான் என்செய்வான்?
இருளை அகற்றித் தெளிவித்து,
மறுப டியங்கே செல்வதற்கு
மயக்க மறுத்தே அனுப்பிவைத்தார்.
உறுத்த லோடு மேகாவும்
உயர்ந்த சகாட்டே சொல்மதித்து
மறுமு றையும் சீரடிக்கு
மகிழ்வே இன்றிச் சென்றடைந்தான். 1131

மசூதி வாயில் நுழையுங்கால்,
மறுத்தே! அவனைத் துரத்திடுவீர்!
அசூயை யோடும் அவன்வந்தால்
அவன்றன் பெருமை குறைந்துவிடும்
மசூதிக் குள்ளே கீழ்ச்சாதி
மக்கள் இருக்க உயர்சாதி
அசூயை கொண்டால் அதுகேடு.
அவனை வெளியே தள்ளுங்கள்! 1132

என்று பாபா சப்தமிட
ஏதும் புரியா நிலைமையிலே,
சென்ற மேகா நடுநடுங்கி,
"சேய்மை யில்நான் எண்ணியதை
இன்று செப்பும் இவர்தெய்வம்
இனிநான் தெளிந்தேன்" மன்னிப்பீர்!
என்றும் இவ்வா றெண்ணுகிலேன்
ஏற்றுக் கொள்வீர்! எனப்பணிந்தான் 1133

பகவான் மன்னித் தருள்செய்தார்
பாபா அருகில் மேகாவும்
அகலா திருந்தே பணிசெய்தான்.
அவ்வா றாகச் சிலநாட்கள்
புகல வியலா சிவபக்தி
புனிதன் மேகா வையீர்க்க,
அகன்றான் அந்த இடம்விட்டே,
அமைந்தான் "திஜியம் பகேஷ்வரத்தில்" 1134

தங்கி ஒன்ற ரையாண்டும்
சதாசி வனையே பூசித்தான்
அங்கே சென்ற நாள்முதலாய்
அனைத்து தெய்வ வழிபாட்டில்,
தங்கி பாபா இருப்பதைப்போல்,
தனக்குத் தோன்ற மறுபடியும்
இங்கே வந்து சீரடியில்
இருக்கும் நினைவில் வந்துற்றான். 1135

தனித்து வந்த மேகாவும்
'தாதா கோல்கர்' உதவியுடன்
இனிதே மசூதி தனில்நுழைந்தே
இருக்கும் வாய்ப்பு தனைப்பெற்றான்.
கனிந்தே ஏற்று பாபாவும்
கருணை உளத்தால் அருள்புரிந்தார்.
இனிமேல். மாற்றம் எனக்கில்லை
இந்த பாபா சிவனேதான்! 1136

இவரை வணங்கிப் பூசித்தால்
இறைவன் சிவனை வணங்குதல்போல்;
தவறா தென்றும் சிவாலயத்தைத்
தரிசிப் பான்பின் பாபாவின்
தவபீ டத்தை வில்வத்தால்
தனியே அமர்ந்து அர்ச்சிப்பான்.
அவரை நாடி அருகமர்ந்தே
அவர்தம் கால்கள் வலிநீங்க, 1137

இதமாய்ப் பிடித்து விடுவதுடன்
இனிய பாத பூசைநீரை
நிதமும் பருகிக் கங்கையென்பான்.
நித்தம் செய்யும் பணியொருநாள்
நிதர்ச னமாக இல்லாமல்
நெருடல் கண்டார் பாபாவும்.
அதற்கு கோயில் 'கண்டோபா'
ஆல யத்தின் திறவாமை . 1138

கவலை எதற்கு? இப்போது
கண்டோ பாவைக் காண்பாய்நீ!
அவச ரமில்லை உடன்செல்க!
ஆல யம்தான் திறந்திருக்கும்.
நிவர்த்தி செய்த பாபாவை
நினைத்த வாறே மேகாவும்,
கவலை நீங்கித் தரிசனமும்
கண்டு வந்தான் அவ்விடத்தில். 1139

எண்ணம் அறிந்து செயல்படுத்தும்
எம்பெ ருமானே! பாபாநீர்
உண்மை யாகச் சிவனேதான்
உணர்ந்தேன் யானும்; பரம்பொருளே!
என்னை யாளும் எம்பெருமான்
இங்கே என்னுள் இருக்கின்றார்
என்றே மசூதி தனில்தங்கி
இனிய பாபா உளம்நிறைந்தான். 1140

ஒருநாள் கங்கை யைக்கொணர்ந்தே
ஒப்பில் சிவனை(பாபா) நீராட்டச்
சிறுவன் போன்றே அடம்பிடித்தான்;
சிந்தை ஏற்கா பாபாவும்
ஒருவா றாகச் சம்மதித்தார்
ஒருநாள், அன்று, சங்கராந்தி.
உருவம் முழுதும் சந்தனத்தை
உடலில் பூசிக் கோமதியில்;(ஆறு) 1141

இருக்கும் கங்கை நீர்கொணர,
ஏற்பா டனைத்தும் செய்தபின்னர்
இருபான் நான்கு கல்தொலைவு
ஏற்ற வேகம் தனைக்கூட்டி
இருகை களினால் குடம்ஏந்தி
எடுத்து வந்தான் கங்கையினை.
மறுக்கா வண்ணம் அமர்வித்து
மதிய குளியல் தனைத்தொடர்ந்தான். 1142

சிவனின் குளியல் கங்கையில்தான்
சிவனே நீர்தான் ஏன்மறுப்பு?
அவன்றன் அன்புக் கட்டளையால்
அமர்ந்த பாபா கூறலுற்றார்.
சிவனே என்றே அமர்ந்துள்ளேன்
சிரசில் ஊற்று போதும்நான்
இவண்என் சிரசை முன்நோக்கி
இருக்கு மாறு அமர்கின்றேன். 1143

என்று சொன்ன பாபாவின்
எழிலு ருவத்தை முழமையுமாய்,
நன்கு நனையப் பரவலாக
நாற்பு றத்தும் நீராட்டி,
பொன்போற் பொதிந்த திருப்பாதம்
போற்றி வணங்கி எழும்போதில்,
அன்று தாங்கள் காண்பதெல்லாம்
அதிச யமாகத் தோன்றிடவே 1144

நனைந்த பகுதி தலைகண்டார்
நனையா பகுதி உடல்கண்டார்.
நினைத்த போதே மெய்சிலிர்க்க
நின்றி ருந்தோர் வியப்புற்றார்.
அனைத்தும் சிவனின் விளையாடல்
ஆனந் தத்தால் அழுதமேகா
நினைந்து நினைந்து நெக்குருகி
நிமலன் பாதம் பணிந்தெழுந்தான். 1145

நேரில் தொழுதான் மசூதியிலே
நிழலைத் தொழுதான் சாவடியில்,
ஊறிப் போன பக்தியிலே
உறைந்து நிற்கும் மேகாவைப்
பாரில் உண்மை பக்தனெனப்
பரிந்தே ஏற்றார் பாபாவும்.
வாரி அட்ச தைதூவி
வாழ்த்த வந்தார் சாவடிக்கு. 1146

சூலம் ஒன்றை வரைந்திடுக!
சொல்லி விட்டு மறைந்தவுடன்
காலைப் போதில் கண்விழித்துக்
கனவோ? நினைவோ? என்றெண்ணி
மீளா ஐயத் துடன்பார்க்க,
மேனி முழுதும் அட்சதைகள்.
தாளைத் திறக்க வழியில்லை
தாமே எவ்வா றிவண்வந்தார்? 1147

என்று பலவும் சிந்தித்தே,
எவ்வா றென்று பாபாவைச்
சென்று கேட்போம் என்றெண்ணித்
தேடி மசூதி சென்றடைந்தான்.
என்றும் போலப் பணிந்தெழுந்தே
யானும் சூலம் வரைவதற்கே
இன்றே எனக்கும் அருளாசி
ஏற்க அருள்வீர்! எனக்கூற, 1148

"முன்பே வரையப் பணித்தேனே!"
"மூடப் பட்ட கதவிருக்க
முன்பே வந்த தெவ்வழியில்?"
"முன்னும் பின்னும் எவ்விடத்தும்
என்றும் எங்கும் நிறைந்துள்ளேன்
என்றன் பாதை தடைப்படுமோ"?
நன்கு புரிந்து கொண்டவனாய்
நடந்து சென்றான் சாவடிக்கு 1149

பாபா படத்தின் பக்கத்தில்
பக்தி யோடு சூலத்தை
பாபா கையில் பிடித்ததைப்போல்
பதித்துக் கொண்டான் மனத்திரையில்
கோபா லன்கைக் குழல்போன்று
கோடா தூரி கைபிடித்துத்
தீபா ராத னைசெய்தே
திரிசூ லத்தை வரையலுற்றான். 1150

82. புனேபக்தர் பாபாவுக்குச் சிவலிங்கம் அளித்தல்

மறுநாள் புனேயில் வாழ்பக்தர்
வந்தார் பாபா வைக்காண.
உறுதி யான பக்தியுடன்
உரிமை யுடனே வந்தவரும்
அருகில் வந்து பாபாவை
அணுகி வணங்கி அவரிடத்தில்
உருவில் சிறிய லிங்கத்தை
உவகை யோடும் அளித்திட்டார். 1151

அந்தச் சமயம் மேகாவும்,
அங்கு வந்து பணிந்திடவே
எந்த நேரம் திரிசூலம்
எழுதத் தொடங்கி விட்டாயோ?
அந்த நல்ல நேரம்தான்
அரனே இங்கு வந்துள்ளார்.
வந்த மேகா விடம்காட்டி,
வழங்கிக் காப்பாற் றெனச்சொன்னார். 1152

சிவனை வணங்க பாபாவே
சிந்தை மகிழ்ந்து சொன்னவுடன்
அவனும் லிங்கம் தனைவாங்கி
அவனி ருக்கும் சாவடிக்குத்
தவமாய் ஏற்றுச் சென்றவுடன்
தாங்க வியலா வியப்பங்கே
அவனுக் காகக் காத்திருக்க
அங்கே காகா தீட்சித்தும் 1153

குளித்து முடித்துத் தலைதுவட்டிக்
கொண்டே பாபா வைநினைந்து
களிப்பில் ஆழ்ந்த அவ்வமயம்
கண்கள் மூடி யிருந்தாலும்,
சிலிர்க்க வைத்த காட்சியிலே
சிவலிங் கத்தைக் கண்ணுற்றார்.
வெளிச்சம் மேவக் கண்திறந்தார்
விளங்க வில்லை அவருக்கு. 1154

அங்கே வந்த மேகாவும்
அவரிடத்தில் தான்கொணர்ந்த
கங்கா தரனின் சிலைகாட்ட,
கண்கள் மலர தீட்சித்தும்
இங்கே சற்று முன்தான்யான்
இந்த லிங்கம் தனைக்கண்டேன்
பொங்கும் பாபா அருள்நினைந்து
பூரித் தார்கள் இருவருமே. 1155

சிவலிங் கத்தைப் பூசித்துச்
சிந்தை மகிழத் திரிசூலம்,
தவத்தின் பயனாய் வரைந்ததுடன்
தவறா ததனைப் பூசித்தும்
இவற்றில் இணைந்து முழுமையுடன்,
என்றன் பாபா நிறைந்துள்ளார்
இவரே சிவனின் அவதாரம்
என்றே உறுதி கொண்டிருந்தான் . 1156

மதியம் இரவு இருவேளை,
மதிப்பிற் குரிய பாபாவைத்
துதிக்கும் ஆர்த்தி தனைக்கண்டும்,
துணையாய்ப் பணிகள் பலசெய்தும்,
வதியும் இடத்;தில் சிவசூல
வந்த னையும் தவறாமல்
விதித்த பணியாய்ச் சீரடியில்
விரும்பிச் செய்தே வாழ்ந்திருந்தான் 1157

1912-ஆம் ஆண்டில் பாபாவின் பக்தர் “மேகா” சிவபதம் அடைதல்

இவ்வா றாக வாழ்நாளும்
இனிதாய் முடிய, அதுகண்டு
செவ்வாய் மலர்ந்தார் பாபாவும்.
“சிறந்த என்றன் பக்தனிவன்”
இவ்வா றாகப் புகழ்ந்துரைத்தே
இனிய உடலை வருடிவிட்டார்.
செவ்வாம் பல்போல் கண்களிலே
சிலநீர்த் துளிகள் வழிந்தோட. 1158

பகவான் எண்ணும் செயலனைத்தும்,
பக்தர் மூலம் நிறைவேற்றி
அகலாப் பெருமை நிலைநாட்டும்
ஆற்றல் பெறவும் செய்திடுவார்.
நிகழும் அனைத்துச் செயல்களுமே
நிமலன் பாபா நிகழ்த்துவன.
நிகரில் லாத ஆளுமையை
நினைக்கும் ஆற்றல் எவர்க்குண்டு? 1159

83. பாபாவின் அனுதின அலுவல்கள்

புலரும் முன்பே எழுந்திடுவார்
புரிவார் காலைக் கடன்களையும்
இலங்கும் 'துனி'யின் அருகினிலே
இருப்பார் தெற்குத் திசைநோக்கி
விளங்கும் கம்பத் தில்சாய்ந்து
விருப்பம் போலப் பிரார்த்தனையின்
இலக்காய் உரைப்பார் 'யாதேஹாக்'.
இதுதான் மெல்ல எதிரொலிக்கும். 1160

அருகில் எவரும் நெருங்காமல்
ஐம்பான் கெஜத்தின் இடைவெளியில்
பெருமான் செய்வார் பிரார்த்தனையை.
பின்னர் புனித அக்னியிலே
விரும்பும் அளவில் விறகுகளை
வேள்வி செய்வார் போலிடுவார்
வருகை தந்த பக்தரிடம்
வழக்கம் போல முன்னிரவில், 1161

சென்ற இடமும் செயல்பாடும்
செய்தி யாகக் கூறிடுவார்.
எண்ணி மூன்று நாட்கள்பின்
எதிரில் ஆல ருகேகிணற்றில்
தண்ணீர் இறைத்துக் குளித்திடுவார்.
தமது வாயைக் கொப்பளித்து
அண்ணல் உமிழும் நீர்தன்னை
அங்கே உள்ள தொழுநோயர். 1162

ஏற்றுத் தத்தம் உடல்மீதில்
எங்கும் தெளித்து நலம்பெறுவர்
மாற்ற மின்றி முதல்சுற்றாய்
மனது விரும்பும் இல்ஐந்தில்
ஏற்பார் பிச்சை. ஆனாலும்
எங்கும் உண்ண மறுத்திடுவார்.
ஏற்ற உணவைக் கொணர்ந்தவற்றுள்,
எரியும் புனித அக்னியிலே, 1163

ஒருவாய் உணவை அர்ப்பணித்தும்
உள்ள மிகுதி அத்தனையும்
வருப வர்கள் அனைவருக்கும்
வழங்க வேண்டி நடுவிடத்தில்
பெருமண் பாண்டம் தனிலிடுவார்.
பெரிதும் பக்தர் அளிக்கின்ற
அருமை யான உணவுகளும்
அதிலே இடுவர். அவையனைத்தும். 1164

ஒன்றாய்க் கலந்து ஒருசிறிதை
உவகை யோடு பாபாவும்
உண்ட பின்னர் மிகுந்துள்ள
உணவை வந்த அனைவருக்கும்
தன்கை யாலே வழங்கிடுவார்
தாங்கள் ஏற்ற அவ்வுணவை
கண்ணில் ஒற்றி ஒருமித்துக்
களிப்பாய் உண்பர் பக்தியுடன். 1165

காலை உணவு முடிந்தவுடன்
காணச் செல்வார் ‘லெண்டிக்கு’
சீல முடைய அவ்விடத்தில்
செல்லல் பாபா மட்டும்தான்
ஆளாய் அப்துல் ஒருவர்தான்
அவரோ டொன்றிச் சென்றிடுவார்
கால மெல்லாம் அப்துல்தான்
கடமை செய்ய உடன்சென்றார். 1166

எங்கு பாபா சென்றாலும்,
என்றும் செல்லும் பக்தர்கள்
அங்கு மட்டும் செல்லாமல்
அந்த 'லெண்டி' முகப்பருகில்
தங்கி விடுவர் அனைவருமே.
சாயி பாபா 'லெண்டி'க்குள்
அங்கே நடுவில் எரிகின்ற
அணையா நந்தா விளக்கின்பின் 1167

நிறுத்தப் பட்ட தூண்மறைவில்
நேராய் அமர்ந்த வுடன்அப்துல்
சுறுசு றுப்பாய் வாளிகளில்
தூய நீரைக் கொணர்ந்தவர்க்குத்
தருவார். பாபா உடனெழுந்து
தண்ணீர் தன்னைத் திசைநான்கில்
அருகில் விளக்கைச் சுற்றிலுமாய்
அள்ளித் தெளிப்பார் அமர்ந்தெழுவார். 1168

விளக்கை யொட்டி நாற்றிசையும்
மெல்ல நடந்து சிலகெஜங்கள்
அளப்ப தைப்போல் சென்றிடுவார்
அந்தத் திசைகள் நான்கையுமே
சலன மற்றுப் பார்த்திருப்பார்.
தாமே ஏதோ முணுமுணுப்பார்.
நிலவும் அமைதி முகத்தோடு
நேரே லெண்டி தோட்டத்தைச் 1169

சுற்றிப் பார்த்துப் புறப்பட்டுச்
சூழும் பக்தர் உடன்வரவும்
சற்றும் தாம தமில்லாமல்
சரியாய்ப் பத்து மணியளவில்
உற்ற மசூதி வந்தடைவார்.
உரிய பக்தர் குழாத்துடனே
சற்று நேரம் உரையாடித்
தாமும் செல்வார் யாசிக்க. 1170

ஏற்று வருவார் யாசிப்பை
எடுப்பர் மதிய ஆரத்தி.
மாற்ற மின்றி உதியளித்து
மதிய உணவிற் கனுப்பியபின்
வீற்றி ருக்கும் அன்பர்கள்
வினியோ கிக்கும் உணவதனை
ஏற்ற பாபா உண்ணாமல்
எல்லோ ருக்கும் வழங்கிடுவார். 1171

மகல்சா சாமா போன்றோரும்
மற்றும் நெருக்க மானவரும்
உகந்த மதிய உணவுண்ண
ஒன்றாய் பாபா வுடனமர்வர்.
திகழும் பாபா திருமுன்னர்
திரைகள் போட்டு மறைத்திடுவர்
அகமாம் மசூதி தனில்நுழைய
அனும தியில்லை அவ்வமயம். 1172

மதிய உணவின் பின்பாபா
மௌன மாகத் தியானத்தில்
அதிக நேரம் ஆழ்ந்திடுவார்.
அவர்தம் தனிமை அறிந்திருந்த
மதிப்புக் குரிய பக்தரெலாம்
மசூதி விட்டே அகன்றிடுவர்.
புதிராய் இரண்டு மணியளவில்
புரியும் செயலே வியப்பாகும். 1173

அவரும் தன்முன் திரையிட்டு
அமர்ந்த வாறு பையொன்றில்
தவம்போல் காக்கும் சில்லறையைத்
தாமே வெளியில் எடுத்தவற்றை
அவர்தம் கையின் விரல்நுனியால்
அழுந்த மெல்லத் தேய்த்திடுவார்.
கவரும் வண்ணம் அவர்கையில்
காச னைத்தும் வழுவழுக்கும். 1174

அற்றைப் போதில் முணுமுணுப்பார்
அந்தக் காசில் சிலவற்றை
உற்றுப் பார்த்தே உடனுறையும்
உரிய பக்தர் சிலர்மட்டும்
பெற்றுக் கொள்ளத் தக்கதெனப்
பெருமை யுடனே ஒவ்வொன்றாய்ப்
பற்று டையார் பெயர்கூறிப்
பையில் எடுத்து வைத்திடுவார். 1175

காக்கா, நானா போன்றோரைக்
கருத்தில் கொண்டு கூறுங்கால்
நோக்கும் பிறர்தம் குறிப்பறிந்தால்
நொடியில் பையை மறைத்திடுவார்.
ஆக்க பூர்வ மாயெதையோ
அவரும் செய்வார் பிறரறியார்.
காக்கும் பாபா உடனெழுந்து
கவலை தீர்க்கும் நோக்கோடு. 1176

வந்து மசூதி யில்அமர்வார்.
வரவை நோக்கி எதிர்பார்த்து
முந்தும் மக்கள் குறைகளைய
முழுதும் கேட்டு தீர்வுரைப்பார்
இந்தச் செயலை மாலைவரை
ஏற்று முடித்த பின்பாபா
அந்த இடத்தை விட்டகன்றே
அவரும் சற்றே இளைப்பாறி, 1177

ஸ்ரீ சாய்பாபா சுவற்றில் சாய்ந்த படி தன் பக்தர்களுடனான நிழற்படம்

மாலை வேளை நெருக்கத்தில்
　　மசூதி முன்னே உலவியபின்
சாலை யொட்டி வெளிச்சுவற்றில்
　　சற்றே சாய்ந்து நின்றிருப்பார்
சாலை வழிச்செல் நபர்களிடம்
　　சரள மாக உரையாடி
மாலை ஐந்து மணியளவில்
　　மறுமு றையும். 'லெண்டி'செல்வார். 1178

அங்குச் சென்றே உலவியபின்
　　அந்திப் போதின் ஆர்த்திக்கு
எங்கும் பக்தர் புடைசூழ
　　ஏற்ப தற்கு வந்திடுவார்
அங்கே ஆர்த்தி முடிந்தவுடன்
　　அருகில் அமர்ந்த பக்தருடன்
தங்கி உரையா டும்போதில்
　　தாமே சொல்வார் உபகதைகள். 1179

அதன்பின் தமக்குத் தட்சணையாய்
        அன்ற ளித்த அனைத்தையுமே
மதவே றுபாடே இல்லாமல்
        மனித நேயத் தோடங்கே
உதவ ஏழை எளியோர்க்கும்
        உடனே பகிர்ந்தும் அளித்திடுவார்
அதன்பின் உதியை அனைவருக்கும்
        அளித்து அனுப்பி வைத்திடுவார். 1180

அந்தி நேரம் முடியுங்கால்
        அந்த மசூதி முழுவதிலும்
சிந்தை மகிழ அகல்விளக்கைச்
        சிரத்தை யோடும் ஒளிகூட்டி
விந்தை வானில் திகழ்கின்ற
        வியக்கும் உடுக்கள் போலமைப்பார்
அந்த மசூதி அவ்வமயம்
        அழகுத் தேர்போல் தனித்தொளிரும். 1181

பின்னர் வாடா செல்லுங்கால்
        பீடு சேர்க்கும் ஊர்வலத்தில்
அன்பால் செய்யும் அனைத்தையுமே
        அவரும் ஏற்பார் பற்றின்றி.
என்றும் நடக்கும் ஊர்வலம்தான்
        எனினும் பக்தர் உடன்செல்வர்
சென்று வாடா அடைந்தவுடன்
        செய்யப் பட்ட பெருமையுடன் 1182

அன்று இரவு ஓய்வெடுத்தே
        அடுத்த நாளில் அதிகாலை,
என்றும் போல மசூதிக்கே
        இவரை பக்தர் ஊர்வலமாய்க்
கொண்டு வந்து சேர்ப்பார்கள்
        குறிப்பாய் ஒருநாள் விட்டொருநாள்
சென்று வாடா தனில்தங்கும்
        சிறப்பு நிகழ்ச்சி தொடர்நிகழ்வாம். 1183

84. அப்துல்பாபா வின் சீரடி வருகை:-

தபதி நதியின் கரைதன்னைச்
சார்ந்த 'நான்டட்' எனுமிடத்தில்
தபசி பக்கீர் அமீருத்தீன்
தமது பாது காப்பினிலே,
அபய மளித்தே அவர்மகன்போல்
அப்துல் தன்னைக் காக்குங்கால்,
தபசி பக்கீர் கனவினிலே
சாயி தோன்றி மாங்கனிகள் 1184

இரண்டைத் தந்து, நீஅவற்றை,
இங்கே உள்ள அப்துல்லா
கரத்தில் ஈந்து அவனெனைக்
காண அனுப்பு! சீரடிக்கு!
உறங்கும் போதே உரைத்தவைகள்
உண்மை என்று உணர்ந்ததனால்
சிரமேற் கொண்ட அமீருத்தீன்
சிந்தை மகிழ அனுப்பிவைத்தார். 1185

அன்று வந்து சீரடியை
அடைந்த அப்துல் மசூதிக்குச்
சென்று கண்டார் பாபாவை,
சிரித்த வாறே பாபாவும்,
"என்றன் காகம் என்னிடத்தில்
இப்போ திங்கே வந்ததென்றார்"
அன்று முதல்நாற் பத்தைந்து,
ஆண்டு களாகச் சீரடியில் 1186

தங்கித் தொண்டு செய்தவராய்த்
தமது வாணாள் வரையிருந்தார்.
அங்கே அவர்தம் பணியெல்லாம்
அணையா விளக்கை ஏற்றுவது
தங்கும் துவார காமாயி,
தமது வாடா, லெண்டியிலும்,
மங்கா அணையா விளக்குகளை,
மற்றும் இரண்டு இடங்களிலும் 1187

எண்ணெய் ஊற்றி ஏற்றிடுவார்.
என்றும் அவர்தம் பராமரிப்பாய்ச்
சென்று லெண்டி தோட்டத்தில்,
செய்த இரண்டே அடிஆழ
மண்ணின் குழிக்குள் விளக்கேற்றி
மறைக்கும் வகையில் மூடியைப்போல்;
என்றும் காற்றில் அணையாமல்
இருக்க துத்த நாகத்தால் 1188

செய்த தகட்டால் பந்தலிட்டுச்
சிறிய கூடா ரம்போலமைக்க,
நெய்த திரைகள் இருபதினால்
நீண்ட சுற்றாய் வடிவமைத்துப்
பெய்யும் மழைக்கும், காற்றுக்கும்
பெரிதும் பாதிப் பில்லாமல்
உய்யு மாறும் உள்ளிருந்தே
உயிராய்க் காத்தார் அப்துல்லா. 1189

அந்த நந்தா தீபத்தை
அதன்பின் சற்றே இடம்நகர்த்தி
அந்த இடத்தில் கற்றூண்மேல்
அமைத்த சிறிய அறைக்குள்ளே
எந்தை பாபா நினைவாக
இன்றும் எரிந்து வருகிறது
சிந்தை மகிழ லெண்டிக்குள்
செல்ப வர்கள் கண்டிடலாம். 1190

தினமும் கூறும் அறிவுரைகள்
தீர்த்து வைக்கும் பிரச்சனைகள்
மனதில் தோன்றும் ஐயத்தை
மாற்றும் சிறந்த உபதேசம்
இனத்தில் பேதம் இல்லாமல்
இவ்வா றான இயக்கத்தால்
மனதில் உறைந்த பாபாவும்
மக்க ளோடு வாழ்கின்றார். 1191

85. சாமா மூவுலகைக் காண விழைதல்

ஒருநாள் சாமா, மும்மூர்த்தி
உறையும் உலகம் உண்மையிலே
இருக்கின் றதாவென் றுரைத்திடுவீர்!
என்று கேட்டார் பாபாவை.
"இருகண் களையும் மூடிக்கொள்
இருக்கக் காண்பாய்!" எனப்புகன்றார்.
பெறுதற் கரிய பேறாகப்
பெரிதும் மகிழ்ந்த சாமாவும், 1192

கண்கள் இரண்டை மூடியதும்
கண்டார் மூன்று உலகினையும்
அண்ணல் காண்பித் தாரெனினும்
"அவைகள் நமக்கும் உகந்ததல்ல,
என்றும் நமக்கு வேண்டுவது
இதற்கு முற்றும் வேறுபட்ட
என்றும் அழியா உயர்நிலையாம்"
என்றே உரைத்தார் பாபாவும். 1193

அடுத்து கேட்டார் ஒருகேள்வி
அன்று இராமன் இராவணன்பால்
தொடுத்த போரில் ஒருகோடி
துணையாய் வந்த வானரர்கள்,
விடுத்த போரில் எவ்வாறு
விரைந்து வந்து சேர்ந்தார்கள்?
அடுத்து அவர்கள் அனைவரையும்
அங்கே நீவிர் கண்டீரோ? 1194

"எறும்பி னங்கள் கூடுதல்போல்
எங்கும் போரில் வானரர்கள்
நெருங்கிச் சேர்ந்தே இருந்ததனை
நேரில் நானே அங்கிருந்தும்
அருகில் கண்டேன் இதுஉண்மை.
அப்ப டியானால் அப்போது
கருத்தில் அமைந்த பிறவியெது?
கண்ட தெல்லாம் நினைவெழுமோ? 1195

என்று கேட்ட சாமாவை,
எத்த னையோ பிறவிகளைத்
தொன்று தொட்டே இருவருமே
தொலைத்து விட்டோம். இப்போது
ஒன்றாய் நீயும் நானுமென
ஒத்தும் இங்கே இருக்கின்றோம்.
உன்னால் அறிய இயலாது.
ஒன்று விடாமல் நிகழ்வுகளை, 1196

என்னுள் ஒளிரும் ஞானத்தால்
எல்லா மும்நான் அறிந்திடுவேன்.
சொன்னால் உனக்குப் புரியாது
சொல்வ தைநீ செய்யென்றார்.
கண்ணன் இராமன் இருவருமே
கடமை யாற்ற வந்தவர்கள்.
உண்மை நிகழ்வைக் கதையென்றால்
உடனே நாமும் ஏற்பதில்லை. 1197

தொடர்ந்து வந்த பிறவிகளின்
தொன்மை நிகழ்ச்சி அத்தனையும்
கடவுள் பாபா அறிந்ததனால்
கணக்கில் லாத உயிரினத்தின்
இடரைத் தீர்க்கும் மருந்தாகி
இன்று வரையில் உடனிருந்து
நடக்கும் செயல்கள் அனைத்திற்கும்
நாய கனாகத் திகழ்கின்றார். 1198

அகந்தை, பொறாமை, சினம்போன்ற
        அனைத்துத் தீய குணங்களையும்
அகத்தி னின்று நீக்கிடவே
        அழகாய்க் கதைகள் அறிவுரைகள்
பகர்ந்தே உரியோர் உணர்ந்திடவே
        பக்தர் உளத்தில் பதிவித்தே
நிகரில் லாத ஆன்மீக
        நினைவிற் குரியோர் ஆக்கிடுவார். 1199

சித்தர். யோகி, தபசியெனச்
        சிந்தை தன்னில் நினைத்தவர்கள்,
தத்தாத் திரியர் தான் பாபா
        தவறே இல்லை என்பதனைப்
பித்தம் தெளிந்த மக்களுமே
        பின்னர் உண்மை அறிந்தார்கள்.
எத்த னையோ உருவத்தில்
        எங்கும் தோன்றும் தெய்வமவர். 1200

பிற்காலத்தில் பாபாவின் அன்புக்குகந்த 'சாமா' என்னும் மாதவராவ் தேஷ்பாண்டே எனும்பக்தர் ஆரம்ப நாட்களில் பாபா மசூதியில் தங்கியிருந்த போது தாம் கண்ட அனுபவத்தைக் கூறியுள்ளார்.

பள்ளி யொன்றில் பணிசெய்தேன்
        பதவி துணையா சிரியனாக.
பள்ளிக் கூடக் கட்டிடத்தின்,
        பக்கம் சன்னல் வழியாக,
எள்ளி நகைக்கும் பக்கீராய்
        எதிரே இருந்த மசூதிக்குள்
அல்லும் பகலும் அவரிருக்க
        அங்கே காண்பேன் பலநாட்கள். 1201

சிலசமயத்தில் பள்ளியில்யான்
சென்றும் இரவில் உறங்கிடுவேன்.
பலவா றான மொழிகளிலே
பாபா பேசும் திறன்கண்டேன்
உளத்தில் வியப்பு தோன்றிடவே
உன்னிப் பாகக் கவனித்தேன்.
பலவாம் சக்தி கண்டதனால்
பக்தி கொள்ள முற்பட்டேன். 1202

என்று குறிப்பில் எழுதியவர்
என்றும் பிரியா பக்தராகி
அன்று முதலே அவரோடும்
ஐக்கி யமானார். அதனாலே
அன்போ டவரைப் பாபாவும்
அழைத்தார் 'சாமா' எனவிளித்தே.
என்றும் நிலைத்த அப்பெயரே
ஏற்ற நற்பேர் ஆயிற்று. 1203

காந்தம் போல பாபாவும்
கவர்ந்தே ஈர்த்தார் பக்தரையே.
ஏந்தும் மலர்த்தேன் சுவைத்திடவே
எங்கெங் கிருந்தும் வண்டினங்கள்
மாந்த வருதல் போல்பக்தர்
மகிழ்வாய் நாடி எல்லோரும்
சாந்த மூர்த்தி பாபாவைச்
சந்தித் திடவே வந்தார்கள். 1204

86. பாபாவின் பக்தர் பிரதான் தம்பதி:

பம்பாய் நகரில் கணக்காளர்
பதவி வகித்த பிரதானும்,
தம்மு டைய கனவினிலே
சாயி பகவான் உருவத்தைச்
செம்மை யாகக் கண்டிருந்தும்
சிறிதும் அறியார். அப்போது,
தம்மு டைய இல்வாழ்வில்
தாளா சோகம் நிகழ்ந்ததனால், 1205

தன்னை மறந்து கலங்கியவர்,
தளிரை யொத்த மகன்றன்னை
எண்ணி யெண்ணி நிலைகுலைந்தார்
ஏழாம் அகவை தனிலவனும்
என்னைத் தவிக்க விட்டிறந்தான்
என்றே புலம்பும் பிரதானை
நண்பர் காண வந்திருந்தார்
நாதன் பாபா புகழுரைத்தார். 1206

அன்று பிரதான் கனவினிலே
ஐவ ராக சாதுக்கள்
ஒன்றாய்ச் சேர்ந்து வந்தார்கள்.
"உங்க ளுக்குள் பாபாயார்?"
என்று பிரதான் வினவிடவே
இவர்தான் என்றே, ஒருவரையே
கண்டு கொள்ள உரைத்தார்கள்.
கனவு கலைந்து விழித்தெழுந்தார். 1207

பின்னர் ஒருநாள் சீரடிக்குப்
பிரதான் சென்று பாபாவைக்
கண்டு வியந்தார் தாம்கண்ட
கனவில் வந்த உருவத்தில்
அன்று அங்கே அமர்ந்திருக்க,
அவரே சொன்னார். பிரதானை
முன்பே அறிவேன். மேலும்தாம்
மும்பை நகரில் அவர்வீட்டில், 1208

இருக்கும் தோட்டம், பழமரங்கள்
எண்ணிக் கையும் கணித்துரைத்தார்.
இருந்த பக்தர் அனைவர்முன்.
"இந்த முட்டாள் அழுவதும்ஏன்?
மருட்சி கொள்ளல் எதற்காக?
மண்மண் ணோடு கலந்ததென்றார்;.
இருளை அகற்றி உள்ளொளியை
ஏற்றி வைத்தார் பிரதான்பால். 1209

87. பக்தர் 'மாதவபட்'

பிரதான் தமது துணைவியுடன்
பிரியா பாபா பக்தராகிப்
பரமன் பாபா படம்வைத்துப்
பக்தி யுடனே போற்றிடுங்கால்,
விரதம், பூசை, ஜெபதபங்கள்
விரும்பிச் செய்யும் 'மாதவ்பட்'
'பிரதான் குடும்பம் பாபாவைப்
பெரிதும் போற்ற மனம்பொறாமல்' 1210

"இந்து குடும்பம் முஸ்லீமை
எவ்வா றேற்றுத் தொழுதிடலாம்?
இந்தப் பிறழ்வும் எதற்காக?"
என்று கோபம் கொண்டிருந்தார்.
சொந்த தனது மகன்பாபு
சோர்ந்து நோய்வாய்ப் பட்டிருந்தான்
இந்து கடவுள் கோபம்தான்
இவ்வா றுற்ற தென்றுரைத்தார். 1211

வந்தார் பாபா அவர்கனவில்
வந்து மாடிப் படியமர்ந்தார்
இந்த வீட்டின் தலைவன்யான்
இனிமேல் உன்றன் பதிலென்ன?
இந்தக் குடும்பம் எனதாகும்.
இதனைக் காத்தல் என்கடமை.
முந்தும் கோபம் எதற்காக?
முன்பின் அறியா மூடனோநீ? 1212

என்றே கையில் குச்சியுடன்
கனன்று கேட்க, அக்கனவைத்
தன்னுள் மறைத்தார். அக்கனவால்.
தனது மகனின் உடல்நிலையும்
முன்பு இருந்த நிலைமேலும்
முதிர்ந்து மோச மானதனால்,
அன்று பாபா படத்தின்முன்
அவச ரமாக ஓடியவர். 1213

இன்று மாலை மணிநான்கில்
எனது மகனும் குணமடைந்து
இன்றே கீழ்த்த ளம்சென்றால்
ஏற்பேன் உம்மை 'தத்தாத்ரி'
என்று போற்றிப் பூசிப்பேன்.
இதுவே உறுதி எனப்புகன்றார்.
நன்கு மகனும் எழுந்தமர்ந்து
நான்கு மணிக்குள் கீழ்த்தளத்தைக் 1214

காண விழைந்தான். அதிசயத்தைக்
கண்டு கொண்டார் 'மாதவ்பட்'
ஈனப் பிறவி யானேதான்!
என்ன கற்றும் பயனில்லை.
மான சீக மாய்வேண்டி
மனதில் பக்தி விதையூன்றி,
ஆனார் பாபா பக்தரென
அடைந்தார் புகலி டமாயவரை. 1215

88. D.M. முல்ஜி என்பார் பாபா பக்தரானார்

'கடாக்'கைச் சார்ந்த முல்ஜியென்பார்
கடுக ளவேனும் பக்தியிலார்.
நடாத்தும் செயல்கள் நாத்திகமே
நாளும் பாபா படம்வைத்தே
விடாமல் துதிக்கும் சகோதரர்பால்
வெறுப்பைக் காட்டி முகம்சுளிப்பார்.
அடாத செயல்போல் அவருடைய
ஆன்மீ கத்தைக் குறைசொல்வார். 1216

1916-ஆம் ஆண்டில் **D.M.முல்ஜி** மிகவும் நோயுற்றார்

ஒருநாள் இரவு அவர்கனவில்
ஒற்றை வெள்ளைக் 'கப்ளி'யிலே
பொருத்த மாகத் தலைமறைத்து,
புனித வெள்ளைத் துணியணிந்து
நெருங்கி வந்த முதியவரும்,
நிலையாய் வாட்டும் உன்நோயின்
வருத்தம் தீர வேண்டுமெனில்
வரவேண் டும்நீ எனைக்காண. 1217

இன்றே உறுதி எனக்களிப்பாய்!
என்று கூற, அவ்வாறே
நன்கு உடலும் நலம்பெற்றால்
நாடி வருவேன் என்றுரைத்தார்.
கண்ட கனவும் கலைந்ததனால்
கவலை யோடு பயம்சூழ
என்றும் இல்லா அதிசயமாய்
எழுந்தே அமர்ந்து கூச்சலிட, 1218

அண்ணி வந்து முல்ஜியிடம்
அலறி அழைத்த தேனென்றாள்.
கண்டேன் கனவில் முதியவரை,
'கனவில் சொன்ன செய்தியினை'
அண்ணி யிடத்தில் அவர்சொல்ல,
அவர்தான் பாபா என்றுரைத்து
மன்னும் பாபா படம்காட்ட
மாற்றம் இல்லை இவரைத்தான். 1219

கனவில் கண்டேன். என்றுரைத்தார்.
கணநே ரத்தில் ஒருநடுக்கம்.
அனலாய்த் தகித்த அவருடம்பும்
அன்றே தணிந்து நலம்பெற்றார்.
புனலாய்க் கண்ணீர் பெருகிடவே
புரிந்து கொண்டார் பாபாவை.
தனது உளத்தில் ஒருமாற்றம்
தானும் பாபா பக்தரானார். 1220

சிறிது காலம் சென்றவுடன்
சீர டிக்கும் சென்றிருந்தார்.
அரிய பாபா உருவத்தை
அங்கே கண்டு வியப்புற்றார்.
உரிய பக்தி நிறைவோடும்
உள்ளம் துள்ளப் பணிந்தெழுந்தார்.
பரிவாய் பாபா முல்ஜிக்குப்
பாசத் தோடும் அருள்செய்தார். 1221

89. ஸபட்னேகர் பக்தராதல்:-

போது மான பாடத்தைப்
புத்த கத்தில் படிக்காமல்
சாது போன்ற ஷிவாடேவும்
சாயி பாபா துணையிருக்க,
யாதும் வெற்றி எனையடையும்
என்றே நம்பிக் கைவைத்தான்
போதும் மூட நம்பிக்கை
புகன்றான் நண்பன் ஸபட்னேகர். 1222

காலப் போக்கில் ஸபட்னேகர்
கல்வி முடித்து வழக்கறிஞர்,
வேலை. அக்கல் கோட்டினிலே
விரும்பிப் பெற்றுப் பணிசெய்தார்;.
சாலச் சிறந்த மணவாழ்வும்,
சகல வளமும் பெற்றிருந்தார்
கோல வாழ்வில் பத்தாண்டில்
குலத்தின் செல்வன் தனையிழந்து, 1223

துன்பப் பட்டுத் துடிதுடித்தார்
துயரம் தீர கான்காபூர்,
பண்ட ரீபு ரம்சென்றார்.
பலஊர் சென்றும் பயனில்லை.
அன்று நண்பன் சொல்லியதை
அவரும் நினைவு கூர்ந்ததனால்
சென்று வருவோம். சீரடிக்குச்
சென்றால் அமைதி கிட்டுமென, 1224

அண்ணன் பண்டித் ராவுடனே
அங்குச் சென்று பாபாவைக்
கண்டு மகிழ்ந்தார் தூரத்தில்.
காணிக் கையாய் ஒருதேங்காய்
கொண்டு சென்று முன்வைத்துக்
குனிந்து பாதம் பணியுங்கால்
என்னைக் காண ஏன்வந்தாய்?
எழுந்து வெளியே போஎன்றார். 1225

அவமா னத்தால் உடல்குறுகி
அங்கோர் பக்கம் நின்றிருந்தார்.
கவலை யோடு பாபாவைக்
காணும் பக்தர் ஒருவரிடம்
அவர்தம் கோபம் தணித்தென்னை
அழைத்துச் செல்க! எனவேண்ட,
உவகை யோடு பாபாவும்
உரையா டுங்கால் மெதுவாக, 1226

பக்தர் 'பாலா ஷிம்பி'யென்பார்
பாபா படத்தை உடனேந்தித்
தக்க சமயம் பார்த்திருந்து,
தனது கையில் இருப்பவர்யார்?
மிக்க பக்தி யுடன்கேட்க,
மிகவும் மகிழ்ந்த பாபாவும்,
"பக்த ரிடத்தில், சபட்னேகர்
பக்தி செலுத்தும் காதலர்தான்." 1227

வேடிக் கையாய்க் கூறியபின்,
விளக்கம் கேட்கும் தோரணையில்
நாடி சபட்னே கரையழைக்க,
நம்பி வந்தார் அவ்விடத்தில்
தேடி வந்த அவர்தம்மைத்
திரும்ப, வெளியே போ!என்றார்.
தேடித் தேடி வந்தாலும்
தெய்வ அருளும் கிடைக்காமல், 1228

பாலா வோடு சபட்னேகர்
பைய ஏமாற் றத்துடனே
மீளாத் தோல்வி அடைந்ததுபோல்
மெதுவாய் வெளியே வந்தடைந்தார்.
பாலா ஷிம்பி கேட்கின்றார்
' பக்தி யின்றி வந்தீரோ?
ஏலா திருக்கும் காரணமேன்?
இவ்வா றுரைக்க வழியில்லை 1229

ஊர்போய்ச் சேர்ந்தார், ஓராண்டும்
ஓடிப் போக சபட்னேகர்
தீர்த்த யாத்தி ரைசெய்தும்
தீர வில்லை வேதனைகள்.
நேர்த்திக் கடன்போல் காசிக்கு
நிம்ம திதேடித் தம்பதிகள்
சேர்ந்து புறப்ப டும்முன்னர்,
சிறந்த கனவு ஒன்றதனைக் 1230

கண்டாள் சபட்னே கர்மனைவி.
"கனவில் குடிநீர் கொணர்ந்திடவே
தண்ணீர் முகந்தாள் கிணற்றினிலே;
தலையில் துணியைக் கட்டியவர்
மண்ணில் வேம்பின் கீழமர்ந்த
வயது முதிர்ந்த பக்கீராய்க்
கண்ணில் தோன்ற, அவர்வந்து
'கவலை வேண்டாம் குழந்தாய்யான், 1231

தண்ணீர் இறைத்துத் தருகின்றேன்'
தானே வந்து கூறியதும்,
கண்ணில் பயமும் தோன்றிடவே
கணத்தில் குடத்தை ஏந்தியவள்
தண்ணீர் இறைப்ப தைவிடுத்துத்
தயங்கித் தயங்கிப் பின்னடைந்தாள்
முன்பின் அறியா ஆளொருவர்
முகமன் கூறி உதவுவதை 1232

அறிய வியலா அம்மையவள்
அகன்று செல்லப் பின்தொடர்ந்தார்".
புரியா நிலையில் கண்விழித்துப்
புகன்றாள் அதனைக் கணவனிடம்
புரிந்து கொண்டார் ஸபட்னேகர்
போற்றும் பாபா தான்வந்தார்.
பரிவாய் நம்மை அழைக்கின்றார்
பார்க்கச் செல்வோம் வாவென்றார். 1233

இருவ ருமாகச் சீரடிக்கே
இணைந்து காணச் சென்றார்கள்.
மறுமு றைநாம் அவண்;சென்றால்,
மறுத்து விரட்டக் கூடுமென,
ஒருபால் ஒதுங்கி நின்றிருந்தார்
உண்மை பக்தர் ஸபட்னேகர்.
அருகில் நின்ற அவர்துணைவி
அன்று 'லெண்டி' யிலிருந்து. 1234

துவார காமா யிக்குவந்த
தூய பகவான் பாபாவை,
அவாவுற் றங்கே கண்டவுடன்
அதிச யித்தாள். தன்கனவில்
விவாதம் செய்து பின்தொடர்ந்த
விந்தை பாபா இவரேதான்.
துவார காமா யிவந்தவுடன்
துரித மாக அவள்சென்று, 1235

பாதம் பணிந்து முன்னமர்ந்தாள்.
பணிவு பக்தி தனைக்கண்டு
நாதன் பாபா உளம்மகிழ்ந்து
நயமாய்க் கதையொன் றவளிடத்தில்
ஓத லுற்றார். உன்னிப்பாய்
உற்றுக் கேட்டும் புரியாமல்
பேதை சபட்னே கர்மனைவி
பின்னும் கவன மாயக்கேட்டாள். 1236

நன்மை விளைக்கும் பாபாவும்
"நாட்கள் பலவாய் என்இடுப்பு
இன்னும் கைகால் வயிறனைத்தும்
இருந்து வந்த வலிதீர்ந்தே
இன்று முழுதும் குணமடைந்தேன்
இருந்த துன்பம் இல்லையென்றார்".
என்ன வியப்பு! இதுவரையில்
இருந்த தனது உடல்வலிகள் 1237

இருந்த சுவடே தெரியாமல்
இயல்பாய் மாற அவ்வம்மை,
பொருத்த மான கதைதன்னைப்
புகன்ற விதமே தனக்காக
உருக்க மாக உணர்ந்தவளாய்
உணர்வு பொங்கத் தாள்பணிந்தாள்.
அருகே சென்ற ஸபட்னேகர்
அன்பாய்ப் பணிய முன்போல, 1238

வெளியே போஎன் றுரைத்திட்டார்.
வேத னையால் மனம்குன்றி
துளியும் அகலா தமர்ந்திருந்தார்.
துணிந்தே பாபா திருமுன்னர்
வலிய மீண்டும் சென்றங்கே
வணங்கி பாதம் சிரம்வைத்துக்
களிப்பில் கண்ணீர் பெருகிடவே
காணும் போதில்; இடைச்சிவந்து , 1239

பகவான் பாபா இடுப்பதனைப்
பக்கு வமாகப் பிடித்துவிட,
அகலா அன்பால் அவளிடத்தில்
அவரோர் கதையைச் சொல்கின்றார்.
“விகற்ப மான வியாபாரி
வேத னையால் வந்தடைந்தான்.
நிகரே இல்லா துன்பத்தை
நீக்க வேண்டும் என்றழுதான்”. 1240

“கடனே என்று கேட்காதே!
கவன மாய்க்கேள்!” இக்கதையை.
“கடவுள் இவன்றன் குழந்தையினைக்
காப்பாற் றாமல் கொன்றானாம்.
அடக்க மின்றி அரற்றுகிறான்.
அதுஎன் குழந்தை கொல்வேனோ?
இடர்ப்ப டாமல் இருக்கச்சொல்
இந்தக் குழந்தை தனைமீண்டும், 1241

இவன்றன் மனைவி வயிற்றினிலே
இனிதே உதிக்கச் செய்திடுவேன்.
தவறாய் இவன்ஏன் நினைக்கின்றான்
தங்கிச் சிலநாள் இருக்கச்சொல்."
அவர்தம் கூற்றை உணர்ந்தவராய்
அங்கே தங்கிச் சிலநாட்கள்
தவறா தவர்க்குப் படையலிட்டுத்
தரிச னத்தைக் கண்டுவர, 1242

ஒருநாள் பாபா அவர்களிடம்
உண்மை பக்தி யுடன்நினைத்தால்
அருகில் இருப்பேன் எனக்கூறி,
அனுப்பி வைத்தார் நிறைவாக.
வறுமை தீர்ந்து வளம்பெற்ற
வறிஞன் போன்றே உளம்மகிழ்ந்து
பெருமை யோடு சென்றவர்கள்
பெருமான் றனக்கும் அளித்திடவே, 1243

ஒருரூ பாயை எடுத்துவைத்தார்.
ஒருவே ளைதாம் மறுபடியும்
விரும்பிக் கேட்டால் கொடுப்பதற்கு
வேறோர் ரூபாய் தனைவைத்தார்.
திரும்பி அவர்கள் ஊர்செல்ல
செலவுக் காகப் பயன்படுத்தச்
சிறுதொ கையை நிறுத்திவைத்துச்
சென்று பாபா வைக்கண்டு, 1244

காணிக் கையைத் தந்தார்கள்
கணித்த தைப்போல் பாபாவும்
காணிக் கையின் திறனறிந்து
கையில் மற்றும் ஒருரூபாய்
ஏனின் னும்நீ வைத்துள்ளாய்?
எனக்குக் கொடுப்பாய் எனக்கேட்டார்.
மேனி சிலிர்க்க அதிசயித்து
மெல்லத் தந்தார் ஸ்பட்னேகர். 1245

பின்னர் ‘சபட்னே கரை’பாபா
பெரிதும் மகிழ்வாய் அருகழைத்தே
அன்பாய் “இந்தத் தேங்காயை
அன்புத் துணைவி யிடம்தருவாய்!
இன்புற் றிருப்பீர்! செல்லுங்கள்.”
என்று கூறி விடையளித்தார் .
அன்று தொடங்கி ஓராண்டில்
அழகு மகனைப் பெற்றார்கள். 1246

எட்டு மாதக் குழந்தையினை
எடுத்து வந்து பாபாவைக்
கட்டுக் கடங்கா மகிழ்வோடு
காண வந்த தம்பதிகள்
பட்டுப் போன்ற குழந்தையினைப்
பாதம் வைத்துப் பணிந்தார்கள்.
தொட்டு வாழ்த்தி பாபாவும்
தூக்கி ஆசி வழங்கிட்டார். 1247

90. இராம் லாலின் கனவும் தரிசனமும்:

அந்த ணரான இராம்லாலும்
அக்கால் மும்பை தனில்வாழ்ந்தார்
அந்த நாளில் ஓரிரவில்
அற்பு தமான கனவொன்றைச்
சிந்தை பதியக் கண்டெழுந்தார்.
சிரித்த முகத்தில் மகான்ஒருவர்
வந்தார் கனவில். ஆன்மீகம்
மிக்க கவர்ச்சி உந்துதலால், 1248

எவ்வா றேனும் அவர்வதியும்
இடத்தைத் தேடிக் கண்டறிந்து
திவ்வி யமான தரிசனத்தைச்
சென்று காணும் ஆர்வத்தில்,
எவ்வா றவரை அறிவதென
எல்லோ ரிடமும் கேட்டலைந்தார்.
இவ்வா றாகச் செல்லுங்கால்
எதிரில் இருந்த கடையொன்றில், 1249

கனவில் கண்ட மகான்படமும்
காட்சி தரவே மெய்சிலிர்த்து
வினவும் போதில் சீரடியில்
மிளிரும் பாபா இவரென்றார்.
மனமும் துள்ள சீரடிக்கு
வந்து பாபா வைக்கண்டார்
இணைந்த மனதால் அவருடனே
இருந்து விட்டார் வாழ்வெல்லாம். 1250

91. பாபா பலராம் மன்கருக்கு அருளுதல்

பலராம் மன்கர் இல்லறத்தார்
பாசம் மிக்க மனைவிதனை
பலராம் இழந்த பின்குடும்ப
பாரம் அனைத்தும் மகனிடத்தில்
பலவும் அளித்துச் சீரடியில்
பக்தி யோடும் அவண்வந்து
நிலவும் அமைதி நிறைவோடு
நிலையாய். பாபா வுடன்தங்க, 1251

ஒருநாள் பாபா பலராமை
உரிமை யுடனே அழைத்திட்டார்.
அருளும் நோக்கத் துடன்பாபா
அவர்தம் சட்டைப் பையின்கண்
இருந்த ரூபாய் பன்னிரண்டை
எடுத்து பலரா மிடம்கொடுத்து
"மறுநாள் சதாரா ஜில்லாவில்
மச்சீந் திரகாட் என்கின்ற, 1252

புனித தலத்தை நாடிச்செல்
போன பின்னர் மும்முறைகள்
தனியே தினமும் தியானம்செய்.
தானே ஆன்ம முன்னேற்றம்
கனியப் பெற்றுக் கைகூடும்
காத்தி ருப்பேன் உனக்காக.
இனிதே சென்று பயற்சிசெய்
இடையில் இங்கே வாராதே" 1253

என்று கூறி அனுப்பிடவே
இதனை ஏற்ற பலராமும்,
நன்று என்றே நவின்றவராய்
நாடி 'மச்சீந் திரகாட்'டில்,
சென்று தியானம் மேற்கொண்டார்
சிலநாள் சென்ற பின்னொருநாள்
கண்கள் விழித்தே இருக்குங்கால்
காட்சி தந்தார் பாபாவும். 1254

மன்சர் அவரை வணங்கிப்பின்
மகிழ்வாய் அவர்தம் தாள்தொட்டார்.
"என்றும் உம்மோ டில்லாமல்
என்னை இங்கே அனுப்பியதன்,
எண்ணம் அறிய விழைகின்றேன்"
என்று கேட்ட பலராமை,
உன்னி டத்தில் அமைதியில்லை
உழன்ற கவலை யால்தியானம், 1255

உன்பால் கூடா சூழலினால்
உழன்ற வண்ணம் இருந்தாய்நீ!
என்னைப் பார்த்தால் மாற்றங்கள்
ஏதே னும்நீ காண்பாயா?
இன்று என்னைத் தொடுகின்றாய்
என்னை பாபா என்கின்றாய்!
என்றும் போலச் சீரடியில்,
இருக்கின் றேன்யான் இதுஉண்மை. 1256

அங்கே மட்டும் தான்கண்டாய்!
அதனால் விழைந்தாய் அங்கிருக்க.
எங்கும் இருப்பேன். தெளிவடைவாய்!
இதனை உணர்த்து வதற்காக,
இங்கே உன்னை அனுப்பிவைத்தேன்.
என்று பாபா கூறியபின்,
அங்கே வந்த பணிமுடித்தே
அவரும் பூனா வந்ததன்பின், 1257

‘தாத ருக்குச் செல்வதற்குத்
தவித்தார் பயணச் சீட்டெடுக்க.
சோத னைபோல் நெரிசலிலே
சோர்ந்து விட்ட நேரத்தில்,
“தாத ருக்குச் செல்லாமல்
தடைப்பட் டதாலே என்சீட்டு
மீத முண்டு பெற்றிடுக!”
மேனி முழுதும் கம்பளியால், 1258

போர்த்திக் கொண்டு கோவணத்தில்,
புதிய மனிதர் கிராமவாசி
சேர்த்தார் சீட்டை மன்சரிடம்,
செலுத்தும் பணத்தைத் தருவதற்குக்
கூர்ந்து பார்த்தும் கிடைக்காமல்
கூட்டத் திற்குள் மறைந்துவிட்டார்.
நேர்ந்த நிகழ்வை நினைத்தவராய்
நிறைவாய் தாதர் வந்திறங்கி, 1259

அன்றே வந்தார் சீரடிக்கு
அவர்தம் காலம் வரையங்கே,
என்றும் போல பாபாவை
ஏற்று வாழ்ந்தார் பாபாவும்
தன்னு டைய மகவைப்போல்
தாங்கிப் பாசம் கொண்டிருந்தார்.
என்றும் தாய்சேய் உறவைப்போல்
ஏற்று மன்சர் வாழ்ந்திருந்தார். 1260

குடும்ப பஜனைக் குழுவொன்றில்
குடும்பத் தலைவன், அவன்மனைவி
அடுத்து மகளும், மைத்துனியும்
அனைவ ருமாக ஒருங்கிணைந்து
விடுப்பில் சென்னை நகர்விட்டு
விரும்பி காசி நகர்செல்ல,
கடுத்த கால்கள் ஓய்வுறவும்
காசு கிடைக்கும் நோக்கினிலும். 1261

வழியில் இருந்த சீரடியில்
வழங்கும் வள்ளல் பாபாமுன்
பழிநே ராமல் சிறப்பாகப்
பஜனை செய்தால் பொருள்கிடைக்கும்
வழியில் செலவுக் காகுமென
வந்த அந்தக் குழுநபர்கள்
அழியா இராம பஜனையினை
ஆர்வத் தோடு செய்தார்கள். 1262

பொழியும் கருணை மழைக்கேங்கும்
புனித தாகம் கொண்டவளாய்
விழிகள் மலர பாபாவை
வேண்டி நின்றாள் அவன்மனைவி.
விழியில் தோன்றும் நம்பிக்கை
விரிந்து படர்ந்த பணிவன்பு
கழிபே ருவகைத் தோற்றத்தில்
கரைந்து மெழுகாய் நின்றிருந்த, 1263

அவளின் பக்தி பாபாவின்
அகத்தில் மகிழ்வைத் தந்ததனால்
தவத்தின் பயன்போல் தரிசிக்கத்
தன்னை இராமன் தோற்றத்தில்
அவளும் காண அருள்செய்தார்.
அந்தக் காட்சி அனுபவத்தை
அவள்தன் கணவ னிடம்சொல்ல
அதனை நம்ப மறுத்திட்டான். 1264

அன்று இரவே ஒருகனவை
அவனும் கண்டான். ஓரிடத்தில்
தன்னைச் சிறையில் காவலர்கள்
தள்ளி அடைத்துக் கைகால்கள்
பின்னிப் பிணைத்துப் போட்டிருக்கச்
பெரிதும் அழுத போதங்கே
அண்ணல் பாபா நின்றிருந்தார்
அவரைக் கண்டு காத்தருள, 1265

வேண்டிக் கொண்டான். பாபாவும்
"வினையின் பயனே இதுவென்றார்"
"தோன்றும் இந்தத் தீவினையைத்
தொலைத்தே என்னைக் காத்திடுவீர்!
வேண்டு கின்றேன் வினைதீர்ப்பீர்!
விதியை மாற்றும் தெய்வீக
மாண்பு கொண்டீர்! என்பதனால்
மனதில் நம்பிக் கைவைத்தேன்." 1266

என்றே அவன்தான் கூறியதும்
"அவ்வா றாயின் கணநேரம்
கண்கள் மூடி அசைவற்று,
கருத்தில் என்னை நினைத்திருப்பாய்!"
என்று பாபா கூறியதை
ஏற்றே இருந்தான் அவ்வாறே
கண்கள் திறந்து பார்க்குங்கால்
கவ்விப் பிணித்த கட்டவிழ்ந்து, 1267

காவ லாளி இறந்திருந்தான்
கவலை யோடு வியப்புறுங்கால்,
காவ லாளி யைக்கொன்றாய்!
காவ லராலே பிடிபடுவாய்!
"பாவம் செய்தோர் யாரென்றே
பார்க்க வில்லை பழிஎனக்கோ?
சாவை எண்ணிக் கலங்குகிறேன்
காப்பாற் றுங்கள்" எனப்பணிந்தான். 1268

என்னி டத்தில் நம்பிக்கை
இன்று மட்டும் எவ்வாறு,
மன்னும் நிலையை எய்தியது?
மாற்றம் எதனால் சொல்என்றார்."
முன்பு எனது குறிக்கோளில்
முகிழ்த்த தெல்லாம் சுயநலமே
இன்று என்பால் அதுஅகன்றே
இனிய பக்தி, நம்பிக்கை, 1269

என்னுள் நிலைத்த தெனும்பகர்வை
ஏற்ற பாபா அவன்றன்னை
முன்போல் சற்றே இமைகளையே
மூடி இருக்கப் பணித்திட்டார்.
பின்னர் கண்கள் திறக்குங்கால்
பெரிதும் மகிழ விடுபட்டான்.
நன்றி கூறி மெய்விதிர்த்து
நாதன் தாளைப் பணிந்தெழுந்தான். 1270

முன்பு யானும் பிழைபடவே
முதிரா ஞானம் கொண்டிருந்தேன்
என்றன் உள்ளம் முஸ்லீமை
ஏற்கா திருந்த காரணத்தால்
அன்று உம்மைத் தொழவில்லை
அடியேன் பிழையைப் பொறுத்தருள்வீர்!
நன்கு உணர்ந்தேன், நம்பிக்கை
நானும் பெற்றேன். எனப்புகன்றான். 1271

மேலும் கேட்டான் பாபாவை,"
மிகையாய் ஆசை ஒன்றுண்டு.
ஆளும் என்றன் குருநாதர்
அன்பு இராம தாசரையான்
நாளும் காண விழைகின்றேன்.
நாட்டம் தன்னை நிறைவேற்றி
மேலும் மகிழ்வை எனக்களிப்பீர்!"
மிக்க ஆவ லுடன்வேண்ட, 1272

கருணைக் கடலாம் பாபாவும்
காட்சி தந்தார் அவ்வுருவில்
அருளைப் பெற்ற அடியவனாய்
அகலா பக்தி யுடன்துதித்தான்.
பெருமை யோடு பாபாவைப்
பெரியீர்! உமது வயதென்ன?
அருமை பாபா புன்னகைத்து
ஆற்றல் உண்டா எனைத்தொடர! 1273

என்று கூறி ஓடியதால்
எழுந்து தொடர்ந்தான் குழுத்தலைவன்.
சென்ற சிறிது நேரத்தில்
சிறிதும் சுவடே தெரியாமல்
வென்ற பாபா கண்மறைந்தார்
விழிநீர் பெருகத் தேடிநின்றான்."
என்றும் போல அதிகாலை
எழுந்தான் கனவென் றுணர்ந்திட்டான். 1274

கண்ட கனவு நினைவிலெழ,
கால்கள் மசூதி தனைநாடச்
சென்றான் பாபா வைக்கண்டான்.
சிரித்த வாறே அருகழைத்தார்,
அன்று இரண்டு ரூபாயை
அளித்துத் தின்பண் டமும்தந்து
நன்று வாழ்க! எனவாழ்த்த,
நனைந்தான், பாபா அருட்பொழிவில். 1275

92. மசூதி தந்த புதையல்

அகமத் நகரில் வாழ்ந்திருந்த
அன்வர் கானும் அனுதினமும்
திகழும் 'தெலிகா கூட்'மசூதி
சென்று தொழுகை தனைச்செய்தார்.
அகத்தில் நீண்ட நாட்களாக
அந்த மசூதி தனைத்தாமே,
புகழும் வண்ணம் புதுப்பிக்கும்
புனித நோக்கம் கொண்டவராய், 1276

அதற்கு வேண்டும் செலவிற்கு
ஆழ்ந்து சிந்தித் ததன்பின்னர்
உதயம் ஆன எண்ணத்தால்
உடனே பாபா விடம்வந்தார்.
அதனை அறிந்த பாபாவும்
அந்த மசூதி செலவிற்கும்
அதைக்கேட் டாலே தரும்என்றார்.
அந்தப் பதிலால் வியப்புற்ற, 1277

அன்வர் காணும் பாபாவை
அர்த்தம் புரியா மல்பார்த்தார்.
அன்வர் காண்நீர்! மசூதியிலே
அமைந்த மாடத் தின்அடியில்
கண்டெ டுப்பீர்! மூன்றடியில்.
காணும் புதையல் தனைக்கொண்டு
நன்கு புதுப்பிப் பீர்!மேலும்
நானோ, மற்றும் எவர்தரினும். 1278

ஏற்றுக் கொள்ளா தென்றுரைத்தார்.
இதயம் மகிழ விடைபெற்று,
மாற்ற மின்றி அவ்விடத்தில்
மண்ணில் இருந்த புதையலினால்
ஏற்ற வாறு மசூதியினை
எழிலாய்ப் புதுப்பித் ததன்பின்னர்
போற்றிப் புகழ்ந்து பாபாவின்
பொற்பா தங்கள் பணிந்தெழுந்தார். 1279

ஊர்பேர் எதையும் கூறாமல்
உளறு பவர்கள் பலரிருப்பர்.
பார்த்த நிகழ்வைப் பங்கிட்ட
பக்தர் சொன்ன நிகழ்வுகளைச்
சேர்த்தே இங்குக் கூறியதைச்
சிந்தை மகிழ உணர்ந்திடுவோம்.
கார்மே கம்போல் என்றென்றும்
கருணைப் பொழிவில் குளிர்விக்கும். 1280

வள்ளல் பாபா கரம்பற்றி
வாழ்க்கைப் பாதை கடந்திடுவோம்.
எள்ளல் இல்லா வாழ்வமைய
என்றும் அவர்தம் உபதேசம்,
உள்ளம் மகிழ வழிநடத்தி
உயர்ந்த நிலையை நமக்களிக்கும்.
கள்ளம் இல்லா நம்பிக்கை
காப்பாய் அமையும் இவ்வுலகில். 1281

'கண்டே ஷி'யின்கண் 'ஜல்கானு'க்
கருகில் உள்ள 'மேரானில்'
அன்று வாழ்ந்த மத்துவாவும்
அவச ரமான தேவைக்குச்
சென்றார் பாபா வைநாடி,
சிரமப் பட்டே அப்பக்கீர்
அன்பும் பணிவும் அவசரமும்
அழுகை யோடு சேர்த்தொன்றாய். 1282

வந்து புலம்பி பாபாவை
வணங்கி ரூபாய் எழுநூறைத்
தந்தே உதவும் படிகேட்க,
சாயி பகவான் உளம்கனிந்து
வந்த பக்கீர் மனம்குளிர
வழங்கு தற்குச் சாஹேப்பை
அந்த இடத்திற் கழைப்பித்து
அளிக்கு மாறு பணித்திட்டார். 1283

எல்லாம் வெள்ளி நாணயங்கள்
எடுத்து பாபா முன்வைத்தார்
எல்லாம் அறிந்த பாபாவும்,
எதிரே நின்ற 'போர்கார்ஷிம்ப்',
குல்லாப் லக்மண் இருவரிடம்
கொடுத்துப் பக்கீ ரிடம்சென்றே
அல்லல் தீரத் தரச்சொன்னார்.
அதிலே ரூபாய் இருநூறை 1284

எடுத்துக் கொண்டு ஐந்நூறை
ஏற்றுக் கொள்ளத் தந்தார்கள்.
கடுகிச் சென்று பாபாவைக்
கண்டு கேட்ட பக்கீரும்.
அடுத்து என்ன செய்வேன்யான்?
அதிலே குறையும் பணத்திற்கு?
விடுப டற்கும் வழியில்லை
வேத னையால் புலம்பியவர், 1285

அடுத்து மூன்று நாள்வரையில்
அங்கே தங்கி இருந்தார்.பின்
நடுக்கத் தோடு பாபாவை
நாடி உதியைப் பெற்றவராய்த்
தடுமாற் றத்தில் கால்நடையாய்த்
தனித்து 'நீம்கான்' வரைசென்றார்.
படுவே கத்தில் ஒரு'டோங்கா'
பக்கம் வந்து நின்றிடவும், 1286

பார்சிக் காரர் தாசில்தார்
பரிவாய் இறங்கி முன்நின்றார்.
'ஈர்ரூஸ் ஷா'வென் றெனையழைப்பர்.
இந்த உணவால் பசியாறி
ஏற்பீர்! ரூபாய் இருநூறை
என்று தந்தார் இரண்டையுமே.
காற்றைப் போல வந்தவரும்
கடுகிச் சென்றார் டோங்காவில். 1287

சென்ற அந்த ஈர்ருஸ்ஷா
சீர டிவந்து தாத்யாவைக்
கண்டு அங்குத் தங்குங்கால்,
"கனவு கண்டேன் என்வீட்டில்,
அன்று பாபா என்னிடத்தில்
அவச ரமாகச் சீரடிக்குச்
சென்றால் வழியில் 'நீம்கானைச்
சேரும் போதில் ஒருபக்கீர். 1288

புலித்தோல் கையில் வைத்திருப்பார்
புசிக்க உணவைத் தந்தவுடன்
அளிப்பாய் ரூபாய் இருநூறை.
அந்தக் கனவில் பாபாவும்
தெளிவாய்ச் சொன்னார்". அதைப்போன்றே
தீர்வு கண்டேன் செயல்பட்டேன்.
பலித மான நிகழ்வுகளைப்
பலரும் அறிய உரைத்திட்டார். 1289

பாபா தாகூருக்கு அறிவுறுத்தல்:-

வரிவி திப்பு இலாக்காவில்
வாய்த்த கணக்குப் பிள்ளையென
உரிய 'லட்கான்' தனில்'தாகூர்
உவந்தே ஏற்றார். அவ்வூரில்
அரிய 'அப்பா' எனும்மகானை
அங்குக் கண்டு தரிசித்தார்.
பெரிதும் மகிழ்ந்து வாழ்த்துரைத்து
பெருமைக் குரிய மகானைநீ! 1290

பணிமாற் றத்தில் சந்திப்பாய்!
பயன்சேர் பக்தி மார்க்கத்தை
இனிதே உனக்குக் காண்பிப்பார்.
என்றே உரைத்தார். அவ்வாறே
பணியும் ஜூன்னா ரில்கிடைக்கப்
பலவா றாகத் துன்புற்றுப்
பணியைக் 'கல்யாண்' சென்றேற்றார்.
பாபா பக்தர் சந்தோர்க்கர், 1291

நட்பு கிடைக்கப் பெற்றதனால்
நாளும் பாபா புகழ்கேட்டு
இட்ட முடனே சீரடியில்
இருந்த பாபா வைக்கண்டார்.
"சுட்டிக் காட்டும் உயர்நிலையைச்
சொன்னால் எளிதில் அறியாய்நீ!
அட்டி யின்றி அதற்கேற்ற
ஆன்ம பயிற்சி பெறவேண்டும்!. 1292

'அப்பா' சொன்ன அருள்மொழிகள்
அனைத்தும் உண்மை. முழுமுயற்சி
தப்பா மல்நீ பயின்றால்தான்
தன்னை அறியும் நிலையறிவாய்
ஒப்பில் கல்வி போதாது
உரிய குருவும் பயிற்சியுமே
செப்பும் அந்த உயர்நிலைக்குச்
செல்லும் உரிய வழியாகும்;. 1293

என்று பாபா அவர்க்குரைத்தே
        ஏற்ற ஆசி வழங்கிட்டார்.
தன்னு டைய உள்ளத்தில்
        சாயி சொன்ன அறிவுரையை
நன்கு பதித்த தாகூரும்
        நாளும் பயிற்சி பெறலானார்.
உண்மை பக்தி யுடன்சேர்த்தே
        உரிய பாபா வழிதொடர்ந்தார். 1294

93. சகுண்மேருவின் சீரடி வருகை:-

சிறுவ னான சகுண்மேரு
        சித்தம் போன்று கோவாவில்
வறுமை தீரப் பெற்றங்கள்
        வயற்காட் டதனில் மேய்த்திடுங்கால்,
அருகில் வந்த ஒருசாது
        அவனை அழைத்தார் சைகையினால்.
மருண்ட சிறுவன் பயந்தோடி
        மறைந்து விட்டான் ஒருநொடியில். 1295

வீட்டை யடைந்து தாயிடத்தில்
        விபரம் கூற அந்தத்தாய்
வீட்டை விட்டு வெளிவந்து
        விரைவாய்ச் சாது இருக்குமிடம்
காட்டு மாறு மகன்றன்னைக்
        கையில் பிடித்தே உடனழைத்துக்
கூட்டிச் சென்றே கண்டவுடன்
        கும்பிட் டாள்பின் அவரிடத்தில், 1296

பயறும் சமைக்க விறகினையும்
பணிவாய்த் தந்தாள். வாங்கியதும்
அயலில் நின்ற சிறுவனிடம்
அன்று கேட்டார் விளையாட்டாய்.
பயணம் என்பால் எப்போது?
பார்த்த சிறுவன் பதில்கூற,
இயலா திருந்தான், அங்கிருந்தே.
எழுந்து சென்றார் அச்சாது. 1297

அதன்பின் ஆறு ஆண்டுகளாய்
அங்கே வாழ்ந்த சகுண்மேரு
உதய மான வியாபார
உறுத்த லாலே 'பெல்காமை'ச்
சதமாய் எண்ணி அவ்வூரைச்
சார்ந்தே பதிந்த ஆண்டேழில்,
இதய தெய்வம் தத்தாத்ரே
ஈர்த்த பக்தர் 'தந்தோபந்த்' 1298

நண்ப ராக அமைந்திடவே,
நாளும் ஆன்ம வழிசெல்லத்
தன்பால் ஈர்த்தார் "தந்தோபந்த்".
தனது ஆர்வம் காரணமாய்ச்
சின்னாள் கழித்து "தத்தாத்ரே"
திருத்த லத்தைத் தரிசிக்கச்
சென்றார் 'நரசோ பாவாடி'
சேர்ந்த வுடனே சகுண்மேரு, 1299

தத்தாத் ரேய ரைவணங்கும்
தகைசால் பக்தர் பெரியமகான்
சித்தர் 'தெம்பே ஸ்வாமியினைச்
சேவிக் கும்நற் பேறுற்றார்.
அத்த ருணத்தில் அவர்சொன்னார்.
'அரிய பெரிய தர்பாரில்
நித்தம் வாழும் பெருமையினை
நீயும் அடைவாய்' எனப்பகர்ந்தார். 1300

1912 ஆம் ஆண்டு ஒருசேட், சகுணைச் சீரடிக்கு அழைத்துச் செல்லல்:-

அதனால் அடையும் மகிமையினை,
அறியா பக்தன் சகுண்மேரு,
ஐத ராபாத் நகர்சென்றான்
அடுத்து மூன்றாண் டுகள்கடக்க,
இதயம் கவர்ந்த சேட்ஒருவர்
இவருக் கங்கே நண்பரானார்.
அதனால் பாபா வைப்பற்றி
அவரால் அறியும் வாய்ப்படைந்தார். 1301

அந்தச் சேட்டும் சகுண்தன்னை
அவரோ டழைத்தார் சீரடிக்கு.
வந்த போது சீரடியில்
வழக்கம் போல பாபாவும்,
வந்தார் மசூதி தனைநோக்கி
வாய்த்த பக்தர் குழாத்துடனே.
அந்தச் சமயம் எதிர்கொண்ட
அவர்கள் இருவ ரில்சகுணைக் 1302

கண்ட பாபா, எங்கிருந்து
காண வந்தாய்? எதற்காக?
என்ன வேண்டும் உனக்கென்றார்.
எந்த பதிலும் கூறாமல்
நின்றி ருந்தார் சகுண்மேரு.
நெருட லுறவே ஐதராபாத்
அன்றே செல்ல முடிவெடுத்தார்.
ஆனால் பாபா விடைதராமல், 1303

இருந்த தாலே சகுண்மேரு
இருந்தார் அந்தச் சீரடியில்
திருவாய் மலர்ந்தார் ஐந்தாம்நாள்
"தெரிய வில்லை உனக்கென்னை?
சிறுவ னாக இருக்குங்கால்
தேடி வந்தேன் உனைக்காண.
வருவ தெப்போ தெனக்கேட்டேன்
வாய்தி றவாமல் நின்றிருந்தாய்! 1304

பண்போ டுன்தாய் எனைக்கண்டு
பயறும் விறகும் அளித்துள்ளாள்.
இன்று நினைவு வருகிறதா?
இயங்கும் ஆண்டு பதினான்கின்
முன்பே வந்தேன் காண்பதற்கு."
மொழிந்த பாபா சொல்கேட்டே
என்பும் உருகும் பக்தியுடன்
என்றோ நிகழ்ந்த நிகழ்வெண்ணி, 1305

கண்கள் மலர பாபாவைக்
கண்ட வாறே அமர்ந்திருந்தார்.
புன்ன கையால் பாபாவும்
புரிந்து கொண்டாய்! பித்தனைப்போல்,
இன்னும் ஏன்நீ பார்க்கின்றாய்?
இங்கே பெற்றோர் இருப்பதனால்
என்னைப் பார்க்க நீஉள்ளாய்!
என்றும் உன்னை நான்பார்ப்பேன். 1306

என்று பாபா சொன்னதனால்
எங்கும் செல்ல மனமின்றி
அன்று முதலே சீரடியில்,
அமைத்த உணவு விடுதியிலே
தொண்டு செய்து வாழ்ந்திருந்தார்
துளியும் வேற்று நினைவின்றி.
அன்று அழைத்த பொருளுணர்ந்தே
அங்கே தங்கி வாழ்ந்திருந்தார். 1307

பேடுல் ஜில்லா வாழ்'டெண்டுல்'
பெரிதும் விரும்பும் யாத்திரையில்,
நாடும் அன்பால் சீரடியில்
நமது பாபா வைக்கண்டார்
ஈடு செய்ய இயலாத
இறைவன் பாபா வைவணங்கி
பீடுற் றுயர்ந்த அவர்தம்மைப்
பிறழா அன்பால் உணவுண்ண 1308

தன்னோ டழைத்தார் டெண்டுல்கர்.
சாயி மௌன மாயிருந்தார்
அன்று போல நாளைந்தில்
அழைப்பு தொடர்ந்தும் வரவில்லை.
தன்னோ டுணவை உண்பதற்குத்
தவறா தொருநாள் வந்திடுவார்
என்றே இரண்டு தட்டுகளில்
எடுத்தே உணவைப் பரிமாறி. 1309

ஒன்றை உண்டு, மற்றொன்றை
உறுதி யோடு பாபாவும்
உண்ண வருவார். அதனாலே
உணவை மூடி வைத்திடுவாய்!
என்று சொன்னார், சகுணிடத்தில்.
இரவு பத்து மணியளவில்
தன்பொ ருட்டு மூடிவைத்த
தனது உணவைத் தருமாறு, 1310

உரிமை யுடனே ஒருசாது
உணவைக் கேட்டார். உண்டபின்னர்
உரிய மனிதர் எங்குள்ளார்?
உறங்கி விட்டார், என்றறிந்து
பரிவாய் சகுணி டம்சொன்னார்,
'பசிக்குத் தவறா துணவளிப்பாய்!
உரிய நன்மை பலவற்றை
உனக்கும் இறைவன் அளித்திடுவான். 1311

என்று சொல்லிச் சென்றுவிட்டார்.
இந்தச் செய்தி தனையறிந்த
அன்பு' பக்தர் பாபாவை
அணுகி நீவிர் நேற்றிரவு,
உண்மை யாகச் சகுணிடத்தில்
உணவைக் கேட்டே உண்டீரோ?
என்று கேட்க, ஆம்!சென்றேன்,
என்று ரைத்தே," ஏழைகட்கே, 1312

இல்லை யென்னா துணவளிப்பீர்!
என்றும் இதனை மறவாதீர்!
இல்லை யென்ற நிலையிருந்தால்
இயன்ற மட்டும் சிறிதளவு
வெல்ல மேனும் தந்திடுக!
வெறும்கை யுடனே அனுப்பாதீர்!
அல்லும் பகலும் அனைவரையும்
அரவ ணைப்பீர்" எனப்புகன்றார். 1313

இவ்வா றாக அனைவர்க்கும்
இன்னல் தீர்க்கும் அருமருந்தாய்
எவ்வா றேனும் ஆன்மீகம்
ஏற்கும் பக்தர் பலரையுமே
செவ்வான் பரிதி ஒளிபடர்வாய்ச்
சிந்தை ஒன்ற பரிந்தணைத்தார்
கவ்விப் பிணித்துப் புகழ்பரப்பும்
கடமைச் சீடர் அவர்க்கில்லை. 1314

எங்கும் எதிலும் என்றென்றும்
எண்ணம் முழுதும் பக்தரிடம்
தங்கி உறைந்த சற்குருவாய்த்
தாய்போல் கருணை மிக்கவராய்;
அங்கிங் கென்றே இல்லாமல்
அனைத்து இடத்தும் நிறைந்தவராய்;
எங்கும் பக்தர் பெருகிடவே
ஏற்றம் பெற்றார் பாபாவும். 1315

பகவான் பாபா பதமலரைப்
பற்றிக் கொண்ட பக்தர்கள்
இகத்தில் துன்பச் சுமைநீங்கி
இன்பம் பொங்க வாழ்ந்திருப்பர்
சுகத்தை நல்கும் மருத்துவராய்
தூய அன்பில் தாய்மையுடன்
அகத்தில் ஏந்திக் காத்திருப்பார்
அவர்தம் கருணைக் களவில்லை. 1316

உலகில் எங்கே இருந்தாலும்
        உளத்தில் பாபா வைநினைத்தால்
அலகில் சோதி பாபாவும்
        அங்கே சென்று உடனிருப்பார்.
பலவாம் உருவம் கொண்டவராய்ப்
        பக்த ருடனே வலம்வருவார்.
நிலவும் அனைத்துச் செயல்பாடும்
        நிமலன் பாபா உணர்ந்துரைப்பார். 1317

தினமும் தன்னைக் காண்பதற்குத்
        தேடி வந்த பக்தரிடம்,
மணக்கும் வாழ்க்கை நெறிமுறையும்,
        வாழும் சிறந்த கோட்பாடும்,
இணக்க மாக உரைப்பதுடன்
        இனிய கதைகள் பலசொல்லி,
பிணக்க றுத்தே ஒற்றுமையைப்
        பேணிக் காக்க வழிவகுப்பார். 1318

எளிமைக் கோல மன்னரவர்
        எதிலும் பற்றே இல்லாதார்;
களிப்பை வழங்க மக்கள்பால்
        கருணை கொள்ளும் குணசீலர்;
சிலிர்க்க வைக்கும் செயற்பாட்டைச்
        சிறிதும் காலம் தாழ்த்தாமல்
அளிக்கத் தக்க வள்ளலவர்
        அவரைப் போற்றிப் பணிவோம்நாம். 1319

உலக மக்கள் பெரும்பாலும்
        உடல்நோய், மனநோய், வறுமைதனை
இலதாய்ச் செய்யும் நிலைவேண்டி
        இறைவன் தன்னை நாடுகின்றார்.
உளத்தில் நிலைக்கும் ஆன்மீக
        உணர்வில் வருவோர் ஒருசிலரே,
நலமே விளைக்கும் நம்பாபா
        நாடி வருவோர் குறைகளைந்து, 1320

தம்மை வந்து சரணடைவோர்
தமக்குத் துணைநின் றுதவுபவர்;
இம்மை, மறுமை இருவழிக்கும்
இயன்ற அளவில் நலஞ்சேர்ந்து
வெம்மை மனதைக் குளிர்வித்து
விரும்பி வருவோர் தமையீர்த்தே
தம்மோ டணைத்துக் கொள்கின்ற
சாயி கருணைக் களவேது? 1321

முந்தை செய்த தீவினையால்
முதிர்வுத் துன்பம் நேர்ந்தாலும்,
உந்தும் பாபா அருள்நெஞ்சம்
உடனே மெழுகாய் உருகிவிடும்,
அந்தத் துன்பம் அவ்வவரே
அனுப வித்தல் விதியெனினும்
விந்தை பாபா தாமேற்று
விடுத லையும் தந்திடுவார். 1322

பூனா நகரில் ஒருமாது
புதல்வன் இல்லா குறைநீங்க,
வீணாய்க் காலம் கடத்தாமல்
விரைந்தே பாபா விடம்சென்று,
வானாய் விரிந்த அருட்கரத்தால்
வழங்கும் தேங்காய் தனைப்பெற்றால்
வாணாள் முழுதும் இன்புறவே
வரமாய்க் கிட்டும் மகப்பேறு. 1323

என்றே எண்ணிப் பலமுறைகள்
எடுத்தாள் முயற்சி. தடைபடவே
அன்று கனவில் அவள்கண்டாள்.
அருள்செய் பாபா வந்துற்றார்
தன்னு டைய கரத்தினிலே
தந்தார் தேங்காய் ஒன்றினையே.
கண்கள் விழித்துப் பார்க்குங்கால்
கண்டாள் தேங்காய் உண்மையிது. 1324

தெய்வம் தந்த திருவருளைத்
தெரிந்து கொண்ட அம்மாது
"எய்தும் மகவைச் சீரடிக்கே
எடுத்து வந்து என்னுடைய
தெய்வத் தின்முன் சமர்ப்பிப்பேன்.
திண்ண மாக" என்றுரைத்தாள்.
உய்யும் வாழ்வில் இறையருளால்
உதித்த மகவை ஈன்றெடுத்தாள். 1325

முன்பு வேண்டிக் கொண்டதைப்போல்
முகிழ்த்த மகவைச் சீரடிக்குச்
சென்று பாபா திருமுன்னர்
சிந்தை மகிழச் சமர்ப்பித்தே,
அன்று பாபா ஆசியுடன்
அணைத் தெடுத்து மகிழ்வுடனே
சென்றாள் பூனா நகருக்குச்
சிறிதும் மாறா பக்தியுடன் . 1326

பகவான் பக்தர் காட்ஜ்படீலைப்
பணியின் மாற்றம் நெடுந்தூரம்
புகலி டமாக அனுப்பியது.
போகும் முன்னர் பாபாவை
மிகவும் பக்தி யுடனணுகி
மேவும் ஆசி பெற்றிடவே
அகத்தில் ஆவல் இருந்தாலும்
அவர்தம் சூழல் காரணமாய், 1327

வருத்தத் தோடு புறப்பட்டார்
வழியில் 'கோபர் கானடைந்தும்
இருக்கை தன்னில் நிலைகொள்ளா
இயல்பில் இருந்தார். புகைவண்டி
இருக்கை யோரம் சன்னலிலே
இருந்த சிறிய பொட்டலத்தில்,
பெருமை சேர்க்கும் உதியிருக்க
பெரிதும் மகிழ்ந்தே வியப்புற்றார். 1328

நீண்ட காலம் சென்றொருநாள்
நினைவில் வாழும் பாபாவைக்
காண்ப தற்கு வந்திருந்தார்.
கருணை வள்ளல் புகல்கின்றார்.
"ஈண்டு வந்தே அமர்ந்திருக்கும்
இந்த படீலின் குறைதீர
ஆண்டோர் நாளில் உதிதன்னை
அனுப்பி வைத்தேன் பயணத்தில்". 1329

என்று சொல்லி முறுவலிக்க,
எழுந்த படீலும் தாள்பணிந்தார்
தன்னு டைய பையதனில்
தனியே மறைவாய் வைத்திருந்த
அன்பு பாபா உதிதன்னில்
ஆர்வத் தோடு கண்பதித்தார்.
என்றும் தன்னோ டிருந்திடவே
எடுத்துப் பதித்தார் தாயத்தில். 1330

94. உடைந்த மசூதி கூரையை 'நில் என்று நிறுத்தியது

ஒருநாள் பாபா பக்தருடன்
உட்கார்ந் துணவை யுண்ணுங்கால்
அருகில் உடைதல் போல்சப்தம்.
அதனை யுணர்ந்த பாபாவும்
'இரு"சற் றேநில்' என்றுரைத்தார்.
எதுவும் புரியா நிலையெய்தி
ஒருவா றாக உணவருந்தி
ஒதுங்க பக்தர் முன்கூரை, 1331

சரிந்து வீழ அதுகண்டு
தாளா அதிர்வில் அனைவருமே,
உரிமை யுடனே 'இரு'என்றே
இதைத்தான் பாபா கூறியுள்ளார்.
அரிதாய் முன்பே இந்நிகழ்வை
அறிந்தே நிறுத்தி நமைக்காத்தார்.
பெரிதும் போற்றும் செயல்கண்டு
பிழைத்த பக்தர் துதித்தார்கள். 1332

இயற்கை, செயற்கை எல்லாமே
இவர்தம் சொல்லில் கட்டுண்டு
இயங்க வைக்கும் செயல்பாட்டை
என்றும் பாபா நிகழ்த்திடுவார்.
அயர்ந்தே உறங்கும் இராப்போதில்
அவர்தம் யோக உடலோடு
வியக்கு மாறு நெடுந்தூரம்
விரும்பும் பக்த ரிடம்சென்று, 1333

வேண்டும் அளவில் அருள்செய்து
விடிந்த பின்னர் பக்தரிடம்
தான்செய் துள்ள செயல்தன்னைத்
தாமே சொல்வார். அவையனைத்தும்
தூண்டும் உணர்வால் ஆய்ந்தறிந்தே
தூய உண்மை என்றுணர்ந்தே
யாண்டும் போற்றி அதிசயிப்பர்.
யாவும் பாபா அருட்செயலாம். 1334

95. பாபாவின் சீடர் ஸ்ரீ குஜாரி மகராஜ்

சிவகாம் பதர்த்தி எனுமூரில்
சிறிய துணிக்க டையொன்றில்
அவலம் தீரப் பணிசெய்தார்
அன்று குஜாரி எனுமிளைஞர்.
அவர்தம் கடைக்குத் தெய்வீக
அருளைப் பெற்ற ஒருபக்கீர்
தவத்தின் சீலர் போல்தோற்றம்
தாங்கி வந்தார் அவ்விடத்தில். 1335

ஒன்றும் தராமல் விரட்டிடவே
உதவும் எண்ணத் துடன்குஜாரி
தன்னு டைய வீடடைந்து
தக்க உணவை எடுத்துவந்து
சென்று விட்ட பக்கீரைத்
தேடிக் கொடுக்க முற்பட்டார்
சென்ற பக்கீர் ஓரிடத்தில்
செறிந்த சோளக் கதிர்தன்னை, 1336

உதிர்த்து சோளம் தனைத்தின்றார்.
        உதவும் குஜாரி தனைக்கண்டே
எதிரில் கோபக் கனல்வீச
        எதற்கு வந்தாய் எனைநாடி?
அதிர்ந்து கர்ச்ச னைபுரிந்தார்.
        அதையும் பொருட்டாய் எண்ணாமல்,
"பதிந்த பசிநோய் போக்கிடவே
        பரிவாய் உணவைக் கொணர்ந்துள்ளேன்". 1337

என்று குஜாரி சொன்னவுடன்
        எதைக்கேட் டாலும் கொடுப்பாயா?
உன்றன் உயிரைக் கொடு!என்றார்.
        "உண்மை யாகக் கூறுகின்றேன்.
என்னால் இயலா தென்பதனால்
        எடுத்துக் கொள்வீர்! என்வாழ்வில்
என்றும் சோகம் விரவியதால்
        ஏற்றுக் கொள்வீர்!" என்றுரைத்தான். 1338

உவகை யோடு புன்னகைத்தார்.
        உடனே அவனை அருகழைத்தே
அவன்றன் தலையில் கைவைத்தே
        ஆசீர் வதித்தார். அத்துடன்தாம்
அவன ளித்த உணவுண்டார்.
        அந்த குஜாரி சென்னியிலே
தவத்தின் சக்தி பாய்ந்ததனால்
        தன்னை மறந்து மனம்மாறி, 1339

வீட்டை அடைந்தே இனிமேல்யான்
        மீண்டும் இங்கே வரமாட்டேன்.
நாட்டம் அனைத்தும் குருவிடத்தில்
        நாடிச் செல்வேன் எனக்கூறி
ஓட்ட மாக விரைந்தேகி
        உடனே பக்கீ ரிடம்சென்றான்.
துட்டா! உனக்கு அருள் செய்தேன்.
        துணிந்து தொல்லை தருவதும்ஏன்? 1340

என்று சினந்து, பக்கத்தில்
இருந்த மயானம் தனையடைந்தார்.
பின்தொ டர்ந்தே 'உமைவிட்டுப்
பிரியேன் பிரிந்தால் உயிர்வாழேன் '
என்று குஜாரி வணங்கிடவே,
இயல்பாய்ச் சமாதி ஒன்றருகில்
சென்ற பக்கீர் ஒருபள்ளம்
செய்தே இரண்டு குடம்நீரை, 1341

அதனுள் ஊற்றப் பணித்திட்டார்.
அவ்வா றவனும் ஊற்றியபின்
அதனுள் இருந்த நீரினையே
அங்கை தன்னில் மும்முறைகள்
மிதமாய் எடுத்துத் தாம்பருகி
மேலும் அதுபோல் அவன்பருக
அதனைத் தந்தார். பருகியதும்
அந்த நேரம் முதற்கொண்டே, 1342

அனைத்தும் மறந்து வெளியுலக,
அசைவு ஏதும் உணராமல்
நினைவும் அற்றுப் போயிற்று.
நீண்ட நேரம் சென்றவுடன்
உணர்வு வரவும் பக்கீரை
உடனே தேடிப் புறப்பட்டான்.
அனைத்து இடத்தும் பலகாலம்
அவரைத் தேடி அலைந்திட்டான். 1343

நீண்ட காலம் அவன்தேடல்
நின்ற பின்னர் மனம்தளர்ந்து,
காண்ப தற்கே இயலாத
கருத்தில் வந்தான் சீரடிக்கே.
ஆண்டு பலவாய் அவன்நினைவில்
அந்த எண்ணம் வலுப்பெறவே
தோன்றும் மசூதி தனையடைந்தான்
தொலைந்த பக்கீர் கண்பட்டார். 1344

அன்று அவனைக் கண்டவுடன்
அந்த பக்கீர்(பாபா) சினமுற்றே
என்றன் குருதி தசையெல்லாம்
இசைவாய் முன்பே தின்றுவிட்டாய்!
இன்று எதற்கு வந்தாய்நீ!
எலும்பைத் தின்ன வந்தாயா?
என்று கூறிச் செங்கல்லை
எடுத்து வீச அதுகுஜாரி, 1345

நெற்றி தன்னைத் தாக்கியதும்
நிறைய குருதி பெருகிடவே
அற்றைப் போதே சினம்தணிந்து
அன்போ டழைத்தே அவனிடத்தில்
முற்றும் ஆசி வழங்கிவிட்டேன்.
முழுதும் இறைவன் அருளுண்டாம்.
எற்றைப் போதும் இனிமேல்நீ
எல்லோ ராலும் புகழ்பெறுவாய்! 1346

இனியும் என்னைத் தேடாதே!
என்று கூறி அனுப்பியபின்,
இனிதே வாழ்ந்தார் புகழோடு
ஏற்றார் குஜாரி மகராஜாய்.
கனிந்த பக்தி ஆன்மீகம்
கடவுள் ஒத்த மதிப்போடும்,
பணியாய் எண்ணி தர்மசாலை,
பாட சாலை ஸ்தாபித்தார். 1347

இவ்வா றாக வாழுங்கால்
இறுதிக் காலம் தனையுணர்ந்தே
எவ்வா றேனும் சீரடியில்
இருந்த ருள்செய் பாபாவைக்
கவ்வும் ஆர்வத் துடன்காணும்
கருத்தில் குஜாரி மகராஜும்
அவ்வி டத்தை அடைந்திடவே
அன்பர் பலரும் உடன்சூழ, 1348

இருப தாம்நூற் றாண்டதனில்
இருபத் தேழாம் வருடத்தில்
பெருகும் பக்தி மேலீட்டால்
பெரும்பா லான பக்தருடன்
தெருவில் சங்கீர்த் தனம்செய்தே
தேடி வந்தார் சீரடிக்கே.
அருமை பாபா வதிந்திருந்த
அந்தத் தெருவைப் பெருக்கியபின், 1349

சமாதி மந்திர் வடக்கமர்ந்து
சங்கீர்த் தனமும் செய்திருந்தார்.
தமது பக்த ரிடம்சொன்னார்
தனியாய் என்னூர் செல்கின்றேன்.
எமது இந்த சந்திப்பும்
இதுவே இறுதி உறுதியென்றார்.
அமர்ந்தி ருந்த அவர்எழுந்தே
அவச ரமாகக் கால்நடையாய், 1350

சென்ற டைந்தார் நர்மதையின்
தீர்த்தக் கரையில் 'பதோச்கிராமம் '
தன்னில் சமாதி நிலையடைந்தார்.
தன்னி கரற்ற அவர்பெருமை
என்றும் நிலைக்க பக்தர்கள்
எண்ணற் றோர்கள் அவ்விடத்தில்
சென்றே பூசை நடத்துவதும்
சேவிப் பதுமாய் இருந்தார்கள். 1351

களிமண் சுவற்றுக் குடில்தன்னில்
கரைத்த சாண மெழுகலுடன்
மிளிர்ந்த மசூதி தனில்பாபா
மேன்மை யுறவே வதியுங்கால்
வலிமை வாய்ந்த தொடர்மழையால்
வதிய சற்றும் இடமின்றி
களிமண் தரையும் ஈரத்தால்
கரைந்து சகதி போன்றிருக்க, 1352

பக்தர் களோடு பாபாவும்
        பாது காப்பாய்ச் சாவடிக்கே,
இக்கால் செல்லல் நலமாகும்
        என்று 'நாரா யணதேவி'
பக்கு வமாகச் சொன்னவுடன்
        பக்தர் தாமும் வற்புறுத்த
தக்க விருப்பம் அற்றவராய்த்
        தாமும் சென்றார் சாவடிக்கே. 1353

அங்கே ஒருநாள் நித்திரையில்
        அவர்தம் மனமும் ஒன்றியதால்
அங்கே இரவைக் கழிப்பதிலே
        ஆர்வ முற்றே செல்லலுற்றார்
தங்கச் செல்லும் பாபாவைத்
        தம்மோ டிணைந்த பக்தர்களும்
பொங்கும் மகிழ்வில் ஊர்வலமாய்ப்
        புறப்பட் டழைத்துச் செல்வார்கள். 1354

செல்லும் போதும் வரும்போதும்
        சேர்ந்தே ஊர்வ லமாய்ச்செல்வர்.
அல்லில் ஒருநாள் விட்டொருநாள்
        அங்கே செல்லும் பாபாவும்,
சொல்லிக் களிக்கும் புகழாரம்
        சூடித் தங்கி வாழ்ந்திருந்தார்.
எல்லை யில்லா புகழ்சேர்ந்தும்
        எதிலும் நாட்டம் இல்லாதார். 1355

காலக் கணிப்பின் வளர்ச்சியிலே
        கடவுள் பாபா, ஊர்வலத்தில்,
கோலக் குடையும் சிறுகோலும்,
        கோதில் களிமண் புகைக் குழாயும்,
சாலச் சிறந்த பொன்னாடை
        சரிகைத் துண்டும் உடல்போர்த்தி
ஞாலக் கதிரோன் நடப்பதைப்போல்
        நடந்து செல்வார் சாவடிக்கு. 1356

பகவான் சாயி புறப்படும்முன்
பக்தர் பலரும் மசூதிக்கு
முகப்பில் கூடிப் பஜனையினை
முறையாய்ச் செய்து கொண்டிருப்பர்.
நிகழ்வில் இளைஞர் வயதானோர்
நின்று பாட மிருதங்கம்
தகவாய்ச் சிப்ளாக் கட்டையுடன்
தாளம் சேர்த்தே இசைத்திடுவர். 1357

வாயில் அருகில் தீவட்டி
வைத்தி ருப்போர் ஒளிகூட்ட
சாயி பகவா னிடம்சென்று
தாத்யா சொல்வார். புறப்படுமுன்
சாயி, களிமண் புகைக்குழாயும்
தனித்த சிறுகோல், புகையிலையும்
கையில் கொண்டு சிறுதுணியை
கவின்சேர் தோளில் அணிந்திடுவார். 1358

உடனே தாத்யா பொன்னாடை
உடலில் போர்த்திச் சிறப்பிப்பார்.
நடக்கும் அவர்தம் வலப்பாதம்
நன்றாய் எரியும் துனிவிறகை
அடக்கி உள்ளே தள்ளியபின்
அங்கே எரியும் அகல்திரியை
உடனே அணைத்துப் புறப்படுவார்.
உயர்வாய் இசையும் ஒலித்திடுங்கால், 1359

வாண வெடிகள், பட்டாசு
வண்ணப் பூக்கள் போல்வானில்
காண வைக்க விடுவார்கள்.
கணக்கில் லாத பக்தர்களும்
கான மழைபோல் நாமவொலி
கணக்கே இன்றி இசைப்பார்கள்.
காணத் தக்க வழியெங்கும்
கடந்து செல்லத் துணிவிரிப்பர். 1360

புனித நாம பாட்டிசைப்பில்
புகலும் தாத்யா இடக்கையை,
இனிதாய் மகல்சா வலக்கையை,
இறுகப் பற்றி பாபாவைப்
பணிவாய் அழைத்து வரும்போதில்,
பாபு சாகேப் குடைபிடிக்க,
இனிதாய் சாம ரம்வீசி
இன்னும் சிலபேர் பின்தொடர்வர். 1361

அலங்க ரித்த குதிரையுமே
அங்கே பாபா முன்செல்ல,
இலங்கும் பக்தர் சேவகர்கள்
இசைமே தைகள் பின்செல்வர்
பலவா றான சிறப்புடனே
பாபா ஊர்வ லம்நகர்ந்து
பலநி மிடங்கள் சென்றவுடன்
பாதை திருப்பம் தனையடையும். 1362

அங்கே பாபா சிலநிமிடம்
அவர்வாழ் மசூதி தனைநோக்கி
அங்கு நிற்பார் அவ்வமயம்
அவரைச் சுற்றி ஒளிகூடும்.
திங்கள் ஒளிபோல் முகம்மலர,
திகைக்கு மாறு வடதிசையில்
தங்கும் சக்தி தனையழைக்கும்
தன்மை கொண்டார் போல்திகழ்வார். 1363

பாட கர்கள் இசைப்பார்கள்.
பாபா வலது கரமசைப்பார்.
தேடற் கரிய முகமலரில்
தெய்வீ கத்தைக் காண்பார்கள்.
கூடை மலரில் குலால்கலந்து (செந்தூரம்)
கொணர்ந்த காகா சாகேப்பும்
வாடா செல்லும் பாபாமேல்
வாரித் தூவிச் சிறப்பிப்பார். 1364

மருள்வந் தார்போல், மகல்சாவும்
மகிழ்வாய் நடனம் ஆடிடுவார்.
இருளை யகற்ற விளக்கேந்தி
இடது புறமாய் தாத்யாவும்,
வருகை புரியும் பாபாவின்
வலது புறத்தில் மகல்சாவும்,
இறுக உடையின் முனைபற்றி
இணையாய் பாபா உடன்வருவர். 1365

அங்கி ருந்து சாவடியை
அடைவ தற்கு முன்பாக
அங்கே இருக்கும் அறையதனில்
அழகாய் விதானம் போல்துணியைத்
தங்கும் இடத்தில் அலங்கரிப்பர்
சாய்ந்து கொள்ளத் திண்டுகளும்
தங்கும் இருக்கை தனில்வைப்பர்
சாலச் சிறந்த விளக்குகளும், 1366

அழகு மிளிரும் ஆடிகளும்
அங்கே வைக்கப் பட்டிருக்கும்.
வழக்கம் போல பாபாவை
வந்தே அமரச் செய்வார்கள்.
அழகு நிறைந்த மேலங்கி
அவர்மேல் தாத்யா அணிவிப்பார்.
பழுதில் மாலை அணிமணிகள்
பாபா கழுத்தில் அணிவிப்பர். 1367

தலையில் கொண்டை முடிமகுடம்
தங்கக் கிரீடம் போல்மின்னும்
தலைக்கு மேலே நிமோன்கர்தாம்
தரத்தில் உயர்ந்த குடைபிடிப்பார்
அலைபோல் பக்தர் குழாம்நடுவில்
அவர்தம் நெற்றி, கரங்களிலே,
கலவை கஸ்தூ ரிசந்தனத்தைக்
கரைத்துப் பூசி மகிழ்ந்திடுவர். 1368

வெள்ளித் தட்டில் பாதபூஜை,
வெண்சா மரங்கள் இருபுறமும்,
சொல்லில் பக்தி நிறைவோடு
சூழ்ந்தி ருப்போர் போற்றலுடன்.
மெல்லத் தாம்பூ லம்தன்னை
மிக்க பணிவாய்த் தருவார்கள்.
உள்ளத் தூய்மை யுடன்பக்தர்
உவந்தே பாதம் பணிந்தெழுவர். 1369

சாயி கொணர்ந்த புகைக்குழாயில்
சாமா நெருப்புத் துண்டிட்டு
வாயில் வைத்துப் புகைமூட்ட
வந்த தாத்யா விடம்கொடுப்பர்.
வாயில் வைத்து உறிஞ்சுங்கால்
வைத்த நெருப்பு பற்றியதும்
சாயி பாபா கரங்கொடுப்பார்.
சற்றே பாபா புகைபிடிப்பார். 1370

பின்னர் மகல்சா வுக்களிப்பார்,
பின்பு மகல்சா, அங்குள்ள
அன்பு பக்தர் அனைவருக்கும்
அளிக்க அவர்கள் முறையாக
என்றும் போல ஒற்றுமையாய்
ஏற்றுப் புகைத்து முடிந்தவுடன்
அன்று பெற்ற பெரும்பேறும்
அரிதாய் எண்ணி மனம்மகிழ்ந்து, 1371,

பக்தர் பலரும் மலர்மாலை
பாபா கழுத்தில் அணிவிப்பர்.
முக்கி யமாக மலர்க்கொத்தும்
முந்திச் சென்றே அளித்திடுவர்.
அக்கால் பாபா சாகேப்பும்
அவர்க்குக் கற்பூ ரஆர்த்தி
மிக்க பக்தி யுடன்எடுப்பார்.
மீண்டும் பக்தர் அனைவருமே, 1372

அடுத்த டுத்து அவரிடத்தில்,
ஆசி பெற்றுச் சென்றிடுவர்
அடுத்து மகல்சா விடைபெறவும்
அமைதி யாகப் பாபாவும்
படுத்து ஓய்வை மேற்கொள்ளப்
பக்தர் அளித்த விரிப்புகளை
அடுக்க டுக்காய் ஒவ்வொன்றாய்
அடுக்கி அதிலே ஓய்வெடுப்பார். 1373

மறுநாள் காலை பக்தர்கள்
மறுப டிவந்து கூட்டமாகப்
பெருமை யுடனே ஊர்வலமாய்ப்
பீடுற் றிலங்கும் பஜனையுடன்
தெருவ ழியாகப் பாபாவைத்
திகழும் துவார காமாயி
வருவ தற்கே அழைப்பிப்பர்
வாழ்த்தும் பாடல் உபசரிப்பில். 1374

96. பாபாவின் நாக்பூர் பக்தர்; 'பூட்டி'

நாக்பூர் தனிலே வாழ்ந்திருந்த
நல்ல மனிதர் 'பூட்டி'யென்பார்
ஆக்கத் தோடு பாபாவின்
அருளும் பெற்ற பக்தரவர்.
நீக்க மறவே நிறைந்திருக்கும்
நிமலன் பாபா வைக்காணத்
தாக்கும் உணர்வால் சீரடிக்குத்
தாமும் வந்து வாடாவில், 1375

தங்கி யிருந்தார் அவ்வமயம்
தமது கனவில் ஒருகாட்சி
அங்கு வந்த பாபாவும்
அவரை யணுகி "பூட்டி!நீர்,
இங்கே இந்தச் சீரடியில்
என்றும் நிலைக்கும் கட்டிடமும்,
அங்கே அதிலோர் ஆலயமும்
அமைக்க வேண்டும் உம்செலவில்" 1376

என்று கூறி மறைந்தவுடன்
எழுந்த பூட்டி மெய்சிலிர்த்தார்.
தன்னோ டுறங்கிக் கொண்டிருந்த
சாமா எழுந்த மர்ந்தவராய்,
அன்று, அழுத தைக்கண்டே
அதிகம் பதறி அழுவதும்ஏன்?
என்ன ஆயிற் றெனவினவ,
என்றன் கனவில் பாபாவே, 1377

வந்து சொன்னார், சாமா!நீ!
வந்தி ருக்கும் பூட்டியிடம்
இந்தப் புனித சீரடியில்
என்றும் நிலைக்கும் கட்டிடமும்
அந்த கட்டி டத்துள், ஓர்
ஆல யமுமாய் அமைக்கச்சொல்!
அந்தச் செயலில் துணைநிற்பாய்!
அனைவ ருக்கும் நலம்விளைப்பேன். 1378

என்று சொல்லி மறைந்திட்டார்,
எனினும் தாங்கள் பணக்காரர்.
என்னால் இதனை உம்மிடத்தில்
எவ்வா றுரைப்பேன்? இயன்றிடுமோ?
எண்ணி அழுதேன் இயல்பாக
ஏழை சொல்லை ஏற்பீரோ?
என்றே உரைத்த சாமாவை,
எண்ணி உள்ளம் உருகியவர், 1379

என்றன் கனவில் வந்திதைத்தான்
இயம்பிச் சென்றார் எனச்சொன்னார்,
அன்றே இருவர் கனவினிலும்
அருளிச் சென்ற பாபாவின்
எண்ணம் தன்னைச் செயலாக்க
எடுத்த முடிவை நிறைவேற்றும்
தன்மை பற்றிப் பலவாறு
தாங்கள் பேசி மகிழ்ந்தார்கள். 1380

எத்த னையோ பணக்காரர்
இவர்தம் பக்தர் என்றாலும்
இத்த கைய திருப்பணியை
என்னைச் செய்யச் சொல்லியது
எத்த கைய பெரும்பேறு!
என்றே ஏற்றார் அப்பணியை.
சித்தர் பாபா அருளாலே
செயலைத் தொடங்கும் முன்அவர்கள். 1381

பூட்டி, சாமா இருவருமே
போற்றும் பகவான் பாபாமுன்,
காட்டி னார்கள் வரைபடத்தை.
கட்டி டத்தின் அமைப்பதனைப்
பூட்டி சொல்ல பாபாவும்
புன்ன கையால் மனநிறைவைக்
காட்டிப் பணியைச் செய்திடவே
கருணை புரிந்தே அனுப்பியதும் 1382

நன்னாள் ஒன்றில் பணிதொடங்கி,
நாளும் வளரத் தொடங்கியது.
நன்கு முடித்தே ஆலயத்தின்
நடுவில் மேடை ஒன்றமைத்துக்
கண்ணன் இராதை சிலையொன்றைக்
காண்போர் வியக்க அமைத்திடலாம்
என்று பூட்டி கூறிடவும்
ஏற்றார் மகிழ்வாய் சாமாவும். 1383

அன்றே அந்த ஏற்பாட்டில்
ஆற்றல் மிக்க சிற்பிதனைச்
சென்று காண விழைவுற்றே
செய்யத் துடித்தார் செயல்முடிக்க
என்றும் நினைவுக் கற்பனையில்
ஏற்ற அந்த ஆலயத்தை
நன்கு முடிக்கும் ஆர்வத்தில்
நாளும் முயன்று கட்டுவித்தார். 1384

அந்த வழியே செல்லுங்கால்
அங்கே நிற்பார் பாபாவும்
இந்தக் கட்டி டம்முடிந்தால்
இதனுள் மகிழ்வாய் இருப்பேன்யான்
அந்த ஆல யத்தினுள்ளே
ஆடிப் பாடி விளையாடி,
சொந்த மாக்கி நிலைத்திருப்பேன்
சொன்ன பாபா வைக்காண்போர். 1385

எப்போ தும்போல் விளையாட்டாய்
எண்ணிச் சொன்னார் எனநினைப்பர்.
தப்பா தென்றும் அவர்வாக்கு.
தனக்கா கத்தான் கூறியுள்ளார்.
இப்போ தெல்லாம் முன்போல
இல்லை. பெரிதும் மாற்றங்கள்.
தப்பா திங்கே வருகின்ற
தமது பக்தர் தமைநோக்கி. 1386

வருதல் வேண்டாம் இனியாரும்
வதியும் இடத்தில் எனைநினைத்தால்
வருவேன் அங்கே என்றுரைத்தார்.
வந்த முஸ்லீம் பக்தரையும்
அருகில் அழைத்து முகமதுவின்
அரிய பக்திப் பாடலினை
உருக்க மாகப் பாடவைத்தார்.
உள்ளம் மகிழ கேட்டிருந்தார். 1387

துறவி, ஏழை, எளியோர்க்கும் ;
துன்பப் பசிநோய் உடையோர்க்கும்;
நிறைவாய் உணவைத் தரச்சொன்னார்
நீண்ட நேரம் மௌனித்தார்.
பரந்த வானைப் பார்த்திருப்பார்
பரவும் ஒளியில் முகம்மலர்வார்.
துறவி போல வீற்றிருந்தே
தூய தியானம் மேற்கொள்வார். 1388

97. பாபா தன் ஆன்ம விடுதலையை முன்னரே தெரிவித்தல்:

1918-ஆம் ஆண்டு அக்டோபர்த் திங்களில்

ஒருநாள் பாபா வழக்கம்போல்
உலவச் சென்றார். அவ்வேளை
பெருக்கிச் சுத்தம் செய்வதற்குப்
பிறழா பக்தி யுடன்'பாஸ்லே'
வருகை புரிந்தான் மசூதிக்கு
வழக்க மாகச் செய்வதுபோல்,
அருகில் பாபா வைத்திருந்த
அவர்தம் தெய்வச் செங்கல்லைப் 1389

பக்தி கலந்த பயத்துடனே
பதிந்த தூசு தனைத்துடைக்க
அக்க றையாய்க் கையிலேந்தி
அவ்வி டத்தைப் பெருக்கியபின்
தக்க வாறு வைக்குங்கால்
தவறி வீழ்ந்தே உடைந்துவிட
மிக்க பயத்தில் நடுநடுங்கி
மேனி வியர்க்க நின்றிருந்தான். 1390

அக்கால் அங்கே பாபாவும்
அதனைக் கண்டு மிகவருந்தி
இக்கல் உதவி யால்யானும்
என்றன் ஆன்மா வைக்கண்டேன்.
இக்கல் உடைந்து போனதனால்
இனியான் நீண்ட நாள்வாழேன்
இக்கல் மூலம் என்விதியும்
இன்றே உடைந்து போனதெனப் 1391

புலம்பும் குரலில் பாபாவும்
புதிராய்க் கூறி வருத்தமுற்றார்.
நலனும் குன்றி நலிவுற்று
நாளும் மெலிந்து சீர்கெடவே
பலவா றாகப் பக்தருமே,
பதற்றத் தோடும் கூறலுற்றார்
சிலநாட் களிலே மாளிகையும்
சிறப்பாய் முடியும் அதுவரையில், 1392

தவறு! தவறு! நீண்டநாட்கள்
சாயி பகவான் நலம்பெற்றே,
இவர்தம் வாழ்க்கை இருக்கவேண்டும்,
என்றே எண்ணிச் செபித்தார்கள்.
இவரைக் காண அச்சமயம்
இயல்பாய் வந்த வாகேவை
உவகை யோடும் அழைத்தருகில்
உட்கார் என்றே அமர்வித்தார். 1393

இந்தி மொழியில் அமைந்துள்ள
இராம விஜயம் எனும்நூலை
இந்த நேரம் முதலாக
எனக்குப் படித்துக் காட்டென்றார்.
அந்த நூலை மும்முறைகள்
ஆங்கே நாட்கள் பதினைந்தில்
முந்தும் ஆர்வத் துடன்படித்து
முழுதும் களைப்பை அடைந்ததனால், 1394

இனிமேல் படிக்க வேண்டாம்நீ!
என்று கூறி நிறுத்தியபின்.
மணிக்க ணக்காய் பாபாவும்
மௌன மாக வேயிருந்தார்.
எனினும் ஆர்த்தி முடிந்தவுடன்
எல்லோ ரையும் உணவுண்ணும்
பணியைச் செய்யப் பணித்திட்டார்.
பாபா வுடனே இருந்தவர்கள். 1395

எவரும் சற்றும் அகலாமல்
எழுந்து செல்ல மனமின்றி,
அவரோ டங்கே இருந்தார்கள்.
அக்டோ பர்நாள் பதினைந்தில்
தவநாள் விஜய தசமியிலே
தம்மோ டிருந்த பக்தரிடம்
இவண்யான் இருக்க இயலாது
எனது இறுதி விருப்பமிது. 1396

98. பாபாவின் இறுதி விருப்பமும், பிரிவும்

இங்கே எனக்கு வசதியில்லை
என்னைப் புதிய கட்டிடத்தில்
தங்க வைப்பீர்! விரும்புகிறேன்.
துணிவாய்ச் சொல்லி முடித்தவுடன்
அங்கே இருந்த பாயாஜி
அன்பர் உடல்மேல் சாய்ந்ததுமே
தங்கி யிருந்த உயிர்பிரிய
தளர்ந்த உடலைக் கையேந்திக், 1397

கலங்கி நானா விடம்சொல்ல,
கடுகிச் சென்று நீர்கொணர்ந்தே
இலங்கும் வாயைத் திறந்தூற்ற
ஏலா நிலையில் வழிந்ததுநீர்.
பலரும் சூழ்ந்து புலம்பியுடல்
பதற, காட்டுத் தீபோன்றே,
உளதாம் செய்தி பரவியதும்
ஊரே திரண்டு கூடியது. 1398

தாயைப் பிரிந்த குழவிகள்போல்
தவித்த மக்கள் அழுதார்கள்.
நேயத் துடனே பக்தரெலாம்
நிலைகு லைந்து நின்றார்கள்.
ஆய புதிய கட்டிடத்தில்
அழைத்துச் செல்க! எனப்பகர்ந்த
நேயம் மிக்க வார்த்தையினை
நிறைவேற் றிடவே துணிந்தார்கள். 1399

அவரை அங்கே வைத்துத்தான்
அடக்கம் செய்தல் முறையாகும்
அவர்தம் விருப்பம் அவ்விடத்தில்
ஆடிப் பாடி மகிழ்ந்திடுதல்
அவரே முன்பு கூறியுள்ளார்
அதையும் முன்பே அறிந்ததனால்
அவருக் கென்றே ஆலயத்தை
அமைக்கச் சொல்லி இருக்கின்றார். 1400

இப்போ ததைநாம் உணர்கின்றோம்
இதுவும் பாபா செயலாகும்.
எப்போ திதனைச் சொன்னாரோ?
எதையும் முன்பே அறிந்துள்ளார்.
இப்போ தவரைப் பார்வைக்கும்
இங்கே வைத்துப் பின்னர்நாம்
தப்பா தந்த ஆலயத்தில்
தக்க அடக்கம் செய்திடுவோம். 1401

என்று பேசி முடிவெடுக்க
ஏற்றுக் கொள்ளா முஸ்லீம்கள்
மன்னும் எங்கள் குலவழக்கம்
மாறா திருக்க விழைகின்றோம்
என்று சொல்லி மறுத்தார்கள்,
ஏன்தான் இந்த இனபேதம்?
நன்றோ தீதோ அவர்விருப்பம்
நடத்த உரைத்தார் இந்துக்கள். 1402

இந்து முஸ்லீம் இருசாரார்
இரண்டு விதமாய்ப் போட்டியிட
அந்தக் கால 'குஷப்சந்தி'
அகன்ற திடலில் தான்அடக்கம்.
முந்திக் கொண்டு செயல்படுத்த
முனைவுற் றார்கள். அதுகண்டே
இந்து பக்தர் அனைவருமே
இதனை ஏற்க மறுத்தார்கள். 1403

99. பாபாவின் இறுதி விருப்பத்தை நிறைவேற்றல்

கோபர் கான்ஊர்த் தலைவர்முன்
குவிந்த மக்கள் தீர்ப்பளிப்பால்
தீபச் சுடராம் பாபாவின்
திருவு ருவத்தை ஆலயத்துள்
தூப தீப ஆர்த்தியுடன்
தூய கர்ப்ப நிலவரைக்குள்
தாபத் தோடு நல்லடக்கம்
தன்னைச் செய்ய ஏற்றார்கள். 1404

தமது துவார காமாயி
தன்னில் பாபா உயிர்நீங்கி
அமர ரான அவருடலை
அனைவ ருடைய பார்வைக்கும்
கமழும் வத்தி வாசமுடன்
காணு மாறு வைத்தார்கள்.
அமரர் உடலை முஸ்லீம்கள்
அழகுப் பேழை தனில்வைக்க, 1405

இந்து முஸ்லீம் இருசாரார்
இரும ருங்கும் தோள்கொடுத்தே
அந்த ஊரில் தெருக்களிலே
அமைதி ஊர்வ லமாய்க்கொணர்ந்து
தந்தை பாபா விருப்பம்போல்,
தாமே உறுதி செய்வித்த
அந்தப் பூட்டி மாளிகைக்கே
அவரை எடுத்துச் செல்லுங்கால், 1406

விண்ணி லிருந்து விழுதாக
விரைந்து வீழும் மழைநீர்போல்
மண்ணில் மக்கள் தெளிக்கின்ற
மலர்கள் வீழ்ந்து வழியெங்கும்
மண்ணை மறைக்கும் மலர்ப்படுகை
மசூதி தொடங்கி மாளிகைக்கே
அண்ணல் பாபா வழித்தடமாய்
அமைந்த காட்சி வியப்பூட்ட, 1407

அங்கே அமைந்த ஆலயத்துள்
அமைந்த மேடைக் கருகினிலே
பொங்கும் விழிநீர்ப் பூச்சொரிய
புகையும் வத்தி வாசமுடன்
அங்கே குரானும் பஜனையுமாய்
அனைவ ரும்தாம்; பிரார்த்திக்க
தங்க வைக்க நிலவறைக்குள்
சாயி அடக்கம் செயப்பட்டார். 1408

எங்கும் நிறைந்த எம்பெருமான்
எதையும் முன்பே அறிந்ததனால்
தங்கும் இடத்தைத் தனக்காகத்
தாமே பூட்டி யிடம்சொல்லி
அங்கே அந்த ஆலயத்தை
அமைக்கச் செய்தே அமர்ந்துவிட்டார்
தங்கி யுள்ள பாபாவின்
தயவை நாடி வருவோர்க்கும் 1409

சாயி பகவான் அருள்கூர்ந்து
சகல நலனும் தருகின்றார்.
சாயி சமாதி, சிலநாளில்
சாயி மந்திர் எனவாகிச்
சாயி பகவான் ஆலயமாய்ச்
சார்ந்தோர்க் கெல்லாம் அருள்வழங்கும்
சாயி சக்தி பீடமென
சரிதம் கூறி நிற்கிறது. 1410

100. திருமதி H.W.பிரதான் என்பவரின் அனுபவம்:-

அன்று பாபா இறக்கின்றார்.
அந்த இரவில் அவர்பக்தை
நன்கு உறங்கும் தருவாயில்
நடந்த நிகழ்வைக் கனவினிலே
கண்டு கொள்ள வைக்கின்றார்.
காட்சி கண்ட பக்தையவள்
என்றன் பாபா இறக்கின்றார்
என்றே அழுதாள். பாபாவும், 1411

“மக்கள், மகான்கள் இறந்ததாக
மண்ணில் கூற மாட்டார்கள்.
எக்கா லத்தும் சமாதியேற்றார்
என்றே கூறல் மரபாகும்”
பக்தைக் குரைத்தார். அதன்பின்னர்
பகவான் உடலில் அசைவில்லை.
பக்கம் நின்றோர் அழுகின்றார்”
பதறித் துடித்தே எழுகின்றாள். 1412

கனவு கண்டாள் நள்ளிரவில்.
காலை வந்த கடிதத்தில்
அனைவ ருக்கும் ‘சின்சினிகர்’
அனுப்பி யிருந்தார் அச்செய்தி.
கணக்காய் முதல்நாள் தசராநாள்
காலம் மாலை மணிமூன்றில்
நினைக்க வொண்ணா நீள்துயிலில்
நிலைத்து விட்டார் பாபாவும் ’ 1413

101. மற்றோர் பெண்மணி கனவில் பாபா கூறுதல்

அன்று மற்றோர் பெண்மணியின்
அயர்ந்த உறக்கம் தனில்தோன்றி
உன்றன் பெட்டி தனிலுள்ள
உயர்ந்த மஞ்சள் நிறவேட்டி
தன்னைச் சமாதி தனில்போர்த்தத்
தவறா தனுப்பி வைத்திடுக!
என்று கூற அவ்வாறே
எடுத்தும் அனுப்பி வைத்திருந்தாள். 1414

அடுத்து முப்ப தாம்நாளில்
அன்பு பக்தர் ஒருவரிடம்
விடுத்தார் கனவில் ஒருசேவை.
விரும்பி, சிறப்பைச் செய்யென்றார்.
மடுத்த செயலை நிறைவேற்ற
மகிழ்வாய்ப் புனித நன்னாளில்
கொடுத்தார் உணவை அனைவருக்கும்
கொண்டாட் டம்போல் நிகழ்வித்தார். 1415

இறப்பு மகான்க ளுக்கில்லை.
இருப்பேன் உலகில் என்றென்றும்
இறந்து உயிர்த்த இயேசுவைப்போல்
எல்லா இடத்தும் நிறைவாக
இறவா நிலையைப் பெற்றுள்ளேன்
இணைந்தே சமாதி தனிலுள்ளேன்
புரக்கும் என்னை நினைப்பவர்க்குப்
புவியில் நன்மை செய்திடுவேன் 1416

கல்ல றைக்குள் இருந்தாலும்
காட்சி தருவேன் உயிரோடும்
எல்லை யற்ற வீரியத்தில்
எங்கும் இயங்கிச் செயல்படுவேன்.
சொல்லின் மகிமை நிறைவேற்றச்
சூக்கு மமாக ஒளிவீசி
அல்லும் பகலும் அங்கிருந்தே
ஆற்றல் பெற்றும் திகழ்கின்றார். 1417

முன்பே பாபா மசூதியிலே
மூன்று நாட்கள் உயிர்நீத்து
முன்போல் உயிர்பெற் றெழுந்தவர்தான்
முடிவாய் அந்த பூதவுடல்,
அன்று சமாதி நிலைதன்னை
அடைந்த மறுநாள் பாபாவாய்,
என்றும் போல ஜோஷியிடம்
எதிரில் வந்தார் கனவினிலே. 1418

எழுந்து சென்று, பூசையையும்
எடுத்த காகட் ஆர்த்தியையும்,
பொழுது புலர்ந்த வுடன்செய்க!
புவியில் என்னை இறந்ததாக
அழுகின் றபாபு சாஹேப்பும்
அங்கே வருவான் விரக்தியிலே.
பிழைநே ராமல் செய்!என்றார்.
பின்பு 'மௌல்வி களை'யெதிர்த்தே 1419

ஆர்த்தி செய்தே முடித்திட்டார்.
ஆனால் மதியம் பாபுசாஹேப்
ஆர்த்தி செய்தார் அனைவரோடும்
அவ்வி டத்தில் உடன்சேர்ந்து
நேர்த்திக் கடன்போல் பாபாவின்
நிழலாய் இருந்தோர் அனைவருமே
பார்த்துப் பார்த்துச் சமாதிதனைப்
பலவா றாகச் சிறப்பித்தார். 1420

அன்று சமாதி நிலைதுய்த்த
அடுத்த நாள்தாஸ் கணுகனவில்
பண்ட ரிபுரத் தில்தோன்றி
"பழைய மசூதி பாழடைய,
எண்ணெய் மளிகை வியாபாரி
என்னைக் கேலி செய்ததனால்
இன்று யானும் அங்கில்லை.
இதனைக் கூற வந்துற்றேன். 1421

அங்கே விரைந்து சென்றிடுக!
அரிய உடலை மலர்கொண்டு
எங்கும் நிறைவாய் மூடென்றார்".
எழுந்த காலைப் போதினிலே
எங்கும் இருளாய் ஆனதுபோல்
எடுத்து வந்த செய்திகேட்டு,
பொங்கும் கண்ணீர் வழிந்தோட
புறப்பட் டுவிட்டார் சீரடிக்கே. 1422

சீர டிவந்த தாஸ்கணுவும்
சிறந்த பக்தர் பலரோடும்
பூர ணஞானி பாபாவின்
புனித சமாதி முழுமைக்கும்
ஆரத் தழுவும் மலர்மாலை
அணிவித் தும், கீர்த் தனை, பஜனை,
ஊரைக் கூட்டி நாள்முழுதும்
உணவும் அளித்துச் சிறப்பித்தார். 1423

இறப்பை வென்ற பாபாவை
என்றும் போற்றும் சிறப்போடு,
நிறைவாய் நினைவு நாட்களினை
நினைத்த இந்து முஸ்லீம்கள்
சிறப்பாய்ச் செய்யும் பிரார்த்தனையில்
சிந்தை மகிழ்ச்சி கொண்டவராய்
உறவில் பேதம் இல்லாமல்
உண்மை யாக ஒருங்கிணைந்தார். 1424

சமாதி யடைந்த பதினோராம் நாள், பதின் மூன்றாம் நாள் முஸ்லீம் பக்தர்களும், முப்பதாம், நாற்பதாம் நாட்களிலே இந்து பக்தர்களும் பிரார்த்தனையும், வழிபாடும் நடத்தி அன்னதானம் செய்தார்கள்.

அன்று வந்த மக்களெலாம்
அலைகட லல்போல் திரண்டமையால்
அன்றே ஆல யம்நிறைந்தே
அந்த ஊரின் தெருக்களிலே
நின்ற வாறே பிரசாதம்
நீண்ட வரிசை களில்பெற்றார்
அன்றே இனிப்புப் பண்டங்கள்
அனைத்தும் வழங்கி இன்புற்றார். 1425

கல்ல ரைக்குள் இருந்தாலும்
கடவுள் பாபா செயல்பட்டுச்
சொல்லும் செயலும் உடையவராய்ச்
சூழும் துன்பச் சுமைநீக்கி
அல்லும் பகலும் அரவணைத்தே
அன்பாய்; பக்தர் தமைக்காத்தும்
எல்லோ ராலும் புகழ்ந்தேத்தும்
இனிய தெய்வ மாயுள்ளார். 1426

உருவச் சிலையில் வாழ்கின்றார்
ஒளியாய் நிறைந்தும் திகழ்கின்றார்.
உருவம் மாறி வருகின்றார்
உரியோர் கனவில் உதிக்கின்றார்.
பெறுதற் கரிய வரமாகப்
பின்வி ளைவை முன்கூட்டி
அருமை பாபா அசரீரி
அருளால் நம்மைக் காக்கின்றார். 1427

பகரும் யுகங்கள் பலவற்றில்
பார்த்த உயிர்கள் வாழ்வியலை
அகமு கநோக்கால் அறிகின்ற
ஆற்றல் அனைத்தும் பெற்றவராய்ச்
செகத்தைக் காத்து நல்வழியில்
செலுத்தும் ஞான ஒளியாக
இகத்தில் எதையும் விரும்பாத
எளிய தோற்றம் கொள்கையுடன், 1428

உலகில் ஒவ்வோர் அணுவினிலும்
உறையும் உயிர்ப்பாய் மிளிர்கின்றார்.
உலவும் அனைத்து உயிரினத்தின்
உண்மை பிறப்பின் மகத்துவத்தை
அலகில் சோதி அவரன்றி
அறிவார் உண்டோ? தொல்லுலகில்
இலவு வெடித்த பஞ்சைப்போல்
எங்கோ பறந்து செல்கின்றோம். 1429

கலியு கத்தில் பாபாவைக்
கண்ட பக்தர் அனைவருமே
பலித மாகும் செயலெண்ணி
பக்தி யோடும் துதிக்கின்றார்.
எளிமைத் தோற்றம் தனைக்கண்டு
இறைவ னாக எண்ணாமல்
கலியு கத்தில் ஒருசித்தர்
கண்டால் நன்மை என்கின்றார். 1430

102. பஸ்காராவுக்கு அருள் செய்தல்

பார்ஸி இனத்தில் ஒருமனிதர்
'பங்கா ரா'வென் றழைப்பார்கள்.
நேர்மை பழமை உணர்வோடு
நிலையிற் றிரியா யோகியரை
நேர்சென் றணுகி வணங்கிடுவார்,
நெருக்க மான அவர்நண்பர்
பார்ப்ப தற்கு வந்திருந்தார்
பாபா உருவ நாள்காட்டி, 1431

பரிவாய் வழங்க, அப்படத்தைப்
படுக்கை யறையில் மாட்டியவர்
அறியார் பாபா யாரென்றே.
அடுத்த நாளில் கண்விழித்தே,
உரிய ஏதோ உந்துதலால்
உடனே பாபா வைவணங்கி,
அறிந்தால் மனைவி கோபிப்பாள்
அதனைத் தவிர்க்க வெளிச்சென்றார். 1432

மறுப டியும் வரும்போது
மாலை யணிந்த தோற்றத்தில்
இருக்கும் பாபா படம்கண்டார்.
இயல்பாய் மனைவி கூறலுற்றாள்.
இருந்த படங்கள் அத்தனையும்
என்றும் போலத் துடைக்குங்கால்
திருவாய் மலர்ந்த குரலொன்றைத்
தெளிவாய்க் கேட்டேன் அறைக்குள்ளே. 1433

"மகளே! கேட்பாய்! மறவாமல்
மாலை எனக்கும் அணிவிப்பாய்!
அகத்தில் நன்மை விளைந்திடவே
அருள்செய் திடுவேன்" இருமுறைகள்
பகவான் கூறக் கேட்டதனால்
பணிந்தே மாலை அணிவித்தேன்.
நிகழ்ந்த இந்த ஒலிகேட்டு
நிறைவைப் பெற்றேன் எனப்பகர்ந்தாள். 1434

'பங்கா ராவ்'தம் நண்பருடன்
பகிர்ந்து கொண்டார் இந்நிகழ்வை.
'தங்கள் இல்லம் தனில்பாபா
தங்கி யுள்ளார் அருள்செய்ய.
எங்கும் நிறைந்த பாபாவை
எழிலாய் பூசை அறைக்குள்ளே
தங்க வைத்துப் பூசிப்பீர்!
தவறா மல்நீர்! விருப்பம்போல். 1435

மலரால் மாலை அணிவிப்பீர்!
மகிழ்வாய் இல்லம் செழிப்படையும்!
உளத்தில் பொங்கும் நிறைவுடனே,
உரைத்த அவர்தம் சொல்கேட்டு
நிலவும் பக்திப் பெருக்கோடு
நிறைந்த வியாழக் கிழமைதனில்
அலகில் ஜோதி பாபாவை
அறையில் வைத்துத் தொழுதார்கள். 1436

அன்றோர் வியாழக் கிழமைதனில்
அவர்கள் பூசை அறைக்குள்ளே
'உன்றன் ஆசை யாதென்றே
உரைப்பாய் மகளே' எனும்குரலை.
முன்போல் கேட்ட மனைவியவள்
மோன நிலையில் கண்மூடி,
என்றன் கணவர் நலமுடனே
இருக்க வேண்டும். மேலும்ஓர், 1437

குழந்தைச் செல்வம் வேண்டுமெனும்
கோரிக் கையை முன்வைத்தாள்.
நிழலாய் நினைத்த நினைவலைகள்
நிறைவே றிடவே தொடங்கியது
வழக்கம் போல ஒருவாரம்
வாழ்க்கை தன்னில் பெரும்மாற்றம்
தழைக்க வைக்கும் பொருள்நிறைவு
தகுதி மிக்க பணியுயர்வு:. 1438

வேரில் கனிந்த பலாக்கனியாய்
விரும்பும் மகனும் வந்துதித்தான்.
ஊரில் உள்ள சிலருக்கும்
உற்ற சிக்கல் தனைக்தீர்க்க,
நேரில் பாபா படத்தின்முன்
நின்று வேண்டி தீர்த்தார்கள்.
ஊறிக் கிடக்கும் உணர்வுகளின்
உருவ கம்தான் இந்நிலையோ? 1439

நேரில் காணும் நிகழ்வெல்லாம்
நினைவில் தோன்றும் கற்பனையோ?
பாரில் இதுபோல் செயற்றிறன்கள்
பகுத்த றிவும்தான் ஏற்றிடுமோ?
வீரியத்தின் வேகத்தால்
விருப்பம் போல நிகழ்ந்திடுமோ?
யாரி டத்தில் இதைப்பற்றி
எவ்வா றறிவோம் என்பதுபோல், 1440

இவ்வா றாகப் பங்காராவ்
இதயத் துள்ளே பலகணைகள்.
ஒவ்வா தென்றே ஒதுங்காமல்,
ஒப்புக் கொள்ள இயலாமல்,
கவ்வும் பிணிக்கு மருந்தாகக்
கடவுள் பாபா மறுபடியும்,
இவ்வா றேதும் சொல்புகன்றால்
இதனைச் சோதித் திடநினைத்தார். 1441

ஆறு ஆண்டு கள்செல்ல,
அன்றோர் நாளில் பணிநிமித்தம்
நூறு மைல்க ளுக்கப்பால்
நுவன்ற பணியைச் செய்துவர
ஊருக் குத்தாம் செல்வதனை,
உரிமை மனைவி யிடம்சொல்ல,
சேரும் இடத்தில் செயல்முடித்துச்
சிறப்பாய் இன்றே வருகவென்றாள். 1442

பாபா படத்தின் முன்நின்று
பணியும் போது, மகனே!கேள்!
பாபா கூறும் செய்தியினைப்
பார்நீ! இன்று வரமாட்டாய்!'
பாபா சொன்ன செய்தியினைப்
பகுத்த றிவாலே கண்டறிய
தீபா ராத னைமுடித்துத்
திடமாய் உடனே வெளியேறி, 1443

காலை ஏழு மணியளவில்
காரில் அமர்ந்து புறப்பட்டார்.
வேலை தன்னை நினைத்தவராய்
விரைந்து ஐம்பான் கல்தொலைவு
சாலை கடந்தார். ரயில்பாதை,
சற்றே காரை நிறுத்தியதும்,
வேளை தவறும் என்றஞ்சி
விரைவாய்ப் பேருந் தினின்றும் 1444

இறங்கி வந்த ஒருமனிதர்
இவர்தம் காரில் வந்தமர்ந்தார்.
சிரம மின்றிச் செல்லுங்கால்,
சிறிய பெரிய தடைக்கற்கள்.
பரவ லான மலைப்பாறை
பள்ளத் தாக்கும் பயமுறுத்த,
அரவம் நெளிந்து கிடப்பதைப்போல்
அங்கி ருந்த மலைப்பாதை. 1445

கட்டுப் பாட்டை இழந்தியங்கும்
காரின் வேகம் அச்சுறுத்த
எட்டிப் பார்த்தால் பயத்தாலே
இதயம் இயங்கா தென்றஞ்சி,
"அட்டி யின்றி பாபாவின்
அருள்வாக் கதனை நினைத்தவராய்த்
திட்ட மிட்டே சோதித்த
தீயோன் என்னை மன்னிப்பீர்!" 1446

இட்ட முடனே இறைஞ்சுகின்றேன்.
இறைவா! என்னைக் காத்தருள்வீர்!
விட்டில் பூச்சி விளக்கொளியில்
வீழ்ந்து மடிதல் போல்யானும்,
கட்டுப் பாடே இல்லாமல்
கடவு ளையே சோதித்தேன்
கொட்டும் அருவி போல்கண்ணீர்
கொதித்து வீழக் கரங்கூப்பி, 1147

தண்ட னையும் போதுமய்யா!
சத்தி யமாகச் சரணடைந்தேன்.
என்னைக் காத்தே அருள்செய்வீர்!
என்று வேண்டிக் கொண்டவுடன்
தன்னி லையில் தளர்வுற்றுத்
தானே சென்ற கார்டயரும்,
மண்ணில் புதைந்தாற் போல்நின்ற
மற்றோர் பாறை தனில்உரசி, 1448

நின்ற தும்ஓர் அதிசயமே
நிலையாய் வேறு டயர்மாற்றி,
அன்று பயணம் தனைத்தொடங்கி
அடுத்த நாளில் வீடடைந்தார்.
அன்று முதலே பங்காராவ்
அனைத்தும் உணர்ந்த பாபாவின்
அன்பு நிறைந்த பக்தராகி
அவர்தம் சொல்லில் வலுப்பெற்றார். 1449

103. சிட்னிஸிக்கு அருள் செய்த பாபா

டெல்லி சாயி சமாஜத்தின்
        தலைவர் சிட்னிஸ் என்பவர்க்கே,
அள்ளும் அழகு வண்ணத்தில்
        அமைந்த சாயி படமொன்று
உள்ளம் மகிழக் கிடைத்ததனால்
        உவகை யோடு சீரடியில்
உள்ள பாபா சமாதிதனை
        உடனே காண ஆவலுற்றார். 1450

அவரு டைய வரலாற்றை
        அறிந்து கொள்ளும் தூண்டுதலால்
தவம்போல் படிக்க முற்பட்டார்
        தவறா மல்ஈ ராண்டுகளாய்
அவரைப் பற்றி அறிந்தவுடன்
        அவர்தம் சமாதி தனைக்காண
உவகை யோடு சீரடிக்கும்
        உறுதி யுடனே சென்றடைந்தார். 1451

சமாதி தன்னை முதன்முறையாய்த்
        தரிசிக் குங்கால் அவர்க்குள்ளே
அமைதி நிறைந்த அளப்பரிய
        ஆழ்ந்த சாந்தி. கிட்டியது.
இமைக்க மறந்தார் நெடுநேரம்,
        இயல்பாய் அமைந்த வாழ்வியலில்
அமைந்த மாற்றம், கண்ணோட்டம்
        அவர்தம் உளத்தில் புகக்கண்டார். 1452

1952-ஆம் ஆண்டு பாபா சமாதியைக் காணச்சென்றார்.. 1957-ஆம் ஆண்டில் அவர்தம் சகோதரி பம்பாயில் மிகவும் நோயுற்றிருந்தாள்,1960-ம் ஆண்டு சிட்னிசுக்கு பாபாவின் வண்ணப்படம் கிடைத்தது.

பம்பாய் நகரில் நோயுற்றுப்
படுத்த படுக்கை யாய்க்கிடக்கும்
தம்மு டைய சகோதரியைத்
தமது குடும்பத் துடன்காண
பம்பாய் செல்லும் விமானத்தில்
பயணித் திடவே காத்திருந்தார்.
பம்பாய் சென்று சகோதரியைப்
பார்க்கும் போதில் அவள்உடலும் 1453

நலம்பெற் றிருக்க வேண்டுமென,
நம்பி பாபா வைவேண்டி,
உளத்தில் நினைந்தே அமர்ந்தவர்முன்
உண்மை யாக ஒருபக்கீர்
விளக்க வியலா சோகத்தில்
விந்தை சைகை காண்பித்தார்.
நிலத்தை நோக்கி சிட்னீஸ்கண்
நிலைத்த நேரம் ஒருகணம்தான். 1454

அதற்குள் அங்கே நின்றிருந்த
அந்த பக்கீர் காணவில்லை.
பதறி பெற்றோர் தமைக்கேட்க
பக்கம் யாரும் நிற்கவில்லை.
அதைப்போல் எவரும் வரவில்லை.
அவர்கள் உரைத்த பதில்கேட்டு
அதற்குள் வந்து மறைத்திட்ட
அவர்தான் பாபா என்றுணர்ந்தார். 1455

மறுநாள் பம்பாய் சென்றடைந்து
மறித்து விட்ட சகோதரியைக்
கருதிக் கண்ணீர் விட்டழுதார்.
கண்முன் நின்ற பாபாவின்
உருக்க மான உணர்வுகளை
உளத்தில் நிறுத்தி மெய்சிலிர்த்தார்.
இருவி தமான நிகழ்வுகளை
எண்ணி வியந்தார் சிட்னீசும் 1456

அடுத்து எட்டு ஆண்டுகள்பின்
அவரும் வயிற்று வலியாலே,
கொடுமை யான துன்பத்தைக்
குறைவே இன்றி அனுபவித்தார்.
கொடுத்த மருந்தும் பயனின்றி
கொண்ட உணவும் ஏலாமல்
அடுத்து, என்ன செய்திடலாம்?
அறுவை சிகிச்சை மேற்கொண்டால், 1457

தடுத்து விடலாம் நோய்தன்னை.
தகவல் சொன்னார் மருத்துவரும்.
கடுமை யான நோய்முதிர்வால்
கரண்டி உணவும் உட்கொள்ளா
நெடுமைத் துயரம் தாளாமல்
நேராய் அறுவைச் சிகிச்சைதனை
அடுத்த நாளில் செய்வதற்கே
அன்றே சென்று சேர்ந்தபின்னர். 1458

அன்று இரவு நெடுநேரம்,
அறுவை சிகிச்சை இல்லாமல்
தன்னு டைய வலிநீக்கித்
தன்னைக் காக்க வேண்டுமென
எண்ணி பாபா வைவேண்டி
இறைஞ்சி அழுது புலம்பியவர்
கண்ண யர்ந்த பின்னிரவில்
கனவு. நான்கு முரடர்கள். 1459

அவரை இழுத்துத் தள்ளிவிட
அதனைக் கண்ட ஒருபக்கீர்
அவர்க ளிடத்தில் போராடி
அவரை மீட்டுப் படுக்கையிலே
கவன மாகக் கிடத்துகிறார்.
காலை எழுந்த வுடன்சிட்னீஸ்
உவக்கும் வண்ணம் வலிநீங்கி
உணவு தேநீர் உட்கொண்டார். 1460

இதனை யறிந்த மருத்துவர்கள்
இயல்பாய் இருக்கும் நிலைகண்டு
விதம்வி தமாகச் சோதித்தும்
விந்தை என்றே அதிசயித்து
எதற்கு அறுவை சிகிச்சையினி?
என்று அவரை அனுப்பிவிட,
உதவி செய்த பாபாவை
உள்ளம் உருக வழிபட்டார். 1461

1966-ஆம் ஆண்டு சிட்னீஸ் ஆக்ராவுக்குப் புறப்பட்டார்.

அன்றோர் வியாழக் கிழமையிலே,
அவரும் சாயி சரிதத்தை
என்றும் போலப் படித்தபின்பு
இருந்த குடும்ப நபர்களுடன்
அன்று 'ஆக்ரா' செல்வதற்கு
அனைத்து ஏற்பா டுகள்செய்தார்.
பின்பு பாபா படத்தின்முன்
பெரிதும் விரும்பும் பக்தியுடன், 1462

நின்று தனது ஆசையினை
நிறைவேற் றிடவே வேண்டுகிறார்
"தன்னு டைய பயணத்தில்
தவறா தும்மை யான்காண,
என்பால் கருணை வைத்தேநீர்,
எனக்குக் காட்சி தரவேண்டும்."
என்று வேண்டி இறைஞ்சியபின்
ஏழு மணிக்குப் புறப்பட்டார். 1463

சென்ற காரில் அவர்குடும்பம்
சேர்ந்தே மகிழ்வாய் வழித்தடத்தைத்
துன்ப மின்றி அறுபதுகல்
தொலைவு கடந்த வுடனேகார்
என்ன வென்றே அறியும்முன்
ஏனோ அதிச யமாய்நிற்க,
தன்னு டைய காரியங்கத்;
தவிர்க்க வொண்ணா இடையூறோ? 1464

காரை நிறுத்தக் காரணம்ஏன்?
காரோட் டியிடம் கேட்கும்முன்
பாரை யாளும் பாபாவின்
பதிவில் வந்தார் ஒருபக்கீர்.
யாரைக் காண விழைந்தாரோ?
எதிரில் அவரே வந்துற்றுச்
சீரைப் பெறுக! எனவாழ்த்தி,
சிட்னீஸ்! எனக்குத் தட்சணையைத் 1465

தருக! என்று கையேந்தத்
தந்தார் சிட்னீஸ் ரூபாயை.
மறுக ணத்தில் மறைந்துவிட
மாற்ற மில்லை. பாபாதான்.
மறுக்க வியலா உண்மையிது.
வழியில் தானே கார்நிற்க,
அருகில் வந்த பக்கீரை
அவர்தம் கடைசி மகனோடு. 1466

காரை ஓட்டி வந்தவரும்
கண்டி ருக்க, மற்றவர்கள்
காரை யொட்டி நின்றவரைக்
காணா ததுபே ரதிசயமே.
சீராய் வந்த கார்எதற்குச்
சிலநி மிடங்கள் நின்றதென
காரை ஓட்டி வந்தவரைக்
கடிந்து கொண்ட நிகழ்வாலே, 1467

உண்மை தன்னை மற்றவர்கள்
உணர்ந்து கொள்ளா நிலைகண்டே
என்னே! பாபா கருணையிது?
என்றே எண்ணி சிட்னீசும்.
தன்னு டைய இதயத்தில்
தங்க வைத்தே பாபாவை
என்றும் போற்றி வழிபட்டார்.
இருந்த வாணாள் முழுவதுமே. 1468

104. நாத்திகரும் ஆத்திகரானார்:-

ஆந்தி ராவில் புகழ்பெற்ற
அறிவு சான்ற எழுத்தாளர்.
ஏந்தும் கொள்கை நாத்திகமே,
இயற்பேர் கோபி நாத்ஆகும்.
பாந்த மாகக் 'கர்நூலில்'
பணிசெய் திருக்கும் காலத்தில்
ஏந்திச் சுமக்கும் மகவதனை
ஈன்றெ டுக்க மனைவிதனை 1469

அரசு மருத்து வமனைசேர்த்தார்.
அங்கே மூன்று நாள்வரையில்
பிரச வத்தின் வலிதாங்கிப்
பிள்ளைப் பேறு நடவாமல்
இறக்கும் நிலைக்கும் ஆட்படவே
இதயம் துடித்த கோபிசந்தும்
அரற்றிப் புலம்பி, வரும்வழியில்
அருகே இருந்த பாபாவின், 1470

ஆல யத்தைக் கடக்குங்கால்
அவரே சொன்னார். பாபாஉம்
சாலச் சிறந்த சக்தியினைச்
சாற்று கின்றார் பக்தரெல்லாம்.
காலத் தோடென் மனைவிதனைக்
காப்பாற் றினால்யான் நம்புகிறேன்.
சீல முடைய ஆத்திகனாய்ச்
சிந்தை தெளிவேன் என்றுரைத்து, 1471

மருத்து வமனை சென்றவுடன்
மகனும் பிறந்தான் சுகமாக
அருகி ருந்தோர் சொல்லிடவும்
அங்குச் சென்று பார்க்குங்கால்
பெருகு கின்ற கண்ணீரும்
பெருமை யுமாக மனைவியவள்
அருகே வந்த கணவரிடம்
அவளும் சொன்னாள் அந்நிகழ்வை. 1472

வேத னையில் இடர்ப்படுங்கால்
விளைந்த திங்கே ஒருகாட்சி.
பாதம் வரையில் கம்ளியுடன்
பக்கீர் ஒருவர் வந்துற்றார்.
சோத னையாய் எண்ணாதே
சுகமாய் பிரச விப்பாய்நீ
ஆத லாலே அஞ்சற்க!
அன்போ டமர்ந்து விபூதிபூசி 1473

நீரில் சிறிது கரைத்தளித்தார்.
நிறைவாய் மகனும் பிறந்துவிட்டான்.
மாறி விட்டார் ஆத்திகனாய்
மகிமை தன்னை உணரந்திட்டார்.
நேரில் வந்த பாபாவின்
நினைவாய், மகனைச்' சாயி'யென்ற
பேரிட் டழைத்தார் பெருமையுடன்,
பெரிதும் வியப்பு யாதென்றால், 1474

கணவன் துதித்த நேரத்தில்,
காக்க வந்தார் பாபாவும் ;
கணத்தில் வந்து காப்பாற்றி
கருணை புரிந்த வள்ளலானார்.
இணக்க மான இருநிகழ்வும்
இணைந்த காலம் ஒன்றேதான்.
துணையாய் நின்ற நாத்திகர்கள்,
துணிவைக் கண்டு வியந்தார்கள். 1475

உண்மை நிலையை உணர்ந்தவராய்
உருகிப் பணிந்தார் பாபாவை.
எண்ணம் மாற்றம் அடைந்ததனால்,
இவரைத் தொடர்ந்த நாத்திகர்கள்,
கண்ணைக் கட்டி விட்டாற்போல்,
கருத்து மாற்றம் எதனாலே?
எண்ணித் தமக்குள் பரபரப்பை
ஏற்றுக் குழப்பம் அடைந்தார்கள். 1476

கட்டுக் கடங்கா துயரத்தால்
காணத் தக்க மாற்றங்கள்
விட்டு விட்ட தெய்வத்தை
விரும்பி நாடும் தேடல்கள்.
எட்டுத் திக்கும் சென்றலையும்
எண்ணத் தறியின் ஓட்டங்கள்.
தொட்டுப் பார்க்கும் போதில்தான்
தூய்மை பெற்று வலுவடையும். 1477

பிள்ளைக் கனிக்கு வரமளிப்பார்;
பிழைநே ராமல் முன்கூட்டிச்
சொல்லி நம்மைக் காத்திடுவார்;
சூக்கு மத்தால் நாம்நினைக்கும்
கள்ள உணர்வை உணர்ந்திடுவார்;
கருது வதையும் கூறிடுவார்;;
எல்லை இல்லா கருணையினால்
எல்லே ரையும் வாழ்விப்பார்; 1478

கனவில் காட்சி தந்திடுவார்
கருதும் செயலை முடித்திடுவார்;
நினைவில் ஒலிக்கக் குரல்கொடுப்பார்;
நேரில் நின்று பேசிடுவார்;
பணத்தின் தேவை என்றாலும்;:
பதவி உயர்வு என்றாலும் ;
அணையா சோதி அவரருளால்
அனைத்தும் கிடைக்கப் பெறுவார்கள். 1479

கோடா னுகோடி மனிதர்தம்
கோரிக் கையை நிறைவேற்றி,
வாடா திருக்க வழிவகுப்பார்
வள்ளல் பாபா என்றென்றும்.
பாடாய்ப் படுத்தும் பலநோய்கள்
பறந்தே போகும் பாபாவால்.
நாடா திருப்போர் தமைக்கூட
நாடி வரவே செய்திடுவார். 1480

சாயி பகவான் அவதரித்துச்
சமாதிக் குப்பின் இன்றுவரை
சாயி செய்த லீலைகளைச்
சரித மாகக் கூறிடவே
ஆயி ரமாயி ரமாயெங்கும்
அவர்தம் பக்தர் நிறைந்திருக்க,
நாயின் கடையேன் சிலவற்றை
நவின்றேன். முழுமை பெறவில்லை. 1481

பிறவி தோறும் கூடெடுத்துப்
பெற்ற பயனை அளிப்பவர்க்குப்
பிறந்த நாளும் ஒன்றுண்டோ?
பெற்றோர் தம்மை யாரறிவார்?
இறந்த நாளும் அவர்க்கில்லை.
ஏற்ற வயதோ கணக்கில்லை.
சிறப்பாய் அமைந்த இப்பிறப்பில்
சேர்க்கப் பட்ட பெயர்பாபா . 1482

இரண்டு முறைகள் சீரடியில்
இருந்த பாபா இடைப்பட்ட
இரண்டு வருடம் எவ்விடத்தில்
இருந்தார் என்றே அறிவதற்குத்
திரண்ட குறிப்பும் ஒன்றுண்டு
திகழும் 'ரஹாதா' வில்வந்து
சிறந்த அக்ப ரலியென்னும்
தேர்ந்த ஞானி யுடன்தங்கி 1483

இருந்துள் ளாரென் றியம்புகின்றார்.
இறந்து போன 'குசல்லா'வும்
இருக்கும் போதே பாபாவை
இயல்பாய்க் கண்ட செய்திதனைப்
பொறுமை யோடும் ஆராய்ந்தால்
புகன்ற தெல்லாம் உண்மையென
இருந்த 'அக்ப ரலிபடமும்
இன்றும் 'ரகாதே கரின்ஜின்னில்' 1484
(முஸ்லீம் மகான்கள் தங்குமிடம்)

இருப்ப தையும் 'தௌலுசையத்'
        என்னும் அன்பர் கூறுகின்றார்.
இருந்தார் பாபா அவ்விடத்தில்
        என்ற செய்தி செவிச்செய்தி.
இருந்த போதும் பலர்கூற
        இருந்த காலம் ஆண்டிரண்டு.
மறுப டியும் சீரடிக்கே
        வந்து விட்டார் நிரந்தரமாய். 1485

ஒருநாள் பகோஜி என்பார்தம்
        உடலில் சுரநோய் தாக்கிடவே
மருத்து வத்தால் பயனின்றி
        மரணம் நேரும் பயம்கொண்டார்.
அருகில் வந்த பாபாவும்
        அவர்தம் இரண்டு செவித்தடங்கள்
அருகில் முதுகில் மூவிடத்தும்
        அழலில் பழுக்கக் காய்வித்த 1486

இரும்பால் முத்தி ரைபதித்தும்
        ஏற்ற மருந்தும் அளித்திட்டார்.
சருகாய்க் கிடந்த பகோஜியுமே
        சாவைக் கடந்து நலம்பெற்றார்.
விரும்பிச் சென்று நோயுற்றோர்
        விரைவில் குணமும் பெறுதற்கு
மருந்தும் அளித்துக் காப்பாற்றும்
        மருத்து வரானார் பாபாவும். 1487

105. பாபாவின் புகழ் பரப்பிய புனிதர்:- நரசிம்ம சுவாமிகள்

அக்கா லத்தில் அவருடனே
அமைந்த நண்பர் தவசீலர்;
மிக்க பாபா பக்தரவர்.
மேலும் அவர்ஓர் தமிழ்மகனார்
தக்கார். சாயி பகவானில்
தனித்துப் பிரிக்க வொண்ணாதார்
எக்கா லத்தும் உளமொத்தே
ஏற்ற நரசிம் மசுவாமி. 1488

சேலம் நகரில் தோன்றியவர்
சிறந்த ரேகே நண்பரவர்,
காலம் வென்ற நரசிம்மர்
கருத்தில் நிற்கும் பாபாவின்
ஆல யத்தில் அவருருவம்
அமையச் செய்த ரேகேவின்
மீள வொண்ணாத் தொடர்போடு
மிளிர்ந்த வர்தான் இறையருளால். 1489

சாயி சமாஜம் தோன்றிடவும்,
சரிதம் உலகோர் அறிந்திடவும்,
சாயி பக்தி மலர்ந்திடவும்,
சலிப்பே யின்றி உழைப்பளித்தும்
சாயி சமாதி ஆனபின்னர்
சக்தி முழுதும் உணர்ந்தவராய்
ஆயி ரமாயி ரமாயவர்க்கே
அருந்தொண் டாற்றிப் புகழ்பெற்றார். 1490

இன்றும் இந்த ஆலயத்தில்
இலங்கும் அனைத்து வளர்ச்சிக்கும்
மன்னும் புகழின் மலர்ச்சிக்கும்
மதிப்பிற் கும்தாம் உரியவராய்
என்றும் நினைக்கும் மாமனிதர்
இருந்தார் அவர்தான் நரசிம்மர்,
அன்று பாபா சரிதத்தை
அவர்தம் கூற்றை, அறிவுரையை, 1491

எடுத்துச் சொல்லி உணர்வித்து
ஏற்ற சமாஜம் பலநிறுவி
அடுத்த டுத்தே புகழ்பரவ
அனைத்தும் செய்த நெறியாளர்.
கடுமை யான சேவையிலே
கருத்தைப் பதித்து வாழ்ந்திருந்தார்.
வடுவில் லாத பக்தர்தம்
வாழ்க்கை தன்னை அறிவோம்நாம். 1492

கோவை மாவட் டத்திலுள்ள
கோதில் பவானி எனுமூரில்
சேவை மனத்துத் தம்பதிகள்
திருவேங் கடத்தார் அங்கச்சி
தேவைக் கேற்ற பொருளாளர்
திருச்செல் வனாக நரசிம்மர்
பாவை யொத்த அழகோடு
பாசப் பிணைப்பால் அவதரித்தார். 1493

அந்தக் குடும்பம் சிலகாலம்
அங்கி ருந்து பின்சேலம்
வந்து வாழ்ந்து வரும்போதில்
வாய்த்த மகனும் நற்பண்பு
சிந்தை யள்ளும் நற்கல்வி
சிறப்பும் பெற்று வளர்ந்திருந்தார்.
முந்தும் பட்டம் பெறுவதற்கு
முயன்று கற்றுத் தேர்வுற்றார் . 1494

சென்னை கிறித்துக் கல்லூரி
சென்று படித்து முடித்தவுடன்
மன்னும் சேலம் மாநகரில்
மதிக்கத் தக்க வழக்கறிஞர்
என்னும் பணியை ஐம்பதாண்டும்
ஏற்றுத் தொடர்ந்து செய்திருந்தார்.
அன்னார், நேர்மை பணிநுட்பம்
அமைந்த தாலே உயர்வுற்றார். 1495

சேலம் பேரூர் முழுவதிலும்
சிறந்த வங்கி, கழகங்கள்
சீலம் மிக்க இவர்சேவை
தேவை என்று தேர்ந்தெடுத்து
சாலச் சிறந்த பணிதந்தும்
தலைவ ராக, உறுப்பினராய்,
காலக் கணிப்பில் மதிப்பித்துக்
கடமை தந்தே உயர்த்தியது . 1496

அதன்பின் தேச இயக்கத்தில்
ஆர்வத் தோடு கலந்துறைந்தார்.
அதனால் அவரை மேல்சபையில்
அமரும் உறுப்பி னராய்ச்செய்து
பதவி தந்த தமிழகத்தில்
பலவா றாகச் சிறப்படைந்தார்.
அதனால் பலரும் உதவிக்கு
அவரை நாடி வந்தார்கள். 1497

அந்தப் பதவி கிடைத்தவுடன்
அளவில் லாத நன்மைகளை
முந்திச் சென்று செயல்படுத்தி
முழுதும் தன்னை அர்ப்பணித்தார்.
அந்தக் காலம் திலகருடன்
அவரும் சேர்ந்தே இயங்கிவந்தார்.
அந்தக் காலக் கட்டத்தில்
'அன்னி பெசண்ட்' அம்மையாரின், 1498

இயக்கம் ‘ஹோம்ரூல்’ தனிலிணைந்தார்.
இங்கி லாந்து மக்களிடம்
இயக்கம் சார்பாய்ப் பேசிடவே
இவரும் சேர்ந்து மூவருமாய்
தயக்க மின்றிச் செல்லுங்கால்
தடைவி தித்தே ஆங்கிலேயர்
நியதி யின்றி நிறுத்திவைத்து
நேராய்ப் பதினைந் தாம்நாளில் 1499

நரசிம் மரோடு மூவரையும்
நாட்டை விட்டே விரட்டியது.
சரள மாக ஆங்கிலத்தைச்
சபையில் பேசும் திறனிருந்தும்
திறனை ஒதுக்கித் தமிழிலேயே
சிறப்பாய்ப் பேசிச் செயல்பட்டார்
வரலா றதனைப் படைத்தவரின்
வாழ்க்கை தன்னில் ஓரவலம். 1500

வாழ்வில் சிறப்பும் செல்வமுமாய்
வளமாய் மனைவி மக்களுடன்
வாழ்ந்த போது நரசிம்மர்
வாழ்வில் நேர்ந்த எதிர்பாரா
வீழ்ச்சி யாலே வெறுப்புற்றார்.
விளைவின் தன்மை வலுப்பெற்றே,
ஆழ்ந்த துறவு வாழ்க்கைக்கும்
அழைத்துச் செல்லப் பின்சென்றார். 1501

காதல் மலர்வில் உருப்பெற்றுக்
கண்ணின் மணிகள் போல்வளர்த்த
மாத வமக்கள் ஆண்பெண்ணும்
மடிந்த நிகழ்வு கிணற்றுக்குள்.
சேத மடைந்த இல்வாழ்க்கை
சிந்தை வருத்த வெறுப்புற்றார்.
மீத முள்ள காலத்தை,
மின்னும் பொன்னாய்ப் புடமிட்டார். 1502

குடும்பம் இயங்கக் குறைவின்றிக்
குறித்த அனைத்தும் நிறைவேற்றி
விடுபட் டதனை விட்டேகி
விரைந்தே அண்ணா மலையடைந்தார்.
தடுத்தே மனதை ஆட்கொள்ளத்
தக்க இடத்தைத் தேடியவர்
அடுத்து ரமணர் ஆசிரமம்
அடைந்து தவத்தை மேற்கொண்டார். 1503

1928-ஆம் ஆண்டு நரசிம்மசுவாமி திருவண்ணாமலையிலுள்ள ரமணமகரிஷி ஆசிரமத்தையடைந்து தியானத்தை மேற்கொண்டார்.

அங்கே ரமண மகரிஷியை
அறிய, அவர்தம் அருள்மொழிகள்
மங்கா புகழ்சூழ் தவவாழ்க்கை
மற்ற தகவல் அனைத்தையுமே
தங்கிச் சேர்த்தே ஆங்கிலத்தில்
தாமே 'ஆன்மா வையறிதல்'
தங்கத் தலைப்பில் நூல்வடித்தார்
தகவல் அறியப் பெருந்துணையாய் 1504

இதனைப் படித்தே வெளிநாட்டார்,
இங்கே இருப்போர் அனைவருமே
உதய காலச் சூரியனின்
ஒளியைக் கண்டாற் போலறிந்தே,
மதவேற் றுமையைப் பாராமல்
மக்கள் ரமண ரைக்காண,
நிதமும் வந்து தரிசித்து
நிலைத்த அருளைப் பெற்றார்கள். 1505

மூன்று ஆண்டுகள் அங்குத் தங்கியிருந்த நரசிம்ம சுவாமி 1930 ஆம் ஆண்டு ரமண மகரி~pயிடம் விடை பெற்றுக்கொண்டு வடதேச யாத்திரையை மேற்கொண்டார்.

மூன்று ஆண்டு களுக்குப்பின்
முடிவு செய்தார் யாத்திரைக்கு.
தோன்றும் உணர்வை ரமணரிடம்
சொல்லிச் சென்ற நரசிம்மர்
வேண்டும் அளவில் திருத்தலங்கள்,
விரும்பிக் கண்ட யோகியர்கள்
யாண்டும் நிலைத்த மகான்களுமாய்
எல்லோ ரையும் தரிசித்தார். 1506

வழியில் சகோரி எனுமூரில்
வாழும் உபாச னியைக்கண்டார்.
விழியும் மனமும் ஒவ்வாமல்
விரைவாய் அவ்வூர் விட்டகன்றார்.
அழியா ஆன்மா வுக்குகந்த
அரிய சற்கு ருவைத்தேடி
எழிலாம் பூனா நகர்சென்றார்,
இயங்கும் நகரின் அருகினிலே 1507

இருந்த 'கேட்காம் பேட்'யென்னும்,
இடத்தில் தத்தர் ஆலயத்தை,
நிறுவி அருளை வழங்கிவந்த
நினைத்தற் கரிய அருளாளர்,
பெருமை தன்னைக் கேள்வியுற்று,
பெரிதும் ஆர்வம் மிக்கவராய்
விரும்பி நாரா யணசாமி
விழைவை யேற்று செல்லும்முன், 1508

தத்தர் ஆலயம் தன்னில்,
தங்கி யிருந்த குருவிகள்தாம்
அத்த னையும் ஆங்காங்கே
அலைந்து பறந்து கொண்டிருக்க,
சித்தம் போலென் சென்னியிலே
சிறிது நேரம் ஒன்றமர்ந்தால்
தத்தர் தம்மை உபாசிக்கும்
சக்தி படைத்த இவரையான், 1509

உண்மை குருவாய் ஏற்பதுடன்
உதவி கேட்பேன் அவரிடத்தில்
என்றே எண்ணி தத்தர்தம்,
எதிரே அமர்ந்தார் தியானத்தில்
என்னே வியப்பு! ஒருகுருவி
எண்ணி யாங்கு வந்தமர்ந்து
சென்று விட்ட தைக்கண்டு
சித்தம் தெளிந்தார் நரசிம்மர். 1510

மகிழ்வாய் நாரா யணசுவாமி
மகராஜ் அருகில் சென்றமர்ந்து
தகிக்கும் உணர்வைக் கூறலுற்றார்.
தனக்கு வேண்டும் இரத்தினக்கல்.
மகிமை யுடைத்தாய் அமைந்திடவும்
மாற்று குறையா திருந்திடவும்
அகிலம் தன்னில் எங்குண்டு?
அதைநீர் உரைப்பீர் எனக்கேட்டார். 1511

'நிச்ச யமாகக் கிடைத்துவிடும்
நேராய் மேற்கில் சென்றிடுக'!
அச்ச மற்ற எதிர்பார்ப்பில்,
அங்கி ருந்து புறப்பட்டார்.
அச்ச மயத்தில் ஹூப்ளியிலே
அன்பர்க் களித்த வாக்கொன்று
மிச்சம் இருக்க, நிறைவேற்ற
மீண்டும் அந்த நபர்தன்னை 1512

அழைத்துச் சென்றார் 'சகோரிக்கு'
அங்கே அவரும் தங்குதற்கு,
விழைந்த தாலே அவ்விடத்தில்
விருப்பம் பெற்று தங்கவைக்க
அழைத்துச் சென்ற போதங்கே
அந்த உபாச னிபாபாவும்
அழைத்த தைப்போல் வந்துற்றார்
"அன்பர் தங்க அனுமதித்தார். 1513

ஆனால் ஆசி ரமத்தில்நீர்
அவரோ டிருக்க வேண்டுமென்றார்,"
ஏனோ மறுப்பு கூறாமல்
ஏற்றார் சுவாமி தங்கிடவே
தானா கவேதான் உபாசனியின்
தகுதி தன்னை அறிந்தவுடன்
தானே அவரை நன்குணர்ந்து
"சகோரி யில்வாழ் மகானெ"ன்னும், 1514

ஒருநூல் எழுதி வெளியிட்டார்.
உயர்வாய் எழுதும் போதவர்தம்
குருவைப் பற்றி அறிகின்ற
குறிக்கோ ளாலே சீரடியில்
இருந்தார் என்று தெளிவுற்றே
இயல்பாய் மூன்று கல்தொலைவில்
இருந்த அந்தச் சீரடிக்கும்
இவரும் போகத் தலைப்பட்டார். 1515

சாயி பகவான் 1918-ஆம் ஆண்டில் சமாதியடைந்தார் அதன்பின் ஏறத்தாழ பதினைந்து ஆண்டுகள் கழித்து நரசிம்ம சுவாமிகள் சீரடி தலத்தில் தம் திருமலரடிகளைப் பதிக்கத் தொடங்கினார்.

அங்கு வந்த உடனேயே
அவர்தம் தேடல் கிடைத்ததுபோல்
அங்கி ருந்த அருட்புதையல்
அவரை யீர்க்கும் நிலைகண்டார்.
எங்கே என்றே இதுவரையில்
எங்கெல் லாமோ அலைந்தவரும்
இங்கே வந்து நின்றவுடன்
எதிரில் சமாதி முன்கண்டார். 1516

பொங்கிப் பெருகும் கங்கைத்தாய்
புதையுண் டிருத்தல் போலிங்கே
தங்கி யிருக்கும் ஆன்மீகம்
தரணி முழுதும் பெருக்கெடுக்க
இங்கி ருந்தே என்பணியாய்
ஏற்றுச் செய்வேன் இதுஉறுதி.
தங்கும் மனதின் வேட்கையுடன்
தளரா உறுதி யும்கொண்டார். 1517

என்றன் சமாதி தனிலிருந்தே
எப்போ தும்யான் இயங்கிடுவேன்
என்று சொன்ன பாபாவின்
இனிய வாக்கே அவரருள்தான்
பொன்போல் பொதிந்த அவர்வாக்கை
போற்றிக் காக்க முனைவுற்றார்
அன்று தொடங்கி அவரெண்ணம்
ஆணி வேர்போல் ஊன்றியது. 1518

சாயி என்ற மகாநதியும்
சமுத்தி ரம்போல் உலகெங்கும்
ஆயி ரமாயி ரமாய்ப்பெருகி;
அளவில் லாத பக்தரிடம்
சாயி பெருமை புகழ்தன்னைச்
சரித்தி ரமாக்கிப் படைத்திடவே
சாயி பற்றி நிகழ்வறியச்
சார்ந்தோர் தம்மைத் தேடலுற்றார். 1519

பகவான் சாயி உடனுறைந்த
பக்தர் பலபேர் இருந்திருப்பர்.
இகத்தில் அவர்கள் எங்கெங்கே
இருப்பர் என்றே யாரறிவர்?
புகலத் தக்க நபர்யாரோ?
புலம்பி யவர்அவ் வழியறிய
பகவான் சமாதி முன்னமர்ந்து
பக்தி யோடும் தியானித்தார் 1520

பறவை ஒன்று முன்போல
பக்கம் வந்து சென்னிமிசை
சிறகை விரித்தே அமர்ந்துவிட்டுச்
சென்றால் பாபா அருள்கிட்டும்
முறைவைத் தங்கே அமர்ந்திருந்தார்.
முன்போல் நிகழ்வு நடந்ததனால்
இறைவன் பாபா உத்தரவு
இதுதான் என்றே மனமகிழ்ந்தார். 1521

ஆண்டு பதினைந் தானதனால்
அவரோ டங்கே இருந்தவர்கள்,
காண்ப தற்கே இயலாமல்
கலைந்தும் பிரிந்தும் ஆங்காங்கே,
சான்றாய் வாழ்ந்து வந்தார்கள்.
சந்தித் தவர்கள் அனைவருமே
ஆன்மீ கத்தை அறிந்தவர்கள்.
ஆனால் மராத்தி மொழிக்குரியர். 1522

இத்த கைய இடையூறால்
எதையும் அறிய வியலாமல்
ஒத்த உதவி செய்வார்தம்
உதவிக் கரங்கள் தனைநாட
அத்த ருணத்தில் 'புருஷோத்ம
அவஸ்தி' என்பார் மகன்வந்தார்.
அத்த னிடத்தில் அவரைத்தாம்
அழைத்துச் சென்று காண்பித்தார். 1523

கண்ட வுடனே புருஷோத்மர்
கண்கள் மலர வரவேற்று,
மன்னும் அவர்தம் தேவைக்கு
மகிழ்வாய் உதவ முன்வந்தார்
முன்பு அவரும் 'குவாலியரில்'
முதன்மை நீதி பதியாகத்
தன்னால் இயன்ற பணியாற்றித்
தற்போ தவரும் ஓய்வுற்றார். 1524

அவரும் பாபா பக்தர்தான்.
அவ்வா ரவரை மாற்றியவர்
தவத்தின் செல்வர் பாபாவின்
தத்துப் பிள்ளை ரேகேதான்
அவரும் சாயி பக்தரையே
அறிய வைத்த தோடன்றி
அவர்கள் சொன்ன செய்திகளை
ஆங்கி லத்தில் பெயர்த்தளித்தார். 1525

'அவஸ்தி' மூலம் நரசிம்மர்
அந்த ரேகே வைப்பற்றி
உவக்கும் வகையில் அறிந்ததனால்
உள்ளம் துள்ள நேராக
அவரைக் கண்டால் அனைத்தையுமே
அறிந்து கொள்ள இயலுமென்றே
இவரும் எண்ணம் கொண்டதனால்
எவ்வா றேனும் தொடர்புகொள்ள, 1526

எண்ணி அவர்க்குப் பலமுறைகள்
எழுத்து மூலம் தெரிவித்தார்.
ஒன்றும் பதிலே கூறாமல்
ஒன்றும் தனக்குத் தெரியாது
என்றே எழுதி அனுப்பியதால்
எவ்வா ரவரைக் காண்பதென
எண்ணி யிருந்தார் பலநாட்கள்.
எனினும் ஒருநாள் ரேகேவும், 1527

புருஷோத் தமர்தாம் வாழ்கின்ற
பூனா நகரம் வந்துற்றார்.
புருஷோத் தமரின் வீட்டினிலே
போற்றும் ரேகே தங்கியதும்
வருகை அறிந்த நரசிம்மர்
வந்தார் அங்கே மகிழ்வுடனே
அருகில் சென்று அவர்குருவை
அறிந்து கொள்ள முற்பட்டார். 1528

ஆனால் ரேகே பாபாவை
அறிந்து சொல்லும் அனுபவங்கள்
ஏனோ எனக்குப் போதாது
என்று கூறி நழுவியதும்,
காணா ததையும் கேட்டதையும்
கதைபோல் பாபா வைப்பற்றி
வாணாள் வாழ்க்கை நிகழ்வுகளை
வாயிற் படியி லமர்ந்தபடி 1529

அவஸ்தி, சுவாமி இருவருமாய்
அளவ ளாவ அதுகேட்டுத்
தவறாய்க் கூற மனம்பொறாது
தக்க உண்மை தனைரேகே,
அவச ரமாக உரைத்திட்டார்.
அங்கே தன்னை மறந்தவராய்
கவலை கொண்டு மௌனித்தார்.
கவனித் திருந்த நரசிம்மர், 1530

'பேச வைத்த நிகழ்வெல்லாம்
பெருமைக் குரிய பாபாவால் ;
நேசத் துடனே உம்வாயால்
நிகழ்வைச் சொல்ல வைத்துள்ளார்
வாச மலர்போல் அவர்பெருமை
வையம் நுகர வாய்ப்பளிப்பீர்!'
ஆசை யோடு கேட்டவுடன்
அனைத்தை யும்தாம் சொல்லியவர், 1531

என்றன் பெயரை எவ்விடத்தும்
எழுதக் கூடா தெனப்பணித்தார்.
நன்று! என்ற உறுதியுடன்
நகலை எடுத்தார் நட்போடு
பண்டு நிகழ்ந்த நிகழ்வுகளைப்
"பக்தர் கள்தம் அனுபவங்கள்"
என்ற நூலாய் வெளியிட்டார்
எனினும் அவர்தம் பெயர்மாற்றி 1532

கிருஷ்ண ராஜா பகதூராய்க்
கீர்த்தி பெறவே வெளியிட்டார்.
இருவ ருமேதான் ஒரேதுறையில்
ஏற்ற சட்டம் பயின்றவர்கள்
இருந்த போதும் எளிமையுடன்
இயல்பாய் வாழும் பெருந்தகையர்.
இருவ ருக்கும் அருள்தொடர்பை
ஏற்க வைத்தார் பாபாவும். 1533

குடத்தின் விளக்காய் ரேகேவின்
கூட்டில் ஒளிர்ந்த தீபத்தைக்
கடவுள் பாபா அருளாலே
ககனம் முழுதும் ஒளிவீசும்
கடமை செய்தார் நரசிம்மர்.
கனகம் திரட்டும் இவ்வுலகில்
கடவுள் சாயி அருள்வேண்டி
கடமை யாற்றும் உணர்வுடனே, 1534

சாயி பகவான் வரலாற்றைத்
தமது முயற்சி யால்தொகுத்துத்
தாயின் அன்பை அரவணைப்பைத்
தாங்கிச் செல்லும் சேயைப்போல்
சாயி பகவான் லீலைகளைச்
சகல ருக்கும் தெரிவிக்கும்
சாயா இமய நிமிர்வோடு
தாமும் சென்னை வந்தடைந்தார். 1535

முதற்கண் 'சண்டே டைம்ஸ்'என்னும்
மூல இதழில் ஆங்கிலத்தில்
விதைத்தார் பாபா வரலாற்றை
வெற்றி கண்டார் விளைவதனில்.
அதையே மக்கள் ஆயிரவர்
ஆர்வத் தோடும் படித்தார்கள்.
விதைகள் முளைத்தே ஆலாகி
விழுது கள்போல் வேரூன்ற, 1536

இன்னும் மிகையாய்ச் செயல்படவே
என்ன செய்ய வேண்டுமென
அன்று, ஒருநாள் சந்திப்பில்
அவரும்; ரேகே விடம்கேட்க,
என்றும் எதையும் பாபாவை
என்னால் கேட்க இயலாது
நன்கு நீவிர் பிரார்த்தித்தால்
நல்ல வழியைக் காண்பிப்பார். 1537

என்று ரேகே சொன்னவுடன்
இவரும் ரேகே வீட்டினின்றும்
நன்றி சொல்லிப் புறப்பட்டு
ஞான பூமி சீரடிக்குச்
சென்று சமாதி முன்னமர்ந்து
தியானம் செய்த வாறிருந்தார்.
முன்பின் அறியா நபர்ஒருவர்
முகத்தின் அமைவு செட்டியார்போல் 1538

தோற்றம் அமைந்த தென்னாட்டார்,
சுவாமி யிடத்தில் ஒருபைதன்னைப்
போற்றத் தக்க அவ்விடத்தில்
புகுந்து கொடுத்துச் சென்றவுடன்,
வேற்று மனிதர் கொடுத்ததனை
விளக்கம் காணப் பார்க்குங்கால்
ஆற்றும் பணிக்குப் பாபாவே
அனுப்பி வைத்தாற் போலதனுள், 1539

பணத்தின் தொகுதி தனைக்கண்டு
பதறி எண்ணிப் பார்க்குங்கால்
அனைத்தும் பதினோ ராயிரத்து
ஐந்நூ றாக இருந்ததனால்
நினைத்த எண்ணம் நிறைவேற
நிறைவாய் பாபா அருள்புரிந்தார்.
இணைத்துப் பார்த்தே புரியாமல்
எழுதிக் கேட்டார் ரேகேவை. 1540

அதனைச் சாயி சமஸ்தான
அமைப்பில் செலுத்தி வேண்டுங்கால்
உதவ, தேவைப் படும்போது
உரிய தொகையைப் பிரச்சார
உதவி நிதியாய்ப் பயன்படுத்த
உரைப்பீர்! ஏற்க வில்லையெனில்,
அதனை நீவிர் எடுத்தேகி
ஆவ னசெய்வீர் சென்னையிலே. 1541

அந்தச் சேவை தனைநீவிர்
ஆற்றும் பணியாய்ச் செய்திடுக!
இந்தப் பதிலை ரேகேவே
இயம்பி அளித்த மடல்கண்டார்.
இந்த முறையைக் கூறுங்கால்
ஏற்க வில்லை சமஸ்தானம்
எந்தத் தடையும் இன்மையினால்
எடுத்துச் சென்றார் தொகைதன்னை 1542

சென்னை நகரம் வந்தடைந்தார்
செயலுக் கமைந்த பொருளதனை
முன்வைத் தெங்கும் பிரச்சார
முதன்மைச் செயலாய்ச் 'சாயிசுதா'
என்னும் மாத இதழ்தொடங்கி,
எங்கும் பாபா புகழ்பரப்பும்
எண்ணத் தோடு செயல்பட்டார்.
இதற்கும் உறுப்பி னரைச்சேர்த்தார். 1543

இவர்தம் பதவிக் காலத்தே
இருந்த பிரப லங்களையே
தவறா தழைத்தும் இதில்சேர்த்தார்.
தமது இயக்கம் தனில்சேர்ந்த
அவர்கள் 'சாயி சுதா'இதழில்
எழுது மாறு பணிதந்தார்;
இவரும் இந்தி யாமுழுதும்
இயக்கு வித்தார் பிரச்சாரம். 1544

போக்கு வரத்து வசதியற்ற
போதும் மிகவும் முயற்சித்தே
ஆக்க பூர்வ, பணிசெய்தார்
அனைத்தும் சிறப்பாய் நடைபெறவே
ஆக்கும் செயல்கள் வெற்றிபெற
அவர்தம் எளிமை காந்தம்போல்
தேக்க மின்றி ஈர்த்ததனால்
தெய்வப் பணியும் பரவியது. 1545

1941-ஆம் ஆண்டில் சாயி இயக்கத்திற்குத் தலைமை நிலையமாகச் சென்னையில் அகில இந்திய சாயி சமாஜத்தை நரசிம்ம சுவாமி நிறுவினார்.

நிறுவும் இயக்கம் பலவாகி
நெல்லூர், மும்பை, கோயமுத்தூர்
பெருகும் புகழ்சேர் கல்கத்தா
பெங்க ளூர்மா மதுரையிலும்
உருகும் கூட்டு பிரார்த்தனையால்
உள்ளம் கவரும் இணையியக்கம்,
பெருகி வளர்ந்து பிரச்சாரம்
பெரிதும் புகழை நிறுவியது. 1546

பகவான் சாயி சமாஜத்தில்
பஜனை மூலம் வழிபாடும்,
உகந்த வியாழக் கிழமைகளில்
உயர்வாய்ச் சிறப்பு வழிபாடும்,
பகரும் கூட்டு பிரார்த்தனையும்,
பார தத்தில் பரவிடவே
இகத்தில் பலரும் பாபாவை
எண்ணிப் போற்றும் நிலைபெற்றார். 1547

பகவான் சாயி சமாஜங்கள்
பலவும் நிறுவி அவர்புகழை
இகத்தில் எங்கும் பரப்பிடவே
எடுத்த முயற்சி யால்சுவாமி
பகவான் பாபா இதயத்தில்
பங்க யமாக வீற்றிருக்க
அகத்தில் பாபா நினைவுடனே
அல்லும் பகலும் பணிசெய்தார். 1548

அகில சாயி சமாஜத்தின்
அமைப்புத் தலைவர் சுவாமிஜிதான்.
பகிர்ந்த அவர்தம் தொண்டாலே
பல்லா யிரவர் பகவானை
மகிழ்வாய்த் தொழவும் தொடங்கினார்கள்.
மாநா டுகளும் உருவாகி
அகிலம் முழுதும் பரவியதால்
அவர்தம் பெருமை பெருகியது. 1549

பகவான் சாயி உடனுறைந்த
பக்தர் பலரின் வரிசையிலே
இகத்தில் இவரும் ஒருவரென
எல்லோ ராலும் புகழ்ந்துரைக்கும்
வகையில் சுவாமி நரசிம்மர்
வாழும் நிலையைப் பெற்றிருந்தார்.
நிகரில் லாத இவர்தொண்டு
நினைத்துப் பார்த்தால் வியப்பாகும். 1550

இத்த கைய சமாஜங்கள்
எங்கும் தோன்றும் முன்பாக
சித்தம் மகிழ முதன்முதலில்
சிந்தை யள்ளும் மயிலையிலே
உத்த மரான சுவாமிஜியால்
உதித்த சமாஜம் ஆலயமாய்
இத்த னைநாள் சிறப்போடும்
இயங்கும் தன்மை பெற்றுளது. 1551

இந்த மயிலை ஆலயத்தில்
இருந்த சோபா தனிலமர்ந்து
வந்த பக்தர் அனைவரையும்
வாழ்த்தி உதியும் கொடுத்தருளி
நிந்தை யற்ற பெருவாழ்வில்
நீண்ட காலம் வாழ்ந்தவராய்
சொந்தம் கொண்ட பாபாவைச்
சூக்கு மத்தில் தரிசித்தார். 1552

1956-ஆம் ஆண்டு அக்டோபர்த் திங்கள் தவத்திரு நரசிம்ம சுவாமி தம் பூதவுடல் நீத்துப் புகழுடல் பெறுதல்;-

இவ்வா றாக இருக்குங்கால்
இயலா நிலைமை ஏற்படவே
அவ்வி டத்தில் ஆன்மாவை
அன்பு பாபா விடம்சேர்த்தார்.
இவ்வா ரனைவர் உளத்தினிலும்
இருந்து உறைந்து வாழ்வதுடன்
செவ்வான் சுடராய் பாபாவின்
சேவ டிதன்னில் திகழ்கின்றார். 1553

இராம நவமி, சீரடியில்
இறைவன் பாபா ஜெயந்தியென
இரண்டும் சேர்த்தே கொண்டாடும்
இயல்பைப் பெற்றே இன்றளவும்
திரண்ட மக்கள் குழாத்துடனே
சிறப்பாய் நடந்து வருகிறது
இராம நவமி நாளன்றே
எல்லா சமாஜங் களில்தொடர்ந்து, 1554

சாயி ஜெயந்தி கொண்டாட்டம்;
சாயி சமாதி யடைந்திருந்த
சாயி நவமி திருவிழாக்கள் ;
சரிதம் போற்றும் நிகழ்வாகத்
தீயின் அணையா சுடருக்குள்
தினமும் தோன்றும் உதிவழங்கல் ;
சாயி பகவான் பெருமைக்குச்
சான்றாய் நிகழும் திருவிழாக்கள். 1555

சிற்றூர் பேரூர் எவ்விடத்தும்
சீர டிபாபா ஆலயங்கள்
பற்று டையோர் ஏற்படுத்த
பாபா அங்கே வீற்றிருந்தே
எற்றைப் போதும் பக்தர்தம்
இன்னல் தீர்த்து வைக்கின்றார்
உற்ற துன்பம் நீங்கிடவே
உருக்க மாகத் துதிப்போம்நாம். 1556

106. சீரடிவாழ் சாயி பாபா அருள்மொழிகள்

பகவான் வாழ்ந்த சீரடியில்
பக்தி யுடன்கால் பதித்தவர்கள்
இகத்தில் தோன்றும் துன்பங்கள்
எதுவும் அணுகா நிலைபெறுவர்".
சகல பேரும் பாபாவைச்
சார்ந்தி ருந்த போதுணர்ந்த
நிகரில் லாத உண்மையிது
நிறைவாய்க் கூறும் கூற்றிதுவாம். 1557

துவார காமா யினுள்நுழைந்தால்
துன்பம் எல்லாம் பறந்தோடும்
அவர்கள் காணும் மகிழ்வுடனே,
அனைத்து சிறப்பும் பெறுவார்கள்.
துவார காமா யியின்பெருமை
தூய பக்தர் அறிவார்கள்.
தவறே செய்து சென்றாலும்,
தாங்கி பாபா திருத்திடுவார். 1558

"என்றன் ஆன்மா பிரிந்தாலும்
இங்கே இந்த ஆலயத்துள்
என்றன் சக்தி அத்தனையும்
இயங்கு மாறு செயல்பட்டே
என்னை நாடி வரும்பக்தர்
ஏற்ற துன்பம் தனைநீக்கி
என்றும் காத்தே அருள்புரிவேன்.
என்று கூறிச் சென்றுள்ளார். 1559

என்றன் சமாதி பக்தர்தாம்
ஏற்கும் வரத்தைத் தருவதுடன்
எண்ணி றந்த ஆசியையும்
ஏற்ற புத்தி மதிகளையும்
தன்னை நாடி வருபவர்க்குத்
தாரா ளமாகத் தரவல்ல
தன்மை கொண்டு இலங்குகின்ற
சக்தி படைத்த தெனப்பகர்ந்தார். 1560

என்றன் பூத உடல்சக்தி
இங்கி ருந்தே பேசுகின்ற
தன்மை கொண்டும் இயங்குவதால்
தாமே பேசு தல்போன்றே
உண்மை பக்தி யுடையார்க்கும்
உரைப்பேன் நன்மை தரும்சொற்கள்
என்றும் சமாதி உள்ளுறைவேன்.
சர்வ மும்யான் உணர்ந்திடுவீர் " 1561

என்னை நாடி வருபவர்கள்"
என்னி டத்தில் தஞ்சமென
என்பால் அடைக்க லப்பட்டோர்
என்உ பதேசப் படிநடப்போர்;
என்னி டத்தில் நம்பிக்கை
என்றும் கொள்வோர், அனைவருக்கும்,
என்றும் யானும் உயிருடனே
இருப்ப தையான் உணர்விப்பேன். 1562

என்னை யடைந்தால் காத்தருள்வேன்.
என்றும் உங்கள் சுமையனைத்தும்
என்பால் வைத்தால் தாங்கிடுவேன்.
எனது பக்தர் இல்லத்தில்
என்றும் தேவைப் படுமளவில்
எல்லாம் வழங்கி மகிழ்விப்பேன்.
என்றும் என்னை நினைப்பவர்கள்
ஏமாற் றத்தை அடைவதில்லை. 1563

முற்றும்

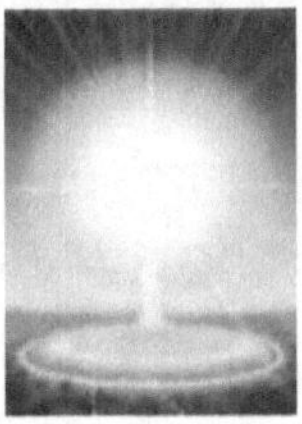

107. பாபாவின் உபதேச மொழிகள் சில:-

1. நம்பிக்கையும் சரணாகதியுமே ஒருவனை இறைவனோடு ஐக்கியப்படுத்த வல்லது.
2. இவ்வாறு சரணாகதி அடைந்ததோர் எதைப்பற்றியும் கவலை கொள்ள வேண்டியது இல்லை.
3. சலனமற்ற உள்ளத்தோடு தன்னை அர்ப்பணிப்பவனே உண்மையான பக்தனாவான்.
4. பிற உயிர்களைத் தன்னுயிர்போல் எண்ணி நேசிப்பவனையே இறைவன் நேசிக்கிறான்.
5. கிடைத்தற்கரிய மனிதப்பிறவியின் வாழ்நாளை முழுமையாகப் பயன்படுத்திக் கொள்ளுங்கள். ஏனெனில் மண் (உடல்) மண்ணோடும், காற்று (மூச்சு) காற்றோடும் கலந்துவிடப் போகிறது.
6. ஆண்டவன் கொடுப்பது எப்போதும் இழக்கப்படுவதில்லை மனிதன் கொடுப்பது எப்போதும் நீடித்து நிலைப்பதில்லை.
7. இலவசமாக ஒருபோதும் மற்றவர்களது வேலையையோ அல்லது உடைமைகளையோ பெறாதீர்கள். இதுவே உங்கள் வாழ்வின் விதியாக இருக்கவேண்டும்.
8. நீ எதைச் செய்தாலும் முழுமையாகச் செய். இல்லையெனில் அதைச் செய்ய முற்படாதே.
9. பிறர்தம் உயர்வையும், புகழையும் கண்டு பொறாமை கொள்ளற்க. நீ உனது முயற்சியால் முன்னேறி புகழை ஏற்க. அதற்காகப் பிறரை அழித்து முன்னேற முயலாதே.

10. இயன்றவரை அதிகம் பேசாதே. தனித்திரு. மௌனித்திரு.

11. இறைவன் தீமையைப் பற்றி அஞ்சுகிறார், தீமை கடவுளைப் பற்றி அஞ்சுகிறது.

12. யோகி ஒருவர் போகியைக் காட்டிலும் எப்போதும் சிறந்தவர்.

13. அரசனாக இருந்து கொண்டு ஆண்டியைப்போல் வாழ்பவன் நல்லவன்.

14. உண்மையைச் சார்ந்தளிக்கும் வாக்குறுதியில் நம்பிக்கையும் பொறுமையும் கொண்டிருங்கள் உங்கள் அருகில் என்றும் நான் இருப்பேன்.

15. விருந்து விழாக்களைக் கொண்டாடவோ அல்லது தீர்த்த யாத்திரைக்காகவோ கடன் வாங்காதீர்.

16. ஆசையை வெல்லாத மனிதனால் இறைவனை அணுக வியலாது.

17. ஒருவரது புறத்தோற்றத்தைக் கண்டு விருப்போ வெறுப்போ கொள்ளாமல் அகத்தில் உறையும் இறைவன்பால் கவனம் செலுத்து.

18. சுவைக்கு முக்கியத்துவம் கொடாமல் பசிக்கு மட்டும் உணவை நாடு. குறைவாக உண்பது நல்லது.

19. ஒருபோதும் வாதம் செய்யாதே வாதம் வன்மத்தில் முடியும். பத்து வார்த்தைகளுக்கு ஒரு வார்த்தையில் பதிலளி.

20. அல்லா ஏழைகளின் பாதுகாவலர். அவரைத் தவிர வேறேதும் இல்லை.

21. நன்மையின் பலன் மிகப் பெரிது, தீமையின் பலன் மிகச்சிறிது.

22. நாம் நமக்குத் திறனில்லை யெனில் எவரையாவது புகலடைய வேண்டும். திறனிருப்பின் மற்றவர்களுக்கு வழிகாட்ட வேண்டும்.

23. நமது வாழ்க்கையின் சூத்திரக் கயிற்றை சத்குரு விடம் நம்பிக்கையோடு ஒப்படைத்து விட்டால், பின் சோகத்திற்குக் காரணமே இல்லை.

24. நீ இறைவனை நேசிப்பது உண்மையானால் அனைத்து உயிர்களையும் நேசி.

25. தாழ்ந்த குலத்தில் பிறந்தவனொருவன் அவ்வப்போது நம்உடலில் புகுந்துக் கொள்கின்றான். அவனை விரட்டிக் கொண்டே இருக்க வேண்டும்.

108. பாபா தம்மைப்பற்றிக் கூறியவை:-

- நான் கடவுளின் அடிமை. கடவுளே தலைவனும் எஜமானனும் ஆவார்.
- நான் ஒரு பிராமணன்; வெள்ளைப் பிராமணன்; தூயபிராமணன்; இந்தப் பிராமணன் இலட்சக் கணக்கான மக்களைத் தூயபாதையில் செலுத்தி, இறுதிவரை நடத்திச் சென்று குறிக்கோளை அடைவிப்பான். இது ஒரு பிராமணனின் மகிமை.
- பிரம்மமே என் தந்தை; மாயை என்தாய்; அவர்களின் இணைவில் நான் இந்த உடலைப் பெற்றேன். நான் கடவுள்; நான் ஷிரடியிலும் எல்லா இடங்களிலும் வாழ்கிறேன்.
- எல்லாப் பொருட்களும் என்னுடையவை; நான் எல்லோருக்கும் எல்லாவற்றையும் கொடுக்கிறேன்.
- இந்தப் பிரபஞ்சம் முழுவதும் என்னுள் இருக்கிறது.
- நீங்கள் பார்ப்பவை அனைத்தும் ஒன்று சேர்ந்ததே நான். பாபா ஷிரடியில் மட்டும்தான் இருக்கிறார் என்று எண்ணுபவர் பாபாவைச் காணத் தவறியவரே.
- நான் எல்லோரையும் சமமாகவே பாவிக்கின்றேன். எனது அருளின்றி ஓரணுவும் அசையாது.
- நான் எவரிடமும் கோபமடைவது இல்லை. தாய் தன் குழந்தைகளிடம் கோபமடைவதுண்டா? கடல் தன்னையடைந்த நீரை மீண்டும் நதிகளுக்குத் திருப்பி அனுப்புவது உண்டா.
- நான் எவருக்கும் எதையும் காதில் ஓதுவது இல்லை. எங்கள் மரபு வேறு.

- நீ என்னை நோக்கினால் நான் உன்னை நோக்குவேன்.
- குருவைப் பூரணமாக நம்பு. அதுதான் ஒரே சாதனை குருவே எல்லாக் கடவுளரும் ஆவார்.
- எனது பக்தர்கள் தவறும்படி நான் விடமாட்டேன். இரவும் பகலும் அவர்களைப் பற்றியே நினைத்திருப்பேன்.
- என்னையே புகலிடமாகக் கொண்டவர்களிடம் எனது கல்லறையே பேசும். அவர்களோடு நடமாடும். கல்லறக்குள் இருந்தபடியே நான் வீரியத்துடன் செயல்படுவேன்.
- எனது பெயர் கூடப் பேசும். எனது புழுதி பதில்சொல்லும். ஒருவர் என்னைத் தியானித்து என்பெயரை உச்சரித்து எனது லீலைகளைப்பாடி அவ்வாறு நானாகவே மாறிவிட்டால் அவரது கர்மா அழிந்து போகிறது. நான் எப்போதும் அவர் அருகிலேயே இருப்பேன்.
- எனது பக்தன் ஆயிரம் மைல்களுக்கு அப்பால் இறந்தாலும் அவன் இறக்கும் சமயத்தில் அவனை என்னை நோக்கி இழுத்துக் கொள்வேன்.
- ஒருவர் என்னையே பார்ப்பவராய்; என்னைப் பற்றிய உரையாடல்களைக் கேட்பவராய்; பக்தி நிரம்பி வழியும் இதயத்தோடு எப்போதும் இடைவிடாது சாயி சாயி என்று உச்சரிப்பவராய் என்னிடம் மட்டுமே பக்தியும் பற்றும் கொண்டவராய் இருப்பாராகில் அவர் கடவுளை அடைவார். தனது உடலையோ, ஆன்மாவையோ பற்றி அவர் அச்சம் கொள்ளத் தேவையில்லை எனக்கு அர்ப்பணிக்கும் முன் எவர் ஒருவர் ஒருபோதும் உணவைச் சுவைக்க மாட்டாரோ அவருக்கு நான் அடிமை. என்னையே உங்களது எண்ணங்களுக்கும் நோக்கங்களுக்கும் உரிய ஒரே பொருளாகக் கொள்வீர்களானால் நீங்கள் மேலான இலட்சியத்தை அடைவீர்கள். எங்கும் சிதறாத கவனத்துடன் என்னை நோக்குவீர்களாயின் நானும் அப்படியே உங்களை நோக்குவேன். நான்குவித சாதனை முறைகளும் ஆறுவித சாஸ்திரங்களும் அவசியமில்லை.
- எவரையும் நான் ஒருபோதும் நடுவில் விட்டுவிட மாட்டேன். எனது பக்தர்களின் வீடுகளில் ஒருபோதும்

உணவுக்கும் உடைக்கும் குறைவிருக்காது. என் குழந்தைகள் பட்டினி கிடக்கும்படி என்னால் எப்படி விடமுடியும்.

- ☐ எனது பக்தர்களை என்னிடமிருந்து விலகிச் செல்லும்படி விடமாட்டேன்.
- ☐ நான் எனது பக்தர்களிடம் கனவில் வருவேன்; நேரில் வருவேன்; மாற்றுருவில் வருவேன்; என்றென்றும் துன்பம் நீங்கத் துணையாய் நிற்பேன்.

ஸ்ரீ சாய்பாபாவின் வாழ்க்கை வரலாற்று நிழற்படங்கள்

சத்தியசாய் பாபாவின் இளமைக்கால திருஉருவங்கள்

தனது 16 ஆவது அகவையில் சாயிபாபா வேம்பு மரத்தடியில் அமர்ந்து தியானம் செய்த இடம் - "துவாரகாமாயி"

பாபா கோதுமையைத் திருகைக்கல்லில் மாவாக்குதல்

பாட்டும் நடனமும்

பாபா குழந்தைகளோடு விளையாடுதல்

பாபா உணவு தயாரித்தல்

மருத்துவர் காலில் இருந்த சிலந்திப்புண்ணை உதியால் நீக்கிய பாபா

விபூதி

ஸ்ரீ சாய்பாபா சுவற்றில் சாய்ந்தபடி தன் பக்தர்களுடன்

ஸ்ரீ சாய்பாபா பக்தர்களுக்கு பிரசாதம் அளித்தல்

~ஷிரடி சாய் பாபா அமர்ந்து காட்சி அளித்த குருஸ்தான் என்னும் புனித இடம்; (பழைய கட்டிடம்)

சாவடி

நந்தா விளக்கு அமைந்த 'துவாரகாமாயி'

நந்தாதீபம் (புதியதோற்றம்)

நந்தாதீபம் பழையதோற்றம்

சாய்பாபா மற்றும் அவருடைய பக்தர்கள்
துவாரகாமாயி ஆலயத்தில்

சாய்பாபா மற்றும் அவருடைய பக்தர்கள் சிலர்

துவாரகாமாயி தொழுவும் ஆலயம்

காலஷா ஆலயம்

ஷிரடி ஸ்ரீ சாய் பாபாதன் பக்தர்களுடன்

பாபா தன் பக்தர்களுடன்

ஸ்ரீ சாய் பாபாவுடன் அவரது பக்தர்

ஷிரடி ஸ்ரீ சாய் பாபாவின் சமாதி

அவர் விருப்பபடி பட்டாடை போர்த்தப்பட்டு உள்ளது

சாய்பாபா உபயோகித்த எளிமையான பொருட்கள்

ஸ்ரீ சாய்பாபா உபயோகித்த எளிமையான பொருட்கள்

ஷிரடி ஸ்ரீ சாய் பாபா பயன் படுத்திய கிராம்போன்

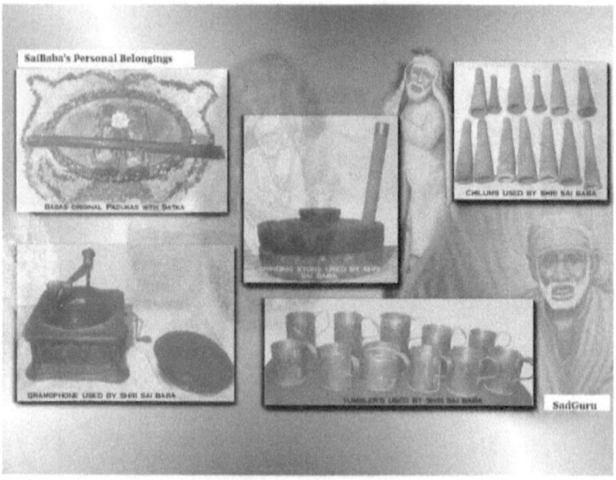

ஸ்ரீ சாய்பாபா உபயோகித்த எளிமையான பொருட்கள்

ஷிரடி ஸ்ரீ சாய்பாபா அமர்ந்திருந்த சக்கர நாற்காலி

ஷிரடி ஸ்ரீ சாய்பாபாவின் பாதுகை

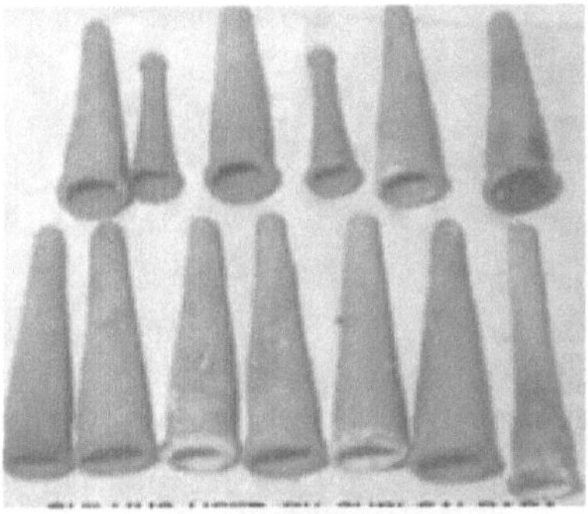

ஷிரடி ஸ்ரீ சாய்பாபா பயன்படுத்திய உக்கா எனும் ஊதுகுழல்கள்

ஷிரடி ஸ்ரீ சாய்பாபா பயன்படுத்திய குவலைகள்

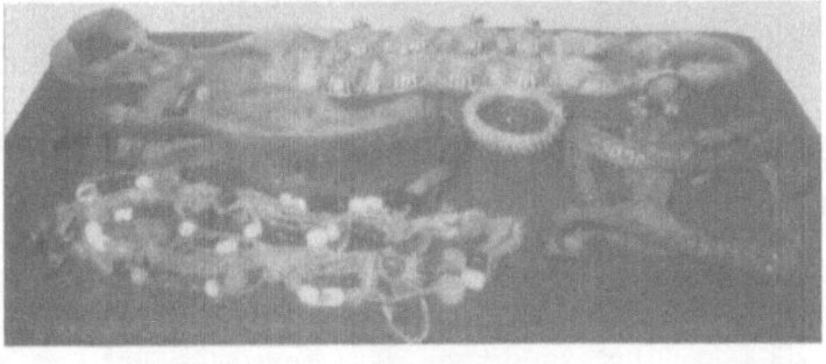

ஸ்ரீ சாய்பாபாவின் உபயோகித்த அணிகலன்கள்

ஸ்ரீ சாய்பாபாவின் முக்கிய சீடர்கள்

பாயாஜபாயி கோடே பட்டேல்

பகத் மகல் சாபதி

பார்வதி பாயி பதநேகர்

டாக்டர் பிள்ளை

ஷா(சா)மா

தாஸ்கணு மஹாராஜ்

அன்னா சாஹேப் தபோல்கர்

லக்ஷ்மிபாயி ஷிந்தே

பாபு சாஹேப் பூட்டி

ஸ்ரீ சாய்பாபாவின் முக்கிய சீடர்கள் (தொடர்ச்சி)

அப்துல் பாபா

உபாசனி கன்னிசேக்

ஆத்மராம், கே. குல்கர்னி

ஸ்ரீ பாகுஜி ஷிண்டே

நரசிம்ம ஸ்வாமி

ஹரி சீத்தாராம் தீக்ஷீத்

தாதா சாஹேப் புர்னே

தத்யா கோட்டே பட்டேல்

நானா சாஹேப் சந்தோர்கர்

ஸ்ரீ சாய்பாபாவின் முக்கிய சீடர்கள் (தொடர்ச்சி)

லக்ஷ்மண்
கணேஷே;
மஹாராஜனி

மகாஷியாம்
ரேஹே

ஸ்வாமி
ஷாமானந்

தத்தாலேயா
ரஸின்

மோரேஷ்வர்
ப்ரதான்

காசிராம் பாலா
ஷிம்பி

மாதவராவ்
ஆத்கர்

ஸ்ரீ சகுண்
மேருநாயக்

நந்துராம்
சங்கிலேசாமார்வாடி

ஸ்ரீ சாய்பாபாவின் பல்வேறு முகத்தோற்றங்கள்

தொகுப்பாசிரியர் குறிப்பு

பெயர்	: 'யுவஸ்ரீ' இர. சேதுராமன்
பிறப்பு	: 05-02-1965, புதுச்சேரி
உடல் கூறு நிலை	: 75% மாற்றுத் திறனாளி
கல்வி	: M.D(Accu.,) B.Sc.(Psy,), D.Y.E., D.in Accu., D.C.A., D.Y.H., D.A.S.T., D.T.P.,
பணி	: கண்காணிப்பாளர், அரசு மகளிர் & குழந்தைகள் மேம்பாட்டு துறை, புதுச்சேரி
நிறுவனர், இயக்குனர்	: 1. (A.R.T) "அம்மணியம்மாள் இரகுராமன் அறக்கட்டளை" 2. "புதுவை யோகாலயா" யோகா ஆசிரியர்
பெற்றோர்	: மு.இரகுராமன், இர.அம்மணியம்மாள்
மக்கள் இருவர்	: 1. Dr. சே.புவனேஷ்வர், 2. சே.தருண்குமார்.

விருதுகள்:
1. கின்னஸ் சாதனையாளர் (யோகா)
2. "மாநில விருது" (புதுச்சேரி அரசு-சிறந்த பணியாளர்)
3. "செம்பணித் திலகம் விருது"
4. "யுவஸ்ரீ விருது" (யோகா ஆசிரியர்)
5. "யோகி யோகா விருது" (International Level)
6. "சேவை செம்மல் விருது" (சமூக சேவை)
7. "சேவை கேசரி விருது" (சமூக சேவை)
8. "சிறந்த சமூக சேவகர் விருது" (சமூக சேவை)
9. "Dr.A.P.J அப்துல் கலாம் விருது"
10. "சாதனையாளர் விருது"
11. "சிறந்த சாதனையாளர் விருது"
12. "கலைச் சிற்பி விருது"
13. "தேசத்தின் ஒளிச்சுடர் விருது"
14. "வாழ்நாள் சாதனையாளர் விருது" (2 முறை)
15. "பி.என்.இராமகிருஷ்ணன் மாமணி விருது"
16. "சேவைச் சுடர் விருது" (தமிழ்த்தொண்டு)

17. "நல் ஆசிரிய சாதனைச் செம்மல் விருது"
18. "அன்னம் சிறந்த சாதனையாளர் விருது"
19. "கலாம் சாதனைச் செம்மல் விருது"
20. Best Achievers Award - 2023
21. "பிறை மதி விருது"
22. "பல்துறை வித்தகர் விருது"
23. "Dr.A.P.J அப்துல் கலாம் சாதனைச் செம்மல் விருது";
24. "தேச தந்தை மகாத்மா காந்தி விருது"
25. "விஞ்ஞான வித்து விருது" - 2023
26. "Organic Agriculture Achievers Award 2023"
27. நந்தவன வைரச்செம்மல் விருது
28. ஜீவகாருண்ய விருது - 2023
29. சிறந்த மருத்துவ துறை விருது - 2023
30. நேரு விருது - 2023
31. Best Yoga Award - 2023
32. இலக்கிய சிற்பி விருது - 2023
33. Jayam Achievement Award - 2023
34. சாதனைச் செல்வர் விருது - 2023
35. 'India's The Best Exemplar Award' - 2023
    (Govt. Of India-Nehru Yuva Kendra)
36. பாரதி கவிச் சொலை விருது
37. மகா கவி விருது

தொகுத்து வெளியிட்ட நூல்கள்:-

1. புதுவையில் பூத்த பொன்மலர்
2. புதுவையில் பூத்த பொற்றாமரை(குறும்படம்-எழுத்து மற்றும் ஆய்வு)
3. மண்ணில் மலர்ந்த மதி
4. பாரதியே மீண்டும் வருக
5. பஞ்சவடி ஸ்ரீ ஜெயமங்கள பஞ்சமுக ஆஞ்சநேயர் வரலாறு
6. பூந்தளிர்ப் பாக்கள்
7. ஸ்ரீ வீர ஹனும காவியம்
8. ஷிரடி ஸ்ரீ சாயபாபா காவியம்.
9. பாவலர் "காட்டுப்பூவின் கவிச்சோலை"

முகவரி : எண்.4. முதல் குறுக்கு தெரு, இராதாகிருஷ்ணன் நகர், மூலகுளம், புதுச்சேரி-605010. அலைப்பேசி: 89033 71289

ஆசிரியர் குறிப்பு

பெயர் : இர. அம்மணியம்மாள்
புனைப்பெயர் : பாவலர் "காட்டுப்பூ"
பிறப்பு : 01.07.1939. புதுச்சேரி
கல்வி : தமிழ் பிரவே. ஆசிரியர் பயிற்சி
பணி : அரசு தமிழ் ஆசிரியை (பணி நிறைவு)
பெற்றோர் : கோ.வைத்தியநாதசுவாமி. & கோவிந்தம்மாள்
கணவர் பெயர் : மு.இரகுராமன். அரசு தலைமை காவலர்(பணி நிறைவு)
மக்கள் மூவர் : 1. இர.மோகன்குமார். 2. இர.சேதுராமன். 3. இர.விஜயவாணி
பேரன்கள் பேத்தி : 1. மோ. லலித்குமார்.
2. க.கோகுலகிருஷ்ணன்.
3. முனைவர் க.விக்னேஷ்.
4. மோ. பிரியதர்ஷ்ணி.
5. Dr. சே.புவனேஷ்வர்.
6. சே.தருண்குமார்

விருதுகள் : 1. "செம்பணிச்சுடர் விருது"
2. கம்பன் புகழ் இலக்கிய பரிசு - 2007
3. "நேரு குழந்தைகள் இலக்கிய விருது" - 2010
4. "மருத இராமலிங்கனார் மூத்த பெண்மணி விருது"
5. "மரபு மாமணி விருது" - 2015
6. "தேசத்தின் ஒளிச்சுடர் விருது"
7. "ஆசிரியர் ஒளிச்சுடர் விருது"
8. "சிறந்த சமூக சேவகர் விருது"
9. "Dr. AP.J. அப்துல் கலாம் விருது"
10. "வாழ்நாள் சாதனையாளர் விருது - 2023" (4 முறை)
11. "சிறந்த சமூக சேவகி விருது"
12. "AAAKT சாதனையாளர் விருது"

13. "இலக்கியச் சிற்பி விருது"
14. "சிறந்த சாதனையாளர் விருது"
15. "கலைச் சிற்பி விருது"
16. "சேவை கேசரி விருது"
17. "சேவை ரத்னா விருது"
18. "விஞ்ஞான வித்து விருது"
19. "Organic Agriculture Activities Award" - 2023
20. "கவிதைத் தென்றல் விருது"
21. "Life Time Achiever Award"
22. "Excellent Achievement Award"
23. "நேரு விருது"
24. "Best Education Award"
25. "விருத்த மாமணி விருது" - 2021
26. "செம்மொழிச் செம்மல் விருது" - 2023
27. 'மதர் தெரெசா விருது" - 2023
28. "Best Achievers Award" - 2023
29. "தேச தந்தை மகாத்மா காந்தி விருது"
30. "கவிச்சோலை விருது - 2023
31. ஜெயம் சாதனையாளர் விருது
32. மகா கவி விருது

படைப்புகள்: 1. புதுவையில் பூத்த பொன்மலர்
2. புதுவையில் பூத்த பொற்றாமரை(குறும்படம் - எழுத்து மற்றும் ஆய்வு)
3. மண்ணில் மலர்ந்த மதி
4. பாரதியே மீண்டும் வருக
5. பஞ்சவடி ஸ்ரீ ஜெயமங்கள பஞ்சமுக ஆஞ்சநேயர்
6. பூந்தளிர்ப் பாக்கள்
7. ஸ்ரீ வீர ஹனும காவியம்
8. ஷிரடி ஸ்ரீ சாயபாபா காவியம்
9.. பாவலர் "காட்டுப்பூவின் கவிச்சோலை"

முகவரி : "இரகுராமன் அம்மணி இல்லம்",
4. முதல் குறுக்குத் தெரு. Dr. இராதாகிருஷ்ணன் நகர்,
மூலகுளம், புதுச்சேரி-605010. கைப்பேசி: 89033 71289

www.ingramcontent.com/pod-product-compliance
Lightning Source LLC
LaVergne TN
LVHW090215051026
849517LV00001B/78